காலமும் ெ

காலமும் நெருப்புத்துண்டங்களும்

கோகுலக்கண்ணன் (1969)

கோகுலக்கண்ணன் என்ற பெயரில் எழுதும் கோகுலக்கண்ணன் ராமசாமி 1969ஆம் ஆண்டு புதுச்சேரியில் பிறந்தார். சென்னை, ஸ்ரீரங்கம் மற்றும் பெங்களூரில் வளர்ந்த அவர் கடந்த பத்து வருடங்களுக்கு மேலாக அமெரிக்காவில் கலிஃபோர்னியாவில் சான்ட்டா க்ளாரா என்னுமிடத்தில் வசித்து வருகிறார். மென் பொருள் துறையில் பணியாற்றுகிறார்.

இதுவரை அவர் எழுதி வெளிவந்தவை :

'முகங்களை விற்றவன்' (சிறுகதைகள்)
'இரவின் ரகசியப் பொழுது' (கவிதைகள்)
'மரம் பூக்கும் ஒளி' (கவிதைகள்)

மின்னஞ்சல் : gokul.ramaswamy@gmail.com

கோகுலக்கண்ணன்

காலமும் நெருப்புத்துண்டங்களும்

காலச்சுவடு பதிப்பகம்

காலமும் நெருப்புத்துண்டங்களும் ✧ சிறுகதைகள் ✧ ஆசிரியர்: கோகுலக் கண்ணன் ✧ © கோகுலக்கண்ணன் ராமசாமி ✧ முதல் பதிப்பு : டிசம்பர் 2010 ✧ வெளியீடு : காலச்சுவடு பதிப்பகம், 669 கே. பி. சாலை, நாகர்கோவில் 629 001 ✧ தொலைபேசி: 91 – 4652 – 278525 ✧ மின்னஞ்சல்: kalachuvadu@sancharnet.in ✧ அச்சுக்கோப்பு: சுதர்சன் புக் புராசசர்ஸ் அன்ட் டிஸ்ட்ரிப்யூட்டர்ஸ் ✧ அட்டை அச்சாக்கம்: பிரிண்ட் ஸ்பெஷாலிட்டீஸ், சென்னை 600 014 ✧ அச்சாக்கம்: மணி ஆஃப்செட், சென்னை 600 005.

காலச்சுவடு பதிப்பக வெளியீடு: 355

kaalamum nerupputtuNTankaLum ✧ Short Stories ✧ Author: kookulakkaNNan ✧ © Gokulakannan Ramaswamy ✧ Language: Tamil ✧ First Edition: December 2010 ✧ Size: Demy 1x8 ✧ Paper: 18.6 kg maplitho ✧ Pages: 208 ✧ Copies: 550 + 50 ✧ Published by Kalachuvadu Pathippagam, 669 K.P. Road, Nagercoil 629 001, India ✧ Phone: 91- 4652 - 278525 ✧ e-mail: kalachuvadu@sancharnet.in ✧ Typesetting: Sudarsan Book Processors and Distributors ✧ Wrapper Printed at Print Specialities, Chennai 600 014 ✧ Printed at Mani Offset, Chennai 600 005.

ISBN: 978-93-80240-08-4

12/2010/S.No. 355, kcp 597, 18.6 (1) 600

நண்பர் பாவண்ணனுக்கு

நன்றி

பாவண்ணன், அரவிந்தன், மனுபாரதி.

பொருளடக்கம்

வழிகாட்டி

கிரியின் தலைக்குள் வெந்நீரை ஊற்றிக்கொண்டது போல இருக்கிறது. மண்டை உச்சியில் நரம்புகள் கிண் ணென்று ரீங்காரமிடுகின்றன. தெற்கு வாசல் மொட்டைக் கோபுரத்திற்கு அப்பால் தாஸ் போட்டோக்கடையின் வாசலில் நின்றுகொண்டு கவனித்தான். காக்கைகள், வீதியோரம் இரைந்திருக்கும் மதிய உணவுத் துண்டங் களைக் கொத்திக் கொத்திப் பறக்கிறது. எல்லோர் முகத்திலும் பளீரென்று அறைகிறது வெயில். இருந்தும் தெற்கு வாசலில் என்ன கூட்டம்! முடிச்சு முடிச்சாகக் குழந்தை குட்டிகளை இழுத்தபடி அலையும் மக்கள். புகை கக்கி உறுமும் பஸ்களின் முகப்பில் கொட்டை எழுத்துகளில் நிறைய ஆச்சரியக் குறிகளைக் கொண்ட தெலுங்கு, ஹிந்தி, சமஸ்கிருத வரிகள் எழுதப்பட்ட திரை கள் காற்றில் அலைகின்றன. மொட்டையடித்த கும்பல், தலையில் காவி நிற முண்டாசு அணிந்திருக்கும் மக்கள் 'ரங்கா ரங்கா' என்றபடி இறங்குகிறார்கள். பல நாட்களாக வடக்கிலிருந்து தெற்காக மேற்கிலிருந்து கிழக்காக ஒரு புண்ணிய ஸ்தலத்தையும் விடாது தரிசித்து வரும் மனிதர் கள். பஸ் ஜன்னல்களில் ஈரத்துணிகள் காய்கின்றன. பஸ் டிரைவர்கள் டீக்கடைகளிலும் ஹோட்டல்களிலும் விழுந்து கிடக்கிறார்கள். சிலர் பஸ்ஸுக்குள் முகத்தைத் துண்டால் மூடியபடி இருக்கையில் சாய்ந்து உறங்குகிறார் கள். எல்லா இடங்களிலும் ஈக்கள். நாமக் கட்டி, குங்குமம், சந்தனம், கற்பூரம், பழம், மாலை, தேங்காய் விற்கும் கடைகளிலிருந்து கூக்குரல்கள் எழுகின்றன. குங்குமமும் மஞ்சளும் கடைகளின் முன்னால் மலைகளாய்க் குவிந் திருக்கின்றன. வெயிலுக்காகக் கடைகளின் முன்புறப் படுதாக்கள் சற்றே பிரித்து விடப்பட்டிருக்கின்றன. வியர்வையும் ஊதுபத்தியும் சந்தனமும் குப்பையும் கலந்த

ஒரு வாசம் எங்கும் எழுகிறது. வெய்யில் போலக் கூச்சலும் நெரிசலும் எங்கும் பரவியிருக்கிறது. எப்பொழுதாவது ரங்கநாத ரின் ஆலயத்திலிருந்து கோவில் மணி அடிப்பது கேட்கிறது. பாதிக் கும்பல் அப்பொழுது கன்னத்தில் போட்டுக் கொள் கிறார்கள். கோயிலை நோக்கி நகரும் அவர்கள் கால்கள் அப் போது வேகம் கொள்கின்றன. குழந்தைகள் சதா அழுகின்றன.

நகரும் கறுப்பு, மாநிறத் தோல் மனிதர்களுக்கிடையில் கிரியின் பார்வை துழாவுகிறது. ஒரேயொரு வெள்ளைத் தோல், கீழை நாட்டுச் சூரிய வறுவலில் செக்கச்சிவப்பாய்க் கனிந் திருக்கும் சருமத்தைத் தேடுகிறான். முட்டியைத் தொடும் அவனுடைய நிஜாரின் ஓரங்கள் வியர்வையில் ஒட்டுகின்றன. அதோ, நெடுநெடுவென்று ஒரு உருவம் கூட்டத்தின் நடுவில் முளைத்தெழுகிறது. கிரிக்கு இப்போது பரபரப்பு கூடுகிறது. இந்த உயரம், இந்த நிறம் எங்கிருந்து வருகிறது இவர்களுக்கு? கருப்பும் சோகை பிடித்த மாநிறமும் கால் படி எண்ணை வழியும் முகங்களும் எந்த சங்கோஜங்களும் இல்லாது பக்கத்தில் ஒட்டுகிறதே. கிரி தன் முகத்தைக் கிள்ளினான். அதே அழுக்கு, அதே எண்ணை, என் கையிலும் ஊறுகிறது. என் மூளையிலும் அது சேர்ந்துகொண்டால் . . .

கூட்டத்துக்குள் பரபரவென்று ஊடுருவினான் கிரி. அந்த வெளிநாட்டுப் பயணியின் உருவம் சாரை சாரையாக ஊறும் கூட்டத்தின் இடுக்கில் துண்டு துண்டாகத் தெரிகிறது. அடி வயிற்றில் எழும்பும் தயக்கத்தை அழுத்தி கிரி உலர்ந்த உதடுகளை ஈரப்படுத்தியவாறு அருகில் நகர்ந்தான். அந்த உயர மனிதன் கழுத்தை சற்றே சாய்த்து தோள்களைச் சரித்துப் பக்கத்தில் வருபவனிடம் பேசியபடி நகர்ந்தான். அவன் பக்கத்தில் வருவது வேறு யாருமல்ல வரதனேதான். கிரிக்கு தன் கண்களையே நம்ப முடியவில்லை. வரதன்தான் என்ன மிடுக்காக நடந்து வருகிறான். அவன் முகத்தில் என்ன களை! உதட்டின் மேலே கருப்பு நிழல் அடர்த்தியாகப் படிய ஆரம்பித்துவிட்டது. போன வருடம் எட்டாம் வகுப்பில் பின்புறம் பொத்தலிட்ட 'போஸ்ட்டாபீஸ்' ட்ரவுசரை அணிந்த உருவமா இது? உடையை விட்டுத் தள்ளினாலும் முகத்தில்தான் என்ன தோரணை. பேசும் பேச்சில் ஒரு அலட்சியம் – தொண்டைக்குழி நகராத நளினத்துடன் வார்த்தைகளை உருட்டுகிறானே. எட்டாம் கிளாஸ் பெயிலான பிறகு பள்ளிக்கூடம் பக்கமே தலைகாட்ட வில்லை அவன். இப்போது இங்கிலிஷில் என்ன போடு போடுகிறான். பயணியோ வரதனின் ஒவ்வொரு வார்த்தையை யும் பெருமாளே பேசுவதுபோல எப்படி கேட்டுக்கொண்டிருக் கிறான். வரதா . . . என்று கத்தியபடி குறுக்கே பாய்ந்து அவன் கைச்சட்டையை பிடித்து இழுத்தான் கிரி. வரதன் சற்றே

தோளைக் குலுக்கினானே தவிர பேசும் பேச்சில் ஒரு தடங்கலும் இல்லை. ஓரக்கண்ணால் கிரியைப் பார்த்து முறைத்தான். அந்தக் குலுக்கலே கிரியை அடித்துப் போட்டுவிட்டது. அவன் பக்கமே ஒட்டி நடந்தான் கிரி. அத்தனை அண்மையில் அந்த வெளிநாட்டுக்காரனைப் பார்ப்பதே போதுமானதாக இருக்கிறது. நட்ட நடு மதிய வெய்யிலில் அவன் நிறம் எப்படி மினுங்குகிறது. எல்லா நாற்றத்தையும் மீறி ஏதோவொரு நறுமணம் அவ்வப்போது நாசியைத் தீண்டும்போது உடம்பெல்லாம் கூசுவதைப் போலுணர்ந்தான். இந்த மயக்கத்தின் நடுவில் திடீரென கிரியின் விலாவில் முழங்கையால் இடித்தான் வரதன்.

'என்ன வரதா' எனக் குழறினான். அவன் முகம் பக்க வாட்டில் அரை வட்டம் திரும்பியதைப் பார்த்தான் கிரி. ரங்கவிலாஸ் ஹோட்டல் வாசலில் ஆரெஸ் வாத்தியார் வெற்றிலையைக் குதப்பியபடி நின்றிருந்தார். அய்யோ . . . என்று கத்தினான் கிரி. அவர் மட்டும் அவனை இங்கு பார்த்துவிட்டால் என்ன நடக்குமென்பதை யாராலும் கற்பனைகூடப் பண்ண முடியாது. பள்ளிக்கூடப் பயல்களின் எல்லாத் தந்திரங்களையும் ஒரே பாய்ச்சலில் தாண்டி, குலையை இறுகப் பிடித்துவிடும் கலையை நன்கு அறிந்தவர். போன மாதம் எப்படியாவது ஆரெஸ் வாத்தியைக் கைக்குள் போட்டுக்கொள்ள பாலு, வடக்குச் சித்திரை வீதியில் வீட்டிலிருந்து பள்ளிக்குக் கிளம்ப சைக்கிளில் கால் வைத்த அவர் முன்னால் புத்தகப்பையுடன் நின்றான். 'ஸார் குட்மார்னிங். இப்போ மணி என்ன ஸார்?' என்று பவ்யமாக ஆரம்பித்தான். அவனுடைய கணக்கு, மணியிலிருந்து எப்படியாவது பேச்சை அரையிறுதித்தேர்வு வினாத்தாளுக்கு கொண்டு சென்று விடலாம் என்றிருந்தது. ஆரெஸ் ஒரு கணம் கூடத் தயங்கவில்லை. வலது கைச் சுட்டு விரலால் மூக்குக் கண்ணாடியை மூக்கிலேற்றினார். அதேசமயம் இடது மணிக்கட்டு ஒரு குலுக்கல் குலுங்கியது. அடுத்த வினாடி பாலுவின் நடுங்கும் கைகளில் அவருடைய கைக்கடிகாரம் விழுந்திருந்தது. ஒரே மிதியில் அவருடைய சைக்கிள் கிழக்குச் சித்திரை வீதியில் திரும்பியிருந்தது.

பாலு இரண்டு நாட்களுக்கு ஸ்கூல் பக்கமே வரவில்லை. ஆரெஸ் வீட்டில் இல்லாத சமயமாகப் பார்த்துப் போய் பாலுவின் அப்பா கைக்கடிகாரத்தைத் திருப்பியதற்கப்புறம் தான் பாலுவின் குளிர் ஜுரமே நின்றது. பள்ளிக்கூடத்தின் பி.டி வகுப்பிலிருந்து நழுவித் தெற்கு வாசலில் ஊர்சுற்றிக் கொண்டிருப்பது அவர் கண்ணில்பட்டால் அவ்வளவுதான். கிரி சிட்டாக அங்கிருந்து பறந்தான்.

ooo

அம்மா தோசை வார்த்துக்கொண்டிருந்தாள். கல்லில் எண்ணையும் மாவும் சந்தித்துக்கொள்ளும் ஓசை சாட்டையடி போல இருந்தது. கைத்தட்டில் மிளகாய்ப் பொடியின் நடுவில் குழியிட்டு எண்ணையைக் குளமாக்கிக் காத்திருந்த சித்தப்பா, அம்மா சுடச்சுட இரண்டு தோசைகளை தட்டில் போட்ட பிறகு கிணற்றடி அருகே துவைக்கும் கல்லில் உட்கார்ந்தார். மதியம் சித்தப்பா போட்டிருந்த தூக்கம் பொங்கியிருந்த அவர் கண்களில் தெரிந்தது. ஒவ்வொரு விண்டாக தோசையை எடுத்துச் சாப்பிட்டார். அடுத்த தோசைக்கான குரல் அடுப்பறையி லிருந்து வரும் வரையில் மிளகாய்ப் பொடியை நுனிவிரலால் தொட்டெடுத்து நக்கிக்கொண்டார். கிரி கிணற்றுச் செம்பி லிருந்து நீர்விட்டுக் காலை அலம்பினான்.

'என்னடா சூரப்புலி தோசை சாப்பிடலையா?' என்றார் கிரியிடம்.

சித்தப்பாவின் அருகில் கல்மீது கிரி உட்கார்ந்தான். இதமான சூடு கல்லில் இருந்து அவன் பின்புறத்துக்குப் பரவியது. வேப்ப மரத்திலிருந்து இரண்டு காக்கைகள் விடாமல் கத்தின. சட் டென்று கிளம்பிய காற்றில் இலைகள் சிலுப்பிக்கொண்டன.

"சித்தப்பா, வரதனும் உங்களை மாதிரி கைடு ஆயிட்டான்" என்றான் கிரி.

'யாரு வரதன்?'

'என் பழைய கிளாஸ்மேட். எட்டாவது பரிட்சையில் அவுட் ஆனதுக்கப்புறம் ஸ்கூல் பக்கமே வரலை. இன்னிக்கு அவனை தெற்கு வாசல் மொட்டைக் கோபுரம் கிட்டே பார்த் தேன். ஒரு ஃபாரினரோட. எனக்கு அவனை ஒரு நிமிஷம் அடையாளமே தெரியலை.'

சித்தப்பா பார்வையை அவனிடமிருந்து அகற்றிக்கொண் டார். அவர் கவனம் வேறெங்கோ போனதுபோல இருந்தது. தொக்கி நின்ற அவர் நடுவிரல் நுனியில் செந்நிற எண்ணெய்த் துளி சொட்டுவதற்குத் தயாராக இருந்தது.

'நாலு வார்த்தை ஓட்டை இங்கிலீஷ் கத்துண்டு இந்தப் பசங்க அடிக்கற கூத்து எவ்வளவு நாளு ஓடும்?' அவர் வேப்ப மரத்தைப் பார்த்துக் கேட்பது போலிருந்தது. காக்கைகள் தலை திருப்பிக்கொண்டன.

'சித்தப்பா, கைட் ஆக என்ன படிக்கணும்?'

சித்தப்பா இப்போது அமர்த்தலாகச் சிரித்தார். கட்டை விரலால் காதுக்குப் பின்னால் சொறிந்து கொண்டார்.

'காமன்சென்ஸ் படிக்கணும். பேசத் தெரியப் படிக்கணும். யார் யாரோட எப்படிப் பழகணும்னு தெரிஞ்சுக்கணும். அவ்வளவுதான்.'

சற்று நேரம் அவர் முகம் யோசனையிலாழ்ந்தது. அதற்குள் அம்மா அடுத்த தோசை ரெடி எனக் கத்தினாள். மிளகாய்ப் பொடியைத் தட்டில் தேய்த்தபடி இருந்தது அவர் விரல்.

'நான் பத்தாவது பெயில். உங்கப்பா வானத்துக்கும் பூமிக்கும் துள்ளினான். அவன் க்ராஜுவேட் ஆச்சே. கவர்மென்ட் உத்தியோகம் வேற. உதவாக்கரைக்கு இனிமே என்ன வேலை கிடைக்கும். அடையவளஞ்சான் வீதில எண்ணை மண்டில வேலைக்கு சேர்த்துவிட்டான். எண்ணை வாசனை குமட்டிண்டு வந்தது எனக்கு. ஒரு வாரத்துக்கப்புறம் அங்கே கால் வைக்கலை. விட்டுட்டேன். கோயில் லைப்ரரில கோயில் பத்தி புத்தகங் களைப் படிக்க ஆரம்பிச்சேன். பொழுது ஓட்டத்தான் அப்படி செஞ்சேன். அப்ப என்ன பண்ணணும்னு எனக்கு தெளிவா இல்லை. கோயில் பட்டர்கள் கிட்ட நிறையப் பேசி கதைகள் கேட்டுண்டேன். அவ்வளவுதான், ரெண்டு மூணு மாசத்திலே யிருந்து தனியா கைட் வேலை பண்ண ஆரம்பிச்சிட்டேன்'

'ரெண்டு மாசத்திலயேவா?' என்று வாயைப் பிளந்தான் கிரி.

'ஆமாம். இதெல்லாம் ஒவ்வொருத்தரோட மூளையைப் பொறுத்தது. பத்து பதினஞ்சு வயசு தாண்டறதுக்குள்ளேயே எவ்வளோ பேர உலகம் ஜீனியஸ்னு முடிவு பண்ணியிருக்கு. பல பேருக்கு இது ஒரு புதிர்தான். புரியாத விஷயத்தை பண்றவனை முட்டாள்னு சொல்லுவாங்க. ஆனால் அவங்க முகத்துல ஒரு நாள் காலம் மண்ண வாரிப் போடறது வழக்கம் தானே. இந்த சீரங்கம் மட்டும் இதுக்கு விதிவிலக்கா என்ன. இப்பப் பாரு இந்த ஊரப் பத்தி மட்டுமில்லை. பூரா சவுத் இண்டியாவோட எல்லா கோவில் ஹிஸ்டரியும் எனக்கு அத்துபடி. அந்த கதையெல்லாம் இங்கிலிஷ்ல வேணுமா, ப்ரெஞ்சுல வேணுமா, இல்ல ஜெர்மன்ல வேணுமா?' சித்தப்பா வின் குரல் கெட்டியடித்திருந்தது. அவர் கண்களில் கிரி இதுவரை பார்த்திராத ஒரு தீவிரம் சேர்ந்திருந்தது.

"போன வாரம்கூட ப்ராங்பர்ட்டிலருந்து முயல்லர் லெட்டர் போட்டிருந்தான். என்ன எழுதியிருக்கான்? மிஸ்டர் க்ரிஸ் யு ஆர் வேஸ்ட்டிங் யுர் டைம் இன் இண்டியா. யு ஷுட் லிவ் இன் யூரோப்ன்னு."

"போயிடுவீங்களா?" என்று கத்தினான் கிரி.

"உங்கப்பாவை யாராவது இந்த மாதிரி கூப்பிட்டுருக் காங்களா? சீரங்கம் ஸப்ரெஜிஸ்டிரர் ஆபிஸ்ல ஃபைலுக்குள் ளேயே தலையைப் புதைச்சுக்கச் சொல்லு." சித்தப்பாவின் குரலில் ஒரு சீறல். காகங்கள் சட்டென்று வேப்ப மரத்திலிருந்து எழும்பிப் பறந்தன.

தட்டை எடுத்துக்கொண்டு சமையலறைக்குள் சித்தப்பா மறைந்தார். கிரி அவர் முதுகையே பார்த்துக்கொண்டிருந்தான்.

ooo

சமையலறையிலிருந்த அப்பாவின் குரல், கூடத்தில் கணக்குப் புத்தகத்தைப் பிரித்துவைத்து பராக்குப் பார்த்துக்கொண்டிருந்த கிரிக்குக் கேட்கும்படி உயர்ந்திருந்தது. சித்தப்பா கிரியைப் பார்த்து லேசாகக் கண்களை உருட்டினார். கிரிக்கு நன்றாகக் கேட்க வேண்டும் என்றுதான் பேசுகிறார் என்பது எல்லோருக்கும் தெரியும். யாரிடமும் எதையும் நேரிடையாகப் பேசும் வழக்கம் அப்பாவிற்குக் கிடையாது. அப்பாவின் பேச்சு எல்லாம் காற்றி லிருக்கும் ஒரு உருவத்திடம்தான். கிணற்றுச் சொம்பு, சாப்பாட்டுத் தட்டு, காபித் தம்ளர், செய்திதாள், ரேடியோ பெட்டி இவை களிடமும் பேசுவார். இப்போது சாப்பாட்டுத் தட்டிடம்தான் பேசிக்கொண்டிருந்தார். தட்டுக்கும் தலைக்கும் இடையில் ஒரு அடி இடைவெளி இருந்தால் அதிகம். தரை நழுவிவிடாமல் இருக்க இடது கை தரையில் கெட்டியாக நங்கூரமிட்டிருந்தது. வலது கை படுவேகத்துடன் தட்டிற்கும் வாய்க்கும் பறந்துகொண் டிருந்தது. அம்மா பக்கத்தில் பாத்திரங்களுடன் கிடைக்கும் இடைவெளியில் அவர் தட்டில் பரிமாறத் தயாராக இருந்தாள்.

"அடுத்த வருஷம் பத்தாவது பரிட்சை. தெரியுமா இல்லியா அவனுக்கு?"

அம்மாவுக்குத் தெரியும், பதிலளிக்க முடியாத கேள்விகளை எப்படிச் சமாளிப்பதென்று.

"ஜீயர் தெக்கு வாசல்ல ராஜ கோபுரம் கட்டப்போறாராம்" என்றாள்.

"பத்தாவதுல வழக்கம்போல பாஸ் மார்க் மட்டும் வாங்கினா ஒண்ணும் நடக்காது."

"இன்னும் கொஞ்சம் குழம்பு விடட்டுமா?"

"வெறும் பாஸ் மார்க் வாங்கினான்னா பி.ஏ இங்கிலிஷ், தமிழ், ஹிஸ்டரி இவ்வளவுதான் படிக்க முடியும். கிளர்க்கு வேலைக்குக்கூட இப்போது அது போறாதுன்னா!"

"ராஜ கோபுரம் கட்டினா சிலோன் மூழ்கிப் போயுடும்னு எல்லோரும் பேசிக்கறா"

“நான் படிக்கும் போதெல்லாம் என்னோட அப்பா அம்மா படிடான்னு ஒரு வார்த்தை சொன்னதில்லை. அத சொல்ல வேண்டிய அவசியத்தையும் நான் ஏற்படுத்தினதில்ல. ரிஜிஸ்டிரார் உத்தியோகம் யாரும் தாம்பாளத்துல வச்சு எனக்கு ஒதியிடலை.”

அம்மா இப்போது பேசாது இருந்தாள். மேலுதடும் கீழுதடும் ஒரே கோடாக இறுகியிருந்தன.

“இப்படித்தான் இருக்கணும்னு அவசியமில்லை. படிக்காம இருக்கலாம். ஊர் சுற்றியாவே இருக்கலாம். உதவாக்கரையா போகலாம். அதுக்கெல்லாமும் நிறைய உதாரணங்கள் கண் முன்னே இருக்கே. அதுக்கான பின்விளைவுகளை ஏத்துக்கத் தயாராக இருக்கணும். ஆரெஸ் கிட்டேயும் எஸ்ஜீ கிட்டேயும் டியூஷன் ஏற்பாடு பண்றதோட என் பொறுப்பு தீர்ந்தது. அதுக்கப்புறம் படிக்கறவனோட பாடு.”

அப்பா விசுக்கென்று எழுந்து கொல்லைக்குப் போனார். அம்மா அப்பாவின் தட்டில் தன்னுடைய உணவைச் சரித்துக் கொண்டாள்.

கிரி, சித்தப்பாவைப் பார்த்தான். ஹிண்டு பேப்பர் அவர் முகத்தை மூடியிருந்தது.

○○○

காலையில் கிரி போர்வைக்குள் துளி வெளிச்சம்கூடப் புகாதபடி இழுத்துப் போர்த்திக் கிடந்தான். சித்தப்பாவின் வார்த்தைகள் அவன் கண்களுக்குள் கனவாய்ச் சேர்ந்திருந்தது.

படகுபோன்ற கார் கண்களுக்குள் மிதக்கிறது. ஆரெஸ் வகுப்பில் கிரி சோம்பிக் கிடக்கிறான்.

கார் வகுப்புக்குள்ளேயே வருகிறது. பயல்கள் எல்லாம் துள்ளிக் குதிக்கிறார்கள். அதிலிருந்து இரு வெள்ளைக்காரர்கள் இறங்குகிறார்கள். ஒரு ஆண், ஒரு பெண். பெண்ணின் தலை மயிர் எரியும் தங்கம்போல் புரள்கிறது. இருவரையும் எல்லோரும் மொய்க்கிறார்கள். ஆரெஸ் மிகக் கேவலமாக அவர்கள் முன்னால் இளிக்கிறார். அவர்கள் எல்லோரையும் ஒதுக்கிவிட்டு அவன் முன்னால் வந்து கை குலுக்க வேண்டிக் கை நீட்டுகிறார்கள். “உன்னைப் போன்ற ஜீனியஸைதான் தேடிக்கொண்டிருந்தோம். எங்களுடன் வந்துவிடு” என்கிறார்கள். கிரி காருக்குள் ஏறுகிறான். இருபுறமும் அவர்கள் அமர்ந்துகொள்ள, கார் கிளம்புகிறது. கிரி பேசத் துவங்குகிறான். திடீரென வரதன் காருக்குள் முளைக்கிறான். தஸ்புஸ்ஸென்ற ஆங்கிலத்தில் எதையோ அவிழ்த்து விடுகிறான். இருவரும் அவனைப் புறக்கணித்து விடுகிறார்கள்.

அவன் மீண்டும் மீண்டும் குறுக்கிடுகிறான். அவர்கள் டிரைவர் என்கிறார்கள். டிரைவர் வரதனின் சட்டைக் காலரைப் பற்றி வெளியே தள்ளுகிறான். கிரி வலது கையை விசிறி அவர்களுக்கு அறிவிக்கின்றான்: “உங்களிருவருக்கும் இவ்விடத்தைச் சுற்றிக் காட்ட என்னால் முடியும்” அவர்களிருவரும் அவனை வைத்த கண் எடுக்காது பார்க்கின்றனர். அவர்கள் முகத்தில் எத்தனை சந்தோஷம். காருடன் பக்கத்தில் கூட்டமாக மக்கள் ஓடி வருகிறார்கள். பத்தாவது பத்தாவது, பரீட்சை பரீட்சை என்று அலறிக்கொண்டே அப்பா கார் முன்னால் ஓடுகிறார். கிரி, கார் கண்ணாடியை மேலேற்றும்படி டிரைவருக்கு சைகை செய்கின்றான். கண்ணாடி எல்லா சத்தங்களையும் மழித்து உயர்கிறது. அப்பாவின் முகத்திலுள்ள நெருக்கடியையும் சத்த மில்லாத அவர் கத்தல்களையும் பார்க்க வேடிக்கையாக இருக் கிறது. காருக்குள் மூவரும் உரத்துச் சிரிக்கிறார்கள்.

அம்மா அவன் முகத்தருகே கத்தினாள்: “எழுந்திருடா தடியா . . . நேரமாச்சு!”

○○○

கிரிக்குப் பள்ளிக்கூடம் தாள முடியாத இம்சையாக இருந் தது. கணக்குச் சூத்திரங்கள் அவன் மூளையை கந்தலாக்கு கின்றன. ஒரு வரிகூடப் புரிபடாது ஆசிரியர் போர்டில் எழுது வதை இயந்திரம்போல நோட்டில் எழுதிக்கொள்கிறான். சில சமயம் எழுதிய வரிகளின் மேலேயே எழுதிவிடுகிறான். அவை இன்னமும் அவனைக் குழப்புகின்றன. அவ்வப்போது ஆசிரியர் போர்டில் எழுதுவதை நிறுத்தி ஒவ்வொருவனையும் கேள்வி கேட்கிறார். கிரிக்குப் பதற்றமாக இருக்கிறது. எத்தனை நாளைக்கு இப்படி சகித்துக்கொள்ள முடியும் என்று யோசிக்கிறான். பக்கத்தில் பாலு தூங்கி வழிந்து கிரி மேல் சாய்கிறான். அவன் தலையிலிருந்து எண்ணெ மண்டி நாற்றம் கிரிக்கு வருகிறது. வாந்தி வரும்போல இருக்கிறது. சித்தப்பா, பாலுவின் தலையில் உட்கார்ந்து ‘எனக்குக் குமட்டுகிறது’ என்கிறாற்போல இருக்கிறது. கணக்கு வாத்தியார் திடீரென எழுதுவதை நிறுத்திவிட்டு கையிலுள்ள சாக்பீசை பாலுவின்மேல் வீசி எறிகிறார். குறி தவறி கிரியின் நெற்றியில் தெறித்துப் பறக்கிறது. பாலு தூக்கிவாரிப் போட்டு எழுந்து அமர்கிறான். கணக்கு வாத்தியார் சமாளிப்பது போல கிரியை எழுந்திருக்கச் சொல்லுகிறார். மனப்பாடமாக ஒரு சூத்திரத்தை சொல்லச் சொல்லிக் கேட்கிறார். நிசப்தம் கணம்கணமாக விரிகிறது. கிரி வெறுமனே விழிக்கிறான். அப் போது தொடங்குகிறது கணக்கு வாத்தியாரின் அறிவுரை. கிரி எல்லாவற்றுக்கும் தலையாட்டுகிறான். எல்லாம் புரிந்தது

போல நடிக்கிறான். உள்ளுக்குள் பயம் கொழுந்துவிட்டு எரிகிறது. கிரியின் மூளைக்குள் கறுப்புப் புகை அண்டுகிறது.

○○○

மதிய இடைவேளை. கிரியின் கால்கள் பரபரவென்று ஊறின. பள்ளி மைதானம் வெயிலில் பொங்குவது போலிருக்கிறது. சிட்டாகப் பறந்தால் பத்து நிமிஷத்துக்குள் தெற்கு வாசலைச் சேர்ந்து விடலாம். மதிய உணவு இடைவேளை மொத்தம் ஒன்றரை மணி நேரம். அவசர அவசரமாகச் சாப்பாட்டை அள்ளிப்போட்டு ஓடுகிறான். தெற்கு வாசலில் எப்போதும் போலக் கூட்டம் அலைபாய்கிறது. முனிசிபாலிட்டி பூங்காவில் சிலர் மர நிழலில் படுத்திருக்கின்றனர். பக்கத்தில் சீரங்கம் கிளப்புக்குள் கார்கள் அவ்வப்போது போகின்றன. கிரிக்கு கிளப் உள்ளே என்ன இருக்கிறதென்று பார்க்க வெகுகாலமாக ஆசை. இன்னும் சமயம் அமையவில்லை. குடிகாரர்களும் சீட்டாட்டக்காரர்களும்தான் உள்ளே இருப்பது என்று அப்பா அடிக்கடி சொல்லிக்கொள்வார். அதிலும் சித்திரை வீதி பட்டர் கள் பொழுது சாய்ந்த பிறகு குடுமியைத் தொப்பிக்குள் முடிந்து கொண்டு உள்ளே போவதைப் பார்த்திருப்பதாக பாலு கையி லடித்து சத்தியம் செய்கிறான். உத்திரை, சித்திரை, அடையவளஞ் சான் வீதிகளில் மட்டுமே கிரிக்குப் பார்ப்பதற்கு எவ்வளவு இருந்திருக்கிறது. சித்திரை வீதிக்கும் அடையவளஞ்சானுக்கும் இடையில் உள்ள சந்துகளில் உள்ள உலகம்தான் எத்தனை வித்தியாசமான காட்சிகளைத் தந்திருக்கிறது. அனாயசமாகச் சுருட்டுக் குடிக்கும் கிழவிகளும் காலை அகட்டி நின்று மூத்திரம் பெய்யும் பெண்களும் இந்த ஸ்ரீரங்கத்து மனிதர்கள்தானா. அங்கே கேட்டிருக்கும் பேச்சுகள் தன்னுடைய மொழிதானா? இவ்வளவு பகிரங்கமாகவா பெண்கள் பேசிக்கொள்கிறார்கள்? ஆண்களின் மானம் கிழிபட்டு, சாக்கடையாகப் போகும் கால்வா யில் மலத்துடன் கலக்கிறதே. கிரியின் கால்கள்தான் அவனை எங்கெல்லாம் அழைத்துச் சென்றிருக்கின்றன. ஊருக்கு வெளியே மேலூர்த் தோப்பில், தரையில் விழுந்திருக்கும் நிழல்கள் பூமியின் நிறத்தை எப்படியெல்லாம் மாற்றியடிக்கின்றன. பொழுது சாயும் நேரத்தில் தென்னங்கீற்றுகளுக்கிடையில் சேரும் இருட்டும் ஒளியும் போடும் நாடகம், கொள்ளிடம் நாவிதன் துறையின் வினோதங்களை அவன் முழுதாகப் பார்த்துத் தீரவில்லையே. இன்னும் முக்கொம்பு, கல்லணை என அவன் சுற்றியடித்திருக் கும் இடங்களுக்கு முடிவே இல்லை. ஆனால் இன்னமும் எத்தனை இடங்களில் எத்தனை ரகசியங்கள் ஒளிந்திருக்கின்றன. ஒரு மனித வாழ்க்கையில் அவற்றையெல்லாம் பார்த்துவிட முடியுமா? இன்னும் எத்தனை பிரதேசங்கள் அவன் கால்படக்

காத்திருக்கின்றன. அவற்றின் வாசலுக்கு அருகே அல்லவா அவன் நிற்க வேண்டும்? ஒரு மந்திரக் கணத்தில் அது திறந்து அவனை உள்ளிழுத்துக் கொண்டுவிடாதா. ஆனால் பள்ளிக் கூடத்தின் கதவுகள் அல்லவா அவன் கால்களைத் தடுத்து நிறுத்துகின்றன. சித்தப்பா, வரதன் இவர்களெல்லாரும் ஒரே எட்டில் பள்ளிக்கூடத்தைக் குப்புறத் தள்ளி விட்டுக் கெக்கலிக்க வில்லையா?

சித்தப்பா ஒருநாளும் இப்படித் தெற்கு வாசல் அருகே நின்றுகொண்டிருப்பதை கிரி பார்த்ததில்லை. சித்தப்பாவின் பாதைகள் மர்மங்கள் நிறைந்தவை. அந்த மர்மங்கள் தன்னையும் வாவென்றே அழைக்கின்றன. கால்கள்தான் பின்னிக்கொள்கின் றன. சித்தப்பாவின் சாகசங்கள் ஏன் அப்பாவின் நிழல் மீதுகூடப் படியவில்லை. அலுவலகத்துக்குள்ளும் வீட்டுக்குள்ளுமே சித்தப்பா சொன்னதுபோல அலுவலகக் கோப்புகளுக்குள்ளேயே தலையை அறுத்து வைத்திருக்கிறாரே. இருவரும் ரத்த சகோதரர் கள் என்றால் யார் நம்புவார்கள்.

சித்தப்பாவுக்கு வண்ணமயமான உறைகளில் நிறைய கடிதங்கள் வரும். விரல் வழுக்கும் அட்டைகளைக் கொண்ட பத்திரிகைகள் பல. அதிலிருக்கும் மனிதர்கள் எத்தனை உற்சாக மாகத் தோன்றுகிறார்கள். அவர்கள் பின்னணியில் உள்ள நிலவெளி எத்தனை பிரமாதமாக இருக்கிறது. அப்படங்களில் இருக்கும் கடலும் மலையும் பனியும் பாலையும் இந்த பூமியிலா இருக்கின்றன? அவற்றின் பரப்புகள் ஏன் சிலருடைய கால்களுக்கு மட்டும் சொந்தமாக இருக்க வேண்டும். அடையவளஞ்சானின் மலச்சந்துகளும் இதே பூமியிலா இருக்கின்றன? அப்படங்களில் இருக்கும் பெண்கள் முகத்தில் என்ன ஒளி. அவர்களின் சருமங்கள் கண்களைக் கூசவைக்கின்றன. சித்தப்பா கிரிக்கு சிலவற்றை மட்டுமே காட்டுவார். சில பத்திரிக்கைகள் அவருடைய தலை யணைக்கு அடியில் ஒளிந்திருக்கும். கிரியின் விரல்கள் அவற்றை ஸ்பரிசிக்கும் முன்னரே அவை அவருடைய பெட்டிக்குள் எப்படியோ இடம் மாறிவிடும். சித்தப்பா திடீரென வாரக் கணக்கில் மாதக்கணக்கில்கூடக் கண்ணில் படமாட்டார். திரும்பி வரும்பொழுது அவர் கையில் வினோதமான பொருட்கள் முளைத்திருக்கும். புகைப்படங்கள் அவற்றில் பிரதானம். கூட்ட மான வெளிநாட்டுப் பயணிகளுடன் சித்தப்பா சிரித்துக்கொண்டு நிற்பார். சில படங்களில் கோதுமை நிற தலைமுடியைக் கொண்ட பெண்கள், அவர் தோளோடு தோள் இடித்துக்கொண்டு நிற்பார் கள். பலவிதமான வாசனைத் திரவங்கள் கொண்ட குப்பிகளைக் கொண்டுவருவார். சவரம் செய்துகொள்ள அவர் உபயோகப் படுத்தும் சோப்பு, சவரத்திற்கு அப்புறம் முகத்தில் தடவிக் கொள்ளும் லோஷன் இருக்கும் விசித்திரமான பாட்டில்கள்,

அதிலிருந்து எழும் அலாதியான மணம், எல்லாம் சித்தப்பா கொஞ்சம் கொஞ்சமாக ஸ்ரீரங்கத்திலிருந்து, இந்தத் தெற்கு வாசலிலிருந்து நகர்ந்துகொண்டிருப்பதை அவனுக்குத் தெரியப் படுத்தும்.

கிரி சுற்றிலும் பார்த்தான். இன்றைக்கு ஒரு வெள்ளைக் காரனையும் காணோம். அவர்களின் போக்கை யாரும் முன் கூட்டியே கணிக்க முடியாது என்று தோன்றியது. அவர்களின் மூளை ஒவ்வொரு நாள் ஒவ்வொரு இடத்துக்கு அவர்களை அழைத்து செல்கிறது. அப்பாவின் மூளையைப் போல அல்ல. மலை, குளம், சேரி, கோவில் எல்லா இடங்களையும் அவர்களின் கான்வாஸ் ஷூக்கள் மிதிக்கின்றன. ஒவ்வொரு இடத்தையும் நின்று நிதானித்து கவனிக்கிறார்கள். அவர்கள் முன்னால் எந்த ஆசிரியரும் சூத்திரங்களை எழுதிப்போடுவதில்லை. அவர்கள் சிறகுடன் வளர்ந்தவர்கள். கிரிக்கு ஆரெஸ் வாத்தியார், பத்தாவது பரீட்சை எல்லாவற்றையும் எட்டி உதைத்துவிட்டு ஊர் ஊராக அலைய வேண்டும்போல் இருக்கிறது.

"என்னடா தினம் இங்க நிக்கற" என்று கிரியின் சட்டையைப் பிடித்தான் வரதன்.

"வரதா வரதா ..." என்று கத்தினான் கிரி.

"எனக்கு சொல்லித் தரமாட்டியா உன்னோட தந்திரத்தை யெல்லாம்?" என்று கேட்டான் கிரி.

வரதன் சிரித்தான். பதில் பேசாது சட்டைப்பைக்குள் கைவிட்டு சில காகிதங்களைக் காட்டினான்.

"என்ன இது?"

"இதுதான் அமெரிக்கா டாலர். இது இங்கிலாந்து காசு. இது ஜெர்மனி. ஒவ்வொண்ணோட மதிப்பு தெரியுமா? ஆயிரம் ரூபாய்க்கும் மேல" வரதனின் குரலில் ஏற்றம் இருந்தது.

"உனக்கு இவ்வளவு எப்படி கிடைக்கிறது?"

"நான் அவங்களோட போறேன் இல்ல. அவங்களுக்கு என்னப் பிடிச்சிருக்கு. கொடுக்கறாங்க"

"சும்மாவே கொடுப்பாங்களா?" எனக் கேட்டான் கிரி.

"சும்மான்னா சும்மா கிடைக்குமா. வேல பண்றன் இல்ல. அவங்களோட கோவிலுக்குப் போறேன். கேக்கற கேள்விக்கு பதில் சொல்றேன் இல்ல" வரதனின் குரலில் இப்போது எரிச்சல் இருந்தது. கிரி, உடனே பின்வாங்கினான்.

"அப்படி இல்லடா வரதா. எனக்கு ஆச்சர்யமாயிருக்கு."

"பின்னே. இதுக்கெல்லாம் சில விஷயங்கள் பண்ணணும். நிறைய தடவை அவங்க என்னை அவங்க தங்கற ஹோட்டலுக்குக் கூட்டிட்டு போவாங்க. பயங்கர சாப்பாடு தெரியுமா. நீ வாழ்க்கைல கேள்விப்படாததையெல்லாம் அவங்க திங்கறாங்க. ஆனா நாம ஒண்ணும் தெரியாதது மாதிரி காட்டிக்கக் கூடாது. இதப்பார் என்னோட பாஸ்போர்ட். இன்னும் கொஞ்ச நாள்ல தாய்லாந்துக்கு என்னைக் கூட்டிட்டு போப்போறாங்க'

"நீ அவங்க கூடவே இருந்துடுவியா?"

"அதத்தான சொன்னேன். சரி, எனக்கு டைம் ஆச்சு. ஜங்ஷன் போணும் நீ ஸ்கூல் போ. அதுக்குத்தாண்டா நீயெல்லாம் லாயக்கு?"

கிரிக்கு உள்ளிலிருந்து பொங்கியது. கண்ணில் நீர் தளும்பி விடும் போலிருந்தது. கண்ணுக்கு முன்னால் தான் சேர வேண்டிய இடம் ஒரேயோரு ஜன்னலை மட்டும் திறந்து காட்டுகிறது. இன்று ஜன்னல் வழியாக எட்டிப்பார்த்தால் நாளை கதவு திறந்துவிடாதா?

"வரதா ... உன்னோட நானும் வரேன்" கிரியின் குரல் நடுங்கியது. வரதன் அதை கவனித்துவிடக் கூடாதே என்று மறைக்கப் பார்த்தான்.

"டேய், என்ன உளர்ற ... உனக்கும் இதுக்கும் என்னடா சம்பந்தம் ..." வரதன் கத்தினான்.

"வரதா, நான் உன்னோடயே இருக்கேன். எனக்கு ஸ்கூல் வேண்டாம். எனக்கு உன்னோட சாமர்த்தியத்தை கத்துக்கொடு. ஸ்கூல் போனாலே வாந்தி வரும்போல இருக்கு. இந்த வருஷம் கண்டிப்பா நான் பெயில்தான். அதுக்கப்புறம் நான் எப்படியும் வீட்டை விட்டு ஓடித்தான் போகணும்" அடக்க முடியாமல் ஒரு தேம்பல் மளுக்கென்று அடிவயிற்றிலிருந்து எழுந்துவிட்டது. கிரிக்கு உடம்பெல்லாம் கூசிவிட்டது.

வரதன் கிரியின் முகத்தைப் பார்க்காது மேலே மொட்டைக் கோபுரத்தையே பார்த்து நின்றான். அவன் மேலுதட்டில் துளிர் விட்டிருந்த பூனை மயிர்களை அவன் கட்டை விரலும் சுட்டு விரலும் நீவிவிட்டன. வரதன் ஒவ்வொரு கணத்திலும் தன் உயரத்தைக் கூட்டிக்கொள்கிறான் என்று நினைத்துக்கொண்டான் கிரி. வரதன் முகத்தில் லேசான இளகல் உருவாவது போலிருந்தது. கிரி உடனே தொடர்ந்தான்.

"வரதா, என்கிட்டே உனக்கு தரதுக்கு எதுவும் இல்ல. ஆனா நீ சொல்லிக்கொடுத்தியானா இந்த மாதிரி டாலரோ புதுப் பணமோ கிடைக்கறச்சே உனக்கே அத்தனையும் கொடுத்துடறேன்."

வரதன் இரண்டடி பின்னால் நகர்ந்தான். கிரிக்கு தன்னை முழுதாக வரதன் எடைபோடுவது போலிருந்தது. கிரி உடனே விறைப்பாக நின்றான்.

“இங்கப் பாரு. இதெல்லாம் ரொம்ப கவனமாருக்க வேண்டிய விஷயம். யாருக்கும் நீ என்னோட சுத்தறது தெரியக் கூடாது”

“சரி”

“நாளைக்கு ஒரு பார்ட்டி கோவில பாக்க வரப்போறாங்க. ஆனா நாம அவங்கள இன்னிக்கே போய் பாத்தாத்தான் நாளைக்கு அவங்க நம்மள சேத்துப்பாங்க. இதுக்கெல்லாம் பயங்கர காம்படிஷன் இருக்கு. நான் இப்போ ஜங்ஷன்ல அவுங்க இருக்கற ஹோட்டல்ல போய் பாக்கப்போறேன். வர்ரதுன்னா என்னோட இப்போ வா”

“இப்பவேயா. ஸ்கூல்ல என்னோட பை இருக்கே” என்றான் கிரி பதட்டத்துடன்.

“இதப்பாரு, இதுக்குத்தான் நான் சொன்னேன். இதெல்லாம் உனக்கு ஒத்து வராதுன்னு. நான் கிளம்பறேன்” வரதன் கத்தினான்.

“வரதா வரதா. இல்லை நான் வரேன் இப்பவே”

○○○

திருச்சி ஜங்ஷனில் எத்தனை நெரிசல். லாரிகளும் பஸ்களும் சைக்கிளோட்டிகளும் முட்டி மோதிக்கொண்டு நகர்கிறார்கள். கிரி இரண்டொரு முறை ஜங்ஷனுக்கு வந்திருக்கிறான். அதுவும் அப்பாவுடன். அப்பாவுடன் எங்கேயாவது வெளியே போனால் தானாகவே ஒரு நெருக்கடி அவன் முன்னால் முளைத்துவிடு கிறது. ஏதோவொரு பதற்றம். ஒவ்வொரு கணமும் ஒவ்வொரு குற்றச்சாட்டை அவனுக்கு எதிராக உருவாக்குவது போலிருக் கும். அப்படியிருக்கும்போது, ஊரையும் உலகத்தையும் எப்படி தன்னிச்சையாகக் கவனிக்க முடியும். இப்போது இந்த இடம் எத்தனை புதிதாகக் காட்சியளிக்கிறது அவனுக்கு. அங்கே நடமாடும் மனிதர்கள் வேறு விதமான தோலால் செய்யப் பட்டவர்கள்போல தோன்றுகிறார்கள்.

ரயிலடிக்குப் பின்னால் ஒரு ஹோட்டலில் நுழைந்தான் வரதன். வாசலிலேயே கிரியை நிற்கச் சொன்னான். கண்ணாடிக் கதவு வழியாக ஹோட்டலின் முன் மேசையில் நின்றிருந்த ஆளுடன் வரதன் பேசுவதைப் பார்த்தான் கிரி. சற்று நேரத்தில் வரதன் கிரியைக் காண்பித்து அந்த ஆளிடம் ஏதோ சொல்வது தெரிந்தது.

வெளியே வந்த வரதன் கிரியின் கையைப் பற்றிக்கொண்டான். "வாடா உள்ள போகலாம். அவங்கள் உன்னை பாக்கணுமின்னு சொல்றாங்க. உன்ன அவங்களுக்குப் பிடிச்சதுன்னா பணம் மட்டுமில்லை உன்னை அமெரிக்கா, ஆஸ்திரேலியான்னு கூட்டிட்டு போறதுல்லாம் ஒரு விஷயமே இல்ல. அதுக்கு பாதகமாக நடந்துக்காத"

கிரிக்கு ஒரு நிமிஷம் துக்கம் தொண்டையை அடைத்தது. ஸ்ரீரங்கம் கோவிலில் பெருமாள் தலைமாட்டில் வரதனையும் பிரதிஷ்டை செய்தால் ஒரு குற்றமும் இல்லை.

"வரதா நீ ஒரு குறை சொல்ல முடியாதபடி நான் நடந்துப்பேன். இது சத்தியம்"

வரதனைத் தொடர்ந்து கிரி உள்ளே நுழைந்தான். குளிரான காற்று முகத்தில் வீசியது. கிரி மாடிப்படியில் கால்வைத்து ஏறும்பொழுது வாழ்க்கையில் மேல் நோக்கிப் போகும் பயணத்தின் முதல் படி என்று தோன்றிவிட்டது. மனதில் தகர்க்க முடியாத உறுதி உருவாகியது. எந்தத் தடுமாற்றத்தையும் முட்டாள்தனத்தையும் அனுமதிக்க மாட்டேன் வரதா என்று அறிவிக்க வேண்டும் போல் தோன்றியது. மனதில் தீர்மானங்கள் புகைமூட்டமாகச் சுழல்கின்றன. அவற்றை வலுவான படிகளாக மாற்றிவிட்டால் அவன் பயணத்தை யாராலும் தடைசெய்ய முடியாது.

நீண்ட வராந்தா. இருபுறமும் வரிசையாக அறைகள். ஒவ்வொரு கதவிலும் ஒரு எண். வராந்தா முழுக்க கண்ணுக்குக் குளிர்ச்சியான இருள் பரவியிருந்தது. வராந்தாவின் இறுதியில் ஒரு சன்னல். வெளியிலிருந்து வரும் வெளிச்சம் எப்படியோ இருளுக்குள் சற்றுத் தூரத்துக்குள்ளேயே தொலைந்து விட்டிருந்தது. அவ்வப்போது கீழ்ச் சாலைப் போக்குவரத்தின் சத்தம் ஏற்ற இறக்கங்களுடன் கேட்டது.

வரதன் ஒரு கதவைத் தட்டினான். திறந்த கதவுக்குப் பின்னால் மிகப் பருமனான ஒரு வெள்ளைக்காரர். அவருடைய ஆகிருதிக்கு முன்னால் வரதன் சுருங்கிப்போனதுபோல இருந்தது. பிரகாசமான புன்னகை அவர் முகத்தில் தோன்றியது. அவருடைய தலைமுடி வைக்கோல் நிறத்தில் அடர்ந்து பின்னங்கழுத்தில் குடுமியாக முடிந்திருந்தது. வரதனுடன் பேசும்பொழுது அவருடைய கை தானாக பின்னங்கழுத்தை வருடிக்கொடுத்தது. வரதனிடம் பேசினாலும் அவர் கண்கள் கிரியின் மேலேயே இருந்தன. அவர் ஒரு சமயத்தில் அறைக்குள் சென்று மேசை உள்ளுக்குள்ளிலிருந்து எதையோ எடுத்து வரதனின் கையில் கொடுத்தார். வரதன் தன்னுடைய கால்சட்டையின் பாக்கெட்டுக்

குள் உடனே அதை திணித்து கொண்டான். அவன் முகம் இன்னும் பளிரென ஒளிர்ந்தது.

கிரியிடம் திரும்பி ‘எனக்கு இன்னொரு ரூமுல வேலையிருக்கு. நான் வர வரைக்கும் இங்கியே இரு’ என்றான். கிரி தலையாட்டினான்.

கதவு சாத்திய பிறகு அறைக்குள்ளும் புகைபோன்ற இருள் சூழ்ந்தது. பட்டப்பகலில் இவ்வளவு இருள் எங்கிருந்து மண்டுகிறது என்பது கிரிக்கு விசித்திரமாக இருந்தது. அந்த மனிதர் கிரியின் கைகளைப் பற்றிக் குலுக்கினார். பிறகு அவனை மெல்ல நடத்திச் சென்று அறை நடுவிலிருந்த கட்டில்மேல் அமர்த்தினார். படபடவென்று அவர் பேசிக்கொண்டே இருந்தார். கிரிக்கு ஒரு வார்த்தையும் புரியவில்லை. அவன் முழிப்பைப் பார்த்து அவர் ஒரு கணம் மௌனமானார். கிரிக்குத் தோற்றுப் போகத் தொடங்கி விட்டோம் என்று பதற்றமானது. கனவுகளில் தான் பேசிய பேச்சுக்கும் கொண்ட தோரணைக்கும் நேரெதிர் மாறாக நடந்துகொள்வது அவனுக்கு மிகுந்த வருத்தத்தை அளித்தது. எண்ணெய் மண்டியின் வாசனை அவ்வறைக்குள் எப்படியோ நுழைகிறது. அவர் அவனுக்கு முதுகுப்புறத்தைக் காட்டியவாறு கட்டில் பக்கத்திலுள்ள மேசையில் எதையோ குடைந்தார். வெளியே போய்விடு என்பதை எழுதிக்காட்டப் போகிறாரோ என்று பயந்தான் கிரி. தன்னுடைய மூளையின் ஆற்றல் இவ்வளவுதான் என்று ஒப்புக்கொண்டு நேரே ஆரெஸ் வாத்தியாரின் ட்யூஷனில் சேர்ந்துகொள்ள வேண்டியதுதான்.

அவர் திரும்பிய பொழுது அவர் கைகளில் இரு கண்ணாடித் தம்ளர்கள் இருந்தன. ஒன்றை கிரிக்கு நீட்டினார். அதில் கால் தம்ளர் அளவுக்கு திரவம் இருந்தது. அவன் கை பற்றித் தம்ளரை அவன் வாயில் வைத்தார். கிரி வாயைத் திறந்து ஒரு மடக்குக் குடித்தான். அவன் வயிறு அதிர்ந்தது. அத்திரவத்திலிருந்து ஒரு விரல் நீண்டு அவன் மூளையை சுண்டிவிட்டாற்போல இருந்தது. அவர் அவனிடம் இப்போது மென்மையாக கிட்டத் தட்ட பூனையின் குரலில் பேசினார். தன் கையில் இருந்தவற்றை ஒரு மடக்கில் வாயில் ஊற்றிக்கொண்டார். பின்பு கண்களை ஒரு கணம் மூடித் தலையைச் சிலிர்த்துவிட்டுத் தன் மேல் சட்டையைக் கழற்றி வீசியெறிந்தார். பின்பு அவனைப் பார்த்துச் சிரித்தார். அவருடைய சிரிப்புச் சத்தம், கைக்கோப்பையிலிருந்த திரவத்தின் நெடி, அவருடைய வெற்று மார்பின் நிறம் கிரியை ஒரு விதமான மயக்கத்தில் ஆழ்த்தின. கையிலிருந்ததை ஒரே மடக்கில் குடித்துத் தீர்த்தான். கிரி குடித்த வேகத்தைப் பார்த்துப் பெரும் சிரிப்புடன் அவனருகில் நகர்ந்தவர் அவனை மார்போடு அணைத்துக்கொண்டார். மார்பும் வயிறும் பெரும் மலைகள்

போல இருந்தன. தான் அதில் ஒரு எறும்பு போல ஒட்டிக்கொண்டிருப்பதாக கிரி உணர்ந்தான். அவன் கால்கள் அப்போது பதறத் தொடங்கியிருந்தன. கிரியின் முகத்தில் அவர் முத்தமிட்டார். அவன் சட்டைப் பொத்தான்களை ஒவ்வொன்றாகக் கழற்றினார். தன் முகத்தை அவன் உடலில் தேய்த்துக்கொண்டு மிக அடங்கிய குரலில் முனகினார். அவர் கைகள் இப்போது அவன் கால்களைத் தேடின.

கிரிக்கு வாந்தி வரும் போலிருந்தது. தலை ஓரிடத்தில் நில்லாமல் அவர் மேல் சரிந்து கொண்டேயிருந்தது. அவன் கண்கள் ஒவ்வொரு முறையும் புதிதான இடங்களைப் பார்த்தன. ஒவ்வொரு இடமும் வெள்ளிபோல மின்னுகிறது. அதில், திடீரென மரங்களும் புற்களும் புதற்களும் முளைக்கின்றன. ஒவ்வொரு மடிப்பிலும் குழைவிலும் பொன்னிற நிலவெளி உருவாகி அழிந்து வேறொன்றாய் மாறுகிறது. அவன் கண்கள் அவற்றை அள்ளிப் பருகுகின்றன. அதிலெங்கும் ஒற்றையாய் அலைவது அவனுக்கு பயமாகவும் பரவசமாகவும் இருந்தது. கால்கள் பற்றும் நிலம் சரிந்துகொண்டே போகிறது. அவனுடைய உடல் தலைகீழாய்ப் புரள்கிறது.

ooo

கிரி விழித்தபோது அவன் கண்களுக்குள் இருள் முள் போல செருகியிருந்தது. பக்கத்தில் அந்த மனிதர் நிர்வாணமாக உறங்கிக்கொண்டிருந்தார். அவன் உடலெங்கும் இருள் பிசுபிசுப்புடன் ஒட்டியிருந்ததை உணர்ந்தான். மிக மோசமான வாசனை அறைக்குள்ளே இருந்தது. அப்போது அறை ஓங்கித் தட்டப்பட்டது. வரதன் கதவைத் தட்டுகிறான் என்று நினைத்தான் கிரி. கட்டிலுக்கும் கதவுக்கும் இடையில் இருள், கதவுத் தட்டலின் அதிர்வில் நடுங்குகிறது.

கட்டில் கீழே இருளுக்குள் அவனால் தனியாக கால்வைக்க முடியாது என்று நினைக்கிறான். இருளுக்குள் சித்தப்பாவும் வரதனும் மேலும் கீழுமாக அலைகிறார்கள். அவன் கண்கள் குழம்புகின்றன. கண்டிப்பாகத் தொலைந்துவிடுவேன் என்று கூறிக்கொள்கிறான். பள்ளிக்கூடத்தில் விட்டுவிட்ட புத்தகப் பை அவன் நினைவிற்கு வருகிறது. அதை கெட்டியாக அணைத்துக் கொள்ள வேண்டும்போல இருக்கிறது.

தேடிக்கொண்டிருப்பவன்

அவனுக்கு வயது நாற்பதுக்குள்தான் இருக்கும். கசங்கிய ஆடைகளை அணிந்திருந்தான். முகத்தில் பதற்றத்துடன் சைக்கிளைத் தள்ளிக்கொண்டு அந்தப் புறநகர்த் தெருவுக்குள் நுழைந்தான். பின்சக்கரத்தில் காற்று இறங்கியிருந்தது. தவிர, செயின் எங்கேயோ உராயும் சத்தமும் விட்டுவிட்டு வந்தது. சைக்கிள் படுத்தும்பாடு நல்ல ஆரம்பமாக அவனுக்குத் தோன்றவில்லை. எல்லாம் கூடிவரும் விதமான பொழுதைத்தான் தேர்ந்தெடுத்துக் கிளம்பியிருந்தான். ஆனால் முக்கால் வழியில் ஒரு கோணல் எப்படியோ உருவாகிவிட்டது.

பின்மதியப் பொழுதில் புறநகர்ப்பகுதி அமைதியாக இருந்தது. பால் பூத்தில் சில வயதான ஆட்கள் பால் பாக்கெட்டுகளை வாங்கிக்கொண்டிருந்தார்கள். வெயில் இப்போதைக்குத் தணியும் என்று தோன்றவில்லை. காற்று வீசும்போது சூடாகவே இருந்தது. சைக்கிளை மெல்ல உருட்டிக்கொண்டு நடந்தான். அவன் தோளில் தொங்கிய துணிப்பை தோள்பட்டையிலிருந்து அடிக்கடி நழுவியது. மேடான பகுதி வந்தபோது சைக்கிளைத் தள்ள முடியவில்லை. சைக்கிளை ஸ்டாண்ட் போட்டு நிறுத்திவிட்டு நின்றான். தெருவின் எதிர்ப்பக்கத்தில் ஒரு டீக்கடை இருந்தது. அவன் தெருவைக் கடக்கும்போது ஒரு டெம்போ அவனை இடிப்பதுபோல வந்தது. செயலற்று நின்றான். டெம்போவிலிருந்த ஆள் எந்தச் சலனமும் இல்லாது அவனையே பார்த்தபடி கடந்து போனான். டீக்கடை வாடிக்கையாளர்கள் யாரும் அந்தச் சமயத்தில் இல்லை. பக்கத்தில் சைக்கிள் ரிப்பேர் கடை இருக்கிறதா என்று கேட்டான். கடைக்குள் இருந்த பையனுக்குத் தெரியவில்லை. மாநகரத்தின் புறநகர்ப்பகுதிகளில் மோட்டார் சைக்கிள்களும் கார்களும் அதிகமாக உலாவும் காலம் ஆயிற்றே.

அவன் ஒரு சிகரெட் வாங்கிப் பற்ற வைத்துக்கொண்டான். வெயிலில் சிகரெட் புகை கொஞ்சம்கூட இதமாக இருக்காது. ஆனாலும் பழக்கமாகிவிட்ட ஒன்றை எப்படி விடுவது, எத்தனை அசௌகரியத்தை அது அளித்தாலும். நேற்றிரவு அவன் குடித் திருந்தான். வழக்கம்போலக் கொஞ்சம் அதிகமாகிவிட்டது. அதுவும் ஒரு பழக்கம்தான். குடிப்பதும், கூடக் குடித்துவிடுவதும். சட்டென்று போதை பற்றிக்கொள்ள மாட்டேன் என்கிறது. முன்பெல்லாம் ஒரு பாட்டில் பியரிலேயே எகிறிவிடும். இப் போதோ விஸ்கி கேட்கிறது. லேசான ஒரு மயக்கம் தோன்றுவதற் குள்ளேயே ஒரு குவார்ட்டர் ஏறக்குறைய காலியாகிவிடுகிறது. அப்போதுதான் புத்தகத்தை எடுத்து விரித்துவைக்க முடிகிறது. கவிதைகள். இந்த சமயத்தில் மயக்கம் கூடாவிட்டால் எல்லாம் வெறுமையாக முடிந்துவிடும். காரியம் கைகூடாது இரவெல்லாம் வேதனை பிடுங்கி எடுத்துவிடும். வாய்விட்டு உரக்க வாசிக்கும் கவிதைகளின் சாறு உள்ளே இறங்க வேண்டுமானால் மனமும் உடம்பும் லேசாக மாறியிருக்க வேண்டும். அந்தச் சாறு உள்ளே இறங்கிய பின்னால் சில சமயங்களில் ஒரு பேதலிப்பு வரும். அப்போது எழுத முடியும் ஓரிரு வரிகள். கவிதையின் ஒரு விள்ளல். அந்தச் சமயத்தில் ஒரு பரவசம் கூடிவரலாம் அல்லது ஒரு ஆன்மீகக் கோபமும் கூடிவரலாம். எதுவாக இருந்தாலும் அதுவரை நிச்சயம் விஸ்கி தேவை. அது சித்திக்காத நாட்கள் உயிர் வாழத் தகுந்தவையா என்ற சந்தேகத்தை உண்டுபண்ணிக் காலத்தைக் குலைத்துவிடுபவை.

நேற்றிரவு குடி அதிகம் ஆகாமல் இருந்திருந்தால் இன்று சீக்கிரம் கிளம்பியிருக்கலாம். இப்படி வெயிலில் வறுபடுவது போல ஆகியிருக்காது. அவர் இருந்த சில கணங்கள் மட்டும் மரியாதை நிமித்தமாகக் குடிக்காது இருந்தான்.

பைக்குள்ளிருந்து கசங்கிய நோட்டுப் புத்தகத்தை எடுத்தான். அதன் முதல் பக்கத்தில் கொட்டை எழுத்துகளில் எழுதியிருந்த முகவரியை வாசித்தான். எதிரேயிருந்த கடைப் பலகையில் சாய்வெழுத்துகளில் அவன் நின்றிருக்கும் தெருவின் பெயர் எழுதப்பட்டிருந்தது. அதையும் உரக்க வாசித்தான். பிறகு. நேரே சைக்கிளைத் தள்ளிக்கொண்டு நடந்தான்.

தெருமுனையில் சாய்ந்திருந்த குப்பைத் தொட்டி நிரம்பி வழிந்தது. ஒரு மாடு குப்பைத் தொட்டியின் விளிம்பில் முன்னங் கால்களைத் தூக்கி வைத்தவாறு எதையோ மென்றுகொண் டிருந்தது. ஒரு பெண் பக்கத்தில் உட்கார்ந்துகொண்டிருந்தாள். பிச்சைக்காரிதான். சந்தேகமே இல்லை. குப்பைத் தொட்டியி லிருந்து சேகரித்தவைகளை ஒரு தனிக் குவியலாகப் பிரித்துக்

கொண்டிருந்தாள். அந்த அசுத்தங்களுக்கு நடுவில் அவள் உட்கார்ந்து ஆழமில்லாத பார்வையுடன் வேடிக்கை பார்த்தாள்.

தெரு மேடுபள்ளமாக ஏறி இறங்கியது. ஹாண்டில்பாரைப் பிடித்த கைகள் வலிக்கவும் தொடங்கின. அவன் வாய் முணு முணுக்கத் துவங்கியது. ஒரு உச்சாடனம்போல். கவிதை வரிகள். மீண்டும் மீண்டும் முணுமுணுத்தான். சோர்ந்திருந்த அவன் உடல் மீண்டும் வலுப்பெற்றதுபோல் இருந்தது. சூரியன் அவ னுடைய பின்னங்கழுத்தில் தொடர்ந்து தாக்கியதில் வியர்வை பெருகி அவன் முதுகில் கோடாக இறங்கியது.

அந்தக் கவிதை வரிகள். அவன் மீண்டும் மீண்டும் உச்சரித்து கொண்டான். அந்த வரிகளுக்குதான் என்னவொரு சக்தி! ஒவ்வொரு வார்த்தையும் தாளமும்... அதற்கிடையில் மிதக்கும் மௌனமும்... அதை எழுதியது மனித மூளைதானா!

அவ்வரிகளை மனதில் வரித்துக்கொண்டவனை ஜீவிதத் தின் கஷ்டங்கள்தான் என்ன செய்துவிட முடியும்? அதை எழுதிய கவிஞனின் கண்களில் இருக்கும் ஒளி உலகத்தின் எல்லா இருளையும் துளைக்கக்கூடியதுதானே! அந்த விழிகளைச் சந்திக்கும்போது அந்த ஒளியின் ஒரு துளியாவது தன் இதயத் தில் விழுந்துவிடாதா? பிறகு, தான் எழுதும் வரிகள் ஒளியின் உன்னதத்தைக் கொண்டுவிடாதா?

அவன் உடம்பு லேசானதுபோல் இருந்தது. உத்வேகத்துடன் சைக்கிளைத் தள்ளிக்கொண்டு போனான். வீடுகள் வரிசையாக மூடிக் கிடந்தன. அவனுக்குத் தாகமெடுப்பது போலிருந்தது. ஏதாவது வீட்டில் நுழைந்து தண்ணீர் கேட்கலாமா என்று நினைத்துத் தயங்கினான். திரும்பிப் பார்த்தபோது பின்னால் அந்தப் பிச்சைக்காரி வந்துகொண்டிருந்தாள். அறிகுறிகள் மோச மாகிக் கொண்டே வருகின்றன என்று பதைபதைத்தான்.

இருண்டு கிடந்த பிள்ளையார் கோவிலைத் தாண்டிப் போனான். பக்கத்து சந்தில் திரும்பினான். தெரு முக்கில் பலகையில் எழுதியிருந்த தெருப் பெயரைச் சரிபார்த்துக்கொண் டான். வெயில் உடைபடாத பாளமாய்த் தெருவில் விழுந்து கிடந்தது. அவனுக்கு இப்போது படபடப்பு கூடிவந்தது. இடது கையால் நெஞ்சை பிடித்துக்கொண்டு வலது கையால் சைக்கிளைத் தள்ளினான். வெளி வந்துவிடத் துடிக்கும் நெஞ்சைப் பிடித்து உடலுக்குள் அழுத்தி வைத்துக்கொள்வதுபோல இருந்தது அவன் பிடித்திருந்த விதம். சைக்கிள் வளைந்து வளைந்து கூட வந்தது. முன் சக்கரம் அவன் காலில் இடித்த வண்ணம் இருந்தது. சில சமயங்களில் பெடல் காலில் முட்டிக்குக் கீழே மோதியது.

அவரை மீண்டும் நேற்றிரவு சந்தித்தான். "உன்னிடம் நிறையப் பேச வேண்டும் போலிருக்கிறது" என்றார். திடீரென்று ஏதோ ஒரு கோணல் விழுந்து அவர் "மீண்டும் விரைவில் பார்க்கலாம்" என்று சொல்லிவிட்டுப் போய்விட்டார்.

அவரைப் பார்க்க வேண்டும் என்று மிகவும் விரும்பியிருக்கிறான். அப்போதெல்லாம் அவரை அணுகுவதில் கூச்சம் இருந்திருக்கிறது. ஒரு இலக்கியக் கூட்டத்தில் அவர் கவிதை வாசிப்பதைக் கேட்டான். கூட்டம் முடிந்தபின் எல்லோரும் அவரைச் சூழ்ந்தபோது அவனும் அவர் அருகில் சென்றான். அவர் அவனைக் கவனித்தது போலத்தான் இருந்தது. அவன்மேல் அவர் கவனம் நிலைபெறத் தொடங்கியபோது பதற்றமுற்று வெளியேறினான்.

கொஞ்ச நாட்களாகவே அவர் அடிக்கடி அவனைப் பார்க்க வருகிறார். ஒவ்வொரு தடவையும் அவனிடம் சமயம் கூடும்போது உன்னிடம் நிறையப் பேச வேண்டும் என்று சொல்லுவார். அவனுக்கு அவரிடம் பேச ஆயிரம் விஷயங்கள் இருந்தன. ஆனால் சந்தர்ப்பங்கள் எதுவுமே சரியாக அமையாமல் போய்க் கொண்டிருந்தன. கரையும் காலம் பதற்றத்தைக் கூட்டியது. இந்த முறை கொஞ்சம் அழுத்தத்துடன் சொல்லிவிட்டுப் போனார். அவனுக்கு வெகுவாக வருத்தமாக இருந்தது. அவரைக் கை நழுவவிட்டுக்கொண்டே இருப்பதுபோல இருந்தது. பிறகு தூக்கம் எல்லாம் கலைந்து மறு நாள் அவரைச் சந்திப்பதையே எதிர்பார்த்து பொழுது விடிவதற்காகக் காத்திருந்தான்.

இன்று கையோடு அவருடைய கவிதைத் தொகுப்பையும் கொண்டுவந்திருந்தான். போனமுறை புத்தகத்தை மறந்துவிட்டு வந்திருந்தான். அதுவே ஒரு அபசகுனமாக இருந்தது. அவன் நினைத்தது போலவே அவரைப் பார்க்கவும் முடியவில்லை. இந்த முறை விடியற்காலையிலேயே முதல் காரியமாகப் புத்தகத்தை எடுத்துக் கைப்பையில் வைத்துக்கொண்டான். அது அவருடைய கவிதைகளின் முழுத் தொகுப்பு. ஒவ்வொரு வரியும் அவனுக்கு மனப்பாடம். பிரும்மாண்டமான நெருக்கடிகளில் அவருடைய கவிதை அவனுக்கு பலத்தை அளித்திருக்கிறது. அவனுடைய மனைவி ஒருநாள், அவன் மேல் புத்தகத்தை விசிறியடித்து இதையே வைத்துக்கொண்டு குடும்பம் நடத்து என்றாள். அவள் மேல் அவனுக்கு வருத்தம் இல்லை. உணர்வுப் பெருக்குடன் இதயத்துக்கு நெருக்கமான செயலில் தீவிரமாய் ஈடுபடும் எந்த ஒரு மனமும் பெறக்கூடிய விமரிசனம்தான் அது. கவிதையையும் குடும்பத்தையும் ஒரே சமயத்தில் ஒரே மாதிரியாக பார்க்க முடியவில்லை. ஒன்றை இழந்துதான் ஒன்றைப் பெற முடிகிறது. இதைப் பற்றி அவர் என்ன நினைக்கிறார் என்றும் அறிந்து

கொள்ள விரும்பினான். ஒரு அலுவலகத்தில் வேலை செய்த வாறும் குடும்பத்தை பேணியபடியும் அவரால் எப்படி இந்த உக்கிரமான கவிதைகளை எழுத முடிந்தது? இதையும் இன்னும் தீவிரமான விஷயங்களையும் அவருடன் விவாதிக்க வேண்டும். அவருடைய ஒவ்வொரு வரியும் தன் உள்ளுக்குள் தீச்சுவடாய்ப் பொதிந்துபோயிருப்பதை அவருக்கு எப்படியாவது உணர்த்திவிட வேண்டும்.

தெருவில் ஒரு கட்டிடத்திலிருந்து கூட்டமாய்ப் பல சிறுவர்கள், சிறுமியர்கள் திடீரென வெளியே வந்தார்கள். எல்லோரும் ஒரே மாதிரி உடை அணிந்து உற்சாகம் பொங்கும் குரலுடன் இருந்தார்கள். நிறையப் பெரியவர்கள் அவர்களுக்காக வெளியே காத்திருந்தார்கள். யார் மேலும் இடித்துவிடாமலிருக்க ஒதுங்கி சைக்கிளைத் தள்ளிக்கொண்டு நடந்தான். மனதில் கவிதை வரிகளின் உச்சாடனம் கூடிகொண்டு வருவதும் இந்த சிறுவர்களைப் பார்ப்பதும் சந்தோஷத்தைக் கொடுத்தன. அறிகுறிகளின் விகாசம் கூடிவருகிறது என்று நினைத்தான். அவரை இன்று சந்தித்துவிட முடியும் என்ற உறுதி கூடிவந்தது. அது இன்னும் அதிக உற்சாகத்தையும் அவனுக்கு அளித்தது. அந்தப் பிச்சைக்காரி இன்னமும் அவன் பின்னாலேயே வந்துகொண்டிருந்தாள். அவளைப் புறக்கணித்துவிட்டுச் சற்று உரக்கவே கவிதையைப் பாடிக்கொண்டு நடந்தான்.

○○○

சைக்கிளை மதில் சுவரின்மேல் சாய்த்து நிறுத்திவிட்டு, வெளிவாசலில் இருந்த இரும்புக் கதவின் நாதாங்கியை நீக்கி உள்ளே நுழைந்தான். வீட்டுக் கதவைத் தட்டினான். பத்து வயதுச் சிறுமி ஒருத்தி வந்து கதவைத் திறந்தாள். அவர் பேரைச் சொல்லி, இருக்கிறாரா என்று கேட்டான். சிறுமியின் முகம் வெறுமனே இருந்தது. ஒன்றும் பேசாமலே உள்ளே போனாள். வீட்டுக்குள் குகைபோன்ற இருள் சூழ்ந்திருந்தது. வீட்டுக் கதவுக்கும் வாசல் கேட்டுக்கும் இடையில் இருந்த சிமிட்டித் தரையில் அவன் நின்றிருந்தான். தலைக்கு மேலே பந்தல் வெயிலை வடித்தது. “யாரு?” என்ற கேள்வியுடன் வீட்டுக்குள்ளிருந்து அவருடைய மனைவி வெளியே வந்தாள்.

அவள் முகம் மாறியது. தலைகலைந்து இருண்ட முகத்துடன் கொஞ்சம் அலங்கோலமாகத்தான் இருந்தாள். அவனுக்குக் கூட அவள் தோற்றம் பதற்றத்தை அளித்தது.

அவனைப் பார்த்தவுடன் அவள் உதடுகள் லேசாத் துடித்தன.

“சார் வரச் சொன்னாரு . . .” என்றான்.

அவள் சலிப்புடன் தலையைத் தொங்கப் போட்டுக்கொண்டாள்.

“போன தடவை வந்தப்போ ஊருக்குப் போயிருந்தேன். அதுதான் பாக்க முடியல. இப்போ வந்தாச்சு, நீ வரலாம் அப்படீன்னு நேத்திக்குச் சொன்னார்”

அந்தக் கூடுதல் விவரம் அவளைத் திருப்திப்படுத்தும் என்று எதிர்பார்த்து அவளையே உன்னிப்பாகக் கவனித்தான். அவளுடைய உபாதை இன்னும் அதிகமானது போலத்தான் இருந்தது. இருகைகளாலும் வாயைப் பொத்திக்கொண்டு நின்றவளின் உடம்பு குலுங்கியது.

அவன் என்ன பேசுவது என்று தெரியாமல் நின்றான்.

அவள் சட்டென்று உள்ளே போனாள்.

உள்ளே “இந்த எழவு என்னைவிட்டுப் போக மாட்டேங்கறதே!” என்றபடி அவள் விம்முவது அவனுக்குக் கேட்டது.

“யாரு . . . என்ன . . ?” என்று பதற்றத்துடன் ஒரு ஆண் குரல் கேட்டது.

“அவன் திரும்பி வந்திருக்கான். அவர் வரச் சொன்னாராம்!”

“கடவுளே எத்தனை வாட்டி சொல்லறது. அவனை . . !”

ஒரு நடுவயது ஆள் வீட்டுக்குள்ளிருந்து வெளியே வந்தார். கூடவே ஒரு இளைஞனும் வந்தான். இருவரும் வேட்டி கட்டியிருந்தார்கள். அந்த ஆள் மட்டும் சட்டை போட்டிருக்கவில்லை.

இவனிடம் “என்னப்பா” என்றார்.

அவன் “சார் வரச்சொன்னார்” என்றான்.

“ஏய் உனக்கு அறிவில்லை. எத்தனை வாட்டி சொல்லறது. திரும்பத் திரும்ப வராதேன்னு! முந்தா நாள்கூட நீ வரலை . . .”

அந்த இளைஞன் சீறினான். அவனுடைய தலைமுடி முன்பக்கம் லேசாக மழிக்கப்பட்டு இருந்தது.

அந்த மனிதர் அந்த இளைஞனிடம் “ரமணி, நீ கொஞ்சம் பொறுமையா இருக்கணும்” என்றார்.

இவன் சொன்னான்: “அவர் இல்லாத சமயத்துல வந்துட்டேன் . . . ஆனா இப்போ . . . ஒரு கவிதையைப் பத்திப் பேசணும் அவர்கிட்ட”

நடுத்தர வயது மனிதர் அவனை வெறித்துப் பார்த்தாலும் அவர் முகத்தில் கொஞ்சம் இளகல் இருந்தது.

அவன் கடகடவென மனதில் உருளும் கவிதை வரியை உரக்கச் சொல்ல ஆரம்பித்தான்.

"என்னப்பா இது! துக்கம் விழுந்திருக்கற வீட்டுல எதுக்குத் திரும்பத் திரும்ப வந்து கேக்கற. உனக்கு எவ்வளவு தடவைதான் சொல்றது, சொல்லு . . . பாவம், இப்பத்தான் அவள் கொஞ்சம் தணிஞ்சிருந்தா . . ."

வீட்டுக்குள் இருள் அசைந்துகொடுக்கிறாற்போல் இருப்பதை அவன் கவனித்தான். அவன் இன்னும் உரக்க, கவிதையை வாய்விட்டுப் பாட ஆரம்பித்தான். அவன் கண்ணெல்லாம் விரிந்துபோனது. அவன் பார்வை அங்கேயே நிலைத்திருந்தது.

"கஷ்டம்தான்! இல்லன்னு சொல்லலை. அந்த மனுஷன் எவ்வளவோ எழுதியிருக்காருங்கறாங்க எல்லோரும். எங்களுக் கெல்லாம் அதெல்லாம் புரியாத விஷயம்தான். ஆனா நீ திரும்பத் திரும்ப அவர் இருக்காரா, அவர் இருக்காரான்னு கேட்டுட்டு வந்தா அவர் வந்துடப்போறாரா?"

வீட்டுக்குள்ளே நிறைந்திருந்த இருளில் இருந்து ஒரு குமிழி எழுந்துகொண்டிருந்தது. அதுதான், அதுதான் என்று அவன் தனக்குள் சொல்லிக்கொண்டான். அவன் குரல் எழும்பிக் கொண்டேயிருந்தது. ஒரு அடி எடுத்து முன்னால் வைத்தான்.

"ஏய் எங்கப் போற . . !" என்று அந்த இளைஞன் அவன் கழுத்தைப் பிடித்துத் தள்ளினான்.

அந்த இரும்புக்கதவின் துருப்பிடித்த கீழ் முனை அவன் கால் விரலில் கீறியது. பக்கத்தில் சாய்ந்திருந்த சைக்கிளை அந்த இளைஞன் அவன்மேல் தள்ளினான்.

கால் பதறி அவன் தரையில் விழுந்தான்.

"ரமணி, நீ உள்ளே போ! தம்பி நீ போப்பா, நீ போப்பா" என்று அந்த நடுத்தர வயது மனிதர் கொஞ்சம் பயத்துடன் கேட்டுக்குப் பின்னால் நின்றபடியே சொல்ல ஆரம்பித்தார்.

அந்த இளைஞன் கத்தினான்:

"அவரைப் பாக்கணும்னா அப்படியே போ . . . சுடுகாடு வரும். அங்கே போய் சொல்லு கவிதையை"

அவர்கள் இருவரும் உள்ளே போனார்கள்.

அவனுக்கு இடுப்பு வலித்தது. காலில் எரிச்சல். வீட்டு மதில் சுவரோரம் வாழை இலைகளும் குப்பைகளும் வீசப்பட்டிருந்த சாக்கடைப் பள்ளத்தில் அவனுடைய கைப்பையும் அதில் இருந்த அவருடைய கவிதைப் புத்தகமும் சிதறிக் கிடந்தன

அவன் அங்கேயே கிடந்தான். அந்தப் பிச்சைக்காரி அவனையே வேடிக்கை பார்த்தபடி நின்றிருந்தாள். அந்தச் சாக்கடைப் பள்ளத்திலிருந்து வாழை இலைகளைப் பொறுக்க ஆரம்பித்தாள். அவனுடைய கைப்பையையும் புத்தகத்தையும் அதில் இருந்து எடுத்துக்கொண்டு ஒருவித எதிர்பார்ப்புடன் பார்த்தாள். புத்தகத்தின் பக்கங்களைப் புரட்டியவள் புத்தகத்துடன் அவன் பக்கம் கையை நீட்டினாள். அவன் வெறுமனே இருந்தான். அவள் அவனைக் கடந்து போனாள்.

அவரை இனி சந்திக்க மாட்டோம் என்று அவனுக்குத் தோன்றியது. அது ஒரு நிச்சயமாகக் கூட மாறிவருகிறது. அவனைச் சுற்றி அறிகுறிகளை கூர்ந்து கவனித்தபடி இருக்க வேண்டும் என்று நினைத்துக்கொண்டான். எல்லாம் சரிவர அமையும் தருணம் கூடிவரும்போது நுரைக்கும் குமிழி வெடிக்கத்தானே வேண்டும்!

வானம் அவன் முகத்தில் விழுந்துவிடும்போல இருந்தது. மெல்ல எழுந்து சைக்கிளை நிமிர்த்தினான். சைக்கிளைத் தள்ளியபடி வந்த வழியில் திரும்பி நடந்தான். அவன் உதடுகள் மீண்டும் முணுமுணுக்கத் தொடங்கின.

வாசனை

மிக மோசமான வாசனை கிரியைத் துரத்தியது. மூக்கை விடைத்து மூச்சுவிட வேண்டியிருந்தது. குமட்டு வது போலவும் இருந்தது. வேறு யாரும் கவனிப்பதாகத் தெரியவில்லை. வகுப்பறையில் எல்லோரும் வழக்கம் போல மேலே வந்து மோதுகிறார்கள். வரதன், கோபி, பாலாஜி . . . பெஞ்ச்சில் இடித்து இடித்துதான் உட்கார வேண்டியிருக்கிறது. எவனுக்காவது அசம்பாவிதமாக எதேனும் வெளியேறிவிட்டால் மானத்தைப் பிடுங்கி யெடுத்து வகுப்பறை முழுக்க ஏலம் விட்டுவிடுவார்கள். ஆனால் கிரிக்குத் தொந்தரவு தரும் வாசனையை யாரும் பொருட்படுத்துவதுபோலத் தெரியவில்லை. "என்னடா நாத்தம்" என்று கோபியை ரகசியமாகக் கேட்டான் கிரி. மூக்கை சுளித்தபடி. "எனக்கு ஒண்ணும் தெரியலையே" என்று கோபி பின்வாங்கினான். அவன் முகத்தில் ஒரு குழப்பம் கலந்த கலக்கம் ஏற்பட்டது. தனியாக இருக்கும் போது மட்டும் அந்த வாசனை தன்னைத் தாக்குவதை கிரி மெல்ல உணர்ந்தான். யாரும் பக்கத்தில் இருந்தால் அது எப்படியோ பின்வாங்கிவிடுகிறது.

ooo

சிங்கம் மாமாவிற்குப் பிறகுதான் இந்த வாசனையை கிரி உணர்ந்துகொண்டான். அன்று கிரியின் கையைப் பிடித்து ஓட்டுச்சாய்ப்புக்குள் சிங்கம் மாமா இழுத்தபோது வானம் பொத்துகொண்டு கொட்டத் துவங்கியது. அடை மழை வரப்போகிறது என்று வரும் வழியில் எங்கோ ஒரு குரல் கேட்டிருந்தது. சாயங்கால வேளையைக் கரைத்து சாம்பல் கூழாக மாற்றி ஊற்றத் துவங்கியது மழை. தோளில் பள்ளிப்பை கனத்தது. காரம் போர்டு விளையாட யாரும் வரலையா என்று உள்ளே நுழைந்து கிரி கேட்டிருந் தான். ஒரு வாரமாக சிங்கம் மாமா வீட்டுக்கு தினம்

கேரம் விளையாட வர ஆரம்பித்திருந்தான். சிங்கம் மாமா திண்ணையிலிருந்து வெளியே வந்து,

"மழை வந்துடுத்து பார். உள்ள வந்துடு" என்று இழுத்துக் கொண்டார். திண்ணையில் இருள் சூழ்ந்திருந்தது. திண்ணையைக் கடந்து ரேழிக்குப் போகும் பாதையில் கதவு ஒருக்களித்து மூடியிருந்தது.

வலது தோளைவிடக் கீழே இறங்கியிருக்கும் இடது தோளைச் சிங்கம் மாமா ஒரு பாரம்போல ஏற்றிக்கொண்டார். பத்து வினாடிகளுக்கு ஒரு முறை இடது தோள் தானாகவே மேலேற முயன்று சுமக்க முடியாத பாரத்தால் கீழிறங்கிவிடும். "போர்டு மேலேயிருக்கு" என்றபடி அவன் கையைப் பற்றித் திண்ணையோரமாக இருந்த மரப்படிகளில் மேலே ஏறினார். படிகளின் ஓரத்தில் தூசி குமிந்திருந்தது. மேலே ஒடுங்கியிருந்த குட்டி அறையின் ஓரத்தில் மரப் பெஞ்ச்சும் மேஜையும் கிடந்தன. "இங்க உக்காரு" என்று அவனை மரப் பெஞ்ச்சில் உட்கார வைத்துக் கதவைச் சாத்தினார். ஓட்டுக்கூரையின் மேல் மழை விழுவது ஓங்கிக் கேட்டது. சடாரென்று அவனை பெஞ்சில் சாய்த்து அவனுடைய நிக்கரை அகற்றினார். "மாமா என்ன!" என்று கிரி முதுகை நிமிர்ப்பதற்குள் அவருடைய முகம் கிரியின் அடிவயிற்றில் கவிழ்ந்துவிட்டது. உடம்பு முழுக்க ஒரு சில்லிப்பு. கூரையில் விழும் மழைத்துளிகளின் இடையில் மௌனம் உருவாகிக் கலைந்தது. சன்னல் சதுரத்தில் குழைந்து வரும் வானம் அடுத்த கணத்தில் அந்த அறைக்குள் ஒரு துளியாகச் சொட்டிவிடும் போலிருந்தது. பாளம்பாளமாய் இடைவெளி விட்டுப் பிசிறு பிசிறாய் முளைத்திருந்த முடிகள் கொண்ட சிங்கம் மாமாவின் வழுக்கைத் தலை அசுத்தமான வெளிச்சத்தில் பளபளத்தது. அவர் தலைமேல் கையை வைத்து ஊன்றியபடி எழுந்திருக்க முயன்றவனை ஒரு முரட்டுத்தனமான அழுத்தலால் சிங்கம் மாமா முறியடித்தார். ஒரு தலைச்சுற்றலும் ஒரு பரவசத் தவிப்பும் அவனை ஆட்கொண்டபோது அவன் தொடைகளை இறுக்கிக்கொண்டான். ஒரு பனித்துண்டம் பிளந்து அவனை உள்வாங்கிக்கொள்ள, உடம்பு விரைத்தது. கரையை ஓங்கி அறைந்த அலை பின்வாங்கும் சீறல் அவன் காதில் நிரம்ப, அடிவயிற்றில் ஒரு இளகல் ஏற்பட்டது. அழுத்தத்தின் நகர்வு. சிங்கம் மாமாவின் முகம் அவன் முகத்தருகே இப்போது நின்றது. பலமாய் மூச்சுவிட்டபடி அவனுடைய கையைப் பற்றித் தன் தொடைகளுக்கிடையில் அவர் வைத்துக்கொண்டார். அவர் முகத்தில் ஒரு இளகல் தோன்றிய பிறகே சிறைப்பட்டிருந்த கிரியின் விரல்கள் வெளியே வழிந்தன.

சிங்கம் மாமா தொண்டையைச் செருமிக்கொண்டார்.

“பயப்படாத. இதில ஒண்ணும் தப்பு இல்லை. தெரிஞ்சுதா?” என்றார்.

“எல்லோருமே செய்யறதுதான். ஒரு ஜாலிக்காகத்தானே. நன்னா இருந்ததா இல்லியா? பொய் சொல்லாம சொல்லு” என்றார்.

கிரி, பதில் சொல்லாது நிக்கர் பட்டன்களை அணிந்து கொண்டான்.

“முதல் தடவை அப்படித்தான் கூச்சம், சங்கோஜம் எல்லாம். பண்ணப் பண்ண சகஜமாயிடும். ஆனா அசடா மட்டும் இருந்துடாதே. காதோடக் காதா வச்சுக்க வேண்டிய விஷய மில்லியா”

கிரி தலையசைத்தான்.

“நாளைக்கு வா” என்றார் மாமா.

கிரி வெளியே வந்தபோது அந்த வாசனை குப்பென்று எழுந்தது. சித்திரை வீதியோரத்தில் கலகலவென மழைத் தண்ணீர் காவிக் கலரில் ஓடிக்கொண்டிருந்தது. லேசான தூறல் மீதமிருந்தது. உடம்பெங்கும் ஒரே பிசுபிசுப்பு. எந்தப் பக்கம் பார்த்தாலும் கோவில் கோபுரம் கண்ணைத் தாக்கியது.

○○○

சிங்கம் மாமா அடிக்கடி ‘நன்னா இருந்ததா இல்லியா?’ என்று கேட்டுக்கொண்டேயிருப்பது போல் இருந்தது. அப்போ தெல்லாம் அந்த வாசனையும் அவனைச் சூழ்ந்தது. அம்மா அப்பாவின் அண்மையை கிரி தவிர்த்தபடியிருந்தான். ராஜு மட்டும் வழக்கம்போல அவன்மேல் விழுந்துகொண்டேயிருந் தான். கிரி அவனைப் பார்த்து அடிக்கடி ஆத்திரத்துடன், “போடா சனியனே” என்று கத்த வேண்டியிருந்தது. யாரும் அந்த வாசனையைக் கவனித்தாற்போல தெரியவில்லை. குளிக்கும் போது மூன்று முறை சோப்புத் தேய்த்து சதையைக் கிழித்து விடுவதுபோல நகத்தால் சுரண்டினான். அப்போதுதான் அடி வயிற்றில் அடர்ந்திருந்த முடிக்கற்றை கண்ணில்பட்டது. கிரிக்குத் தூக்கி வாரிப்போட்டது. வெகுவேகமாக மாற்றங்கள் அவனுக் குள் நிகழ்ந்துவருகின்றன. எது பிடிக்கிறது எது பிடிக்கவில்லை என்று தெளிவாகச் சொல்ல முடியவில்லை.

எதற்குமே ஒரு எளிமையான ஆமாம் அல்லது இல்லை என்ற பதிலுக்கு அவன் நாக்கு திணறுகிறது. சிங்கம் மாமாவின் கேள்விக்கான பதில் நாக்கில் தலைமயிரைப் போல ஒட்டிக் கொண்டிருக்கிறது. அதை உமிழ்ந்துவிட எத்தனை முயன்றாலும்

நகர மாட்டேன் என்று அடம் செய்கிறது. அவன் விருப்பு வெறுப்புகளைக் கணக்கில் கொள்ளாமல் மாற்றங்கள் ஏன் அவனைச் சூழ்கின்றன? அடிவயிற்றில் முளைத்திருக்கும் முடி குறிப்பது என்ன? திடீரென பிரக்ஞையில் சூழ்ந்த அந்த வாசனை ஒருவித கிறக்கத்தை அளித்தது.

ooo

ஒன்பதாம் வகுப்பு 'பி' பிரிவு கிரியின் பிரச்சினைகளைக் கணக்கில் கொள்ளாத ஒரு உலகமாய் உருண்டது. சூத்திரங்களும் செய்யுள்களும் வழக்கம்போல கரும்பலகையில் வரிவரியாய் நீண்டன. காள்காளென்று வாத்திகள் கத்திவிட்டுப் போனார்கள். ரீசஸில் பள்ளிக்கூடத் தெற்கு மூலையில் மரத்திற்கடியில் ஒன்றுக்கிருக்கும்போதுகூட நின்று பீச்சியடித்த கோபியை கேட்டான்: "ஏய் உனக்கும் அங்க முடி முளைச்சிருக்கா?". கோபி திருதிருவென விழித்தான். "எது . . . எங்கடா?" என்றான். ஒரு கல்லில் பட்டு சிறுநீர் கிரியின் காலில் தெறித்தது.

கிரியை, சிங்கம் மாமா போன்றவர்கள் எப்படியோ தெரிந்து வைத்துக் கொண்டிருந்தார்கள். எங்கே போனாலும் அவனை நிழல்போல் அவர்கள் குழுவிலிருந்து ஒரு ஒற்றன் கண்காணித்த படி இருப்பான் போலும். சங்கேதக்குறியில் அவன் தன் குழு வினருக்கு செய்திகள் அனுப்பிவிடுவான்போல. ஒவ்வொரு தொடுகையிலும் உரசலிலும் ஒரு செய்தி இருந்தது. உன்னை, உன் ருசியை, எனக்குத் தெரியும் என்று அழுத்தமாக ஒரு ஸ்பரிசத்திலிலேயே கிரிக்கு ஒவ்வொருவனும் தெரிவித்துக் கொண்டிருந்தான். அவர்கள் பார்வை அவன் நிக்கரிலேயே பிரதானமாக விழுந்திருந்தது.

மெயின்கார்ட் கேட்டிலிருந்து திரும்பிய பஸ் காவிரிப் பாலத்தின் மேலேறியபோது நடுவில் கம்பியை பிடித்து நின்றிருந்த கிரியின் புட்டத்தில் மெல்ல ஒரு இறுக்கம் துளைத்தது. அந்த அழுத்தம் ஒவ்வொரு அசைவிலும் கூடிக்கொண்டேவந்தது. முன்னும் பின்னுமாக ஒரு தேய்ப்பு, உரசல். கிரியின் கவனம் சட்டென அப்புள்ளியில் சேர்ந்துகொண்டது. மிகுந்த கவனத் துடனும் தயாரிப்புகளுடனும் உருவாக்கப்பட்ட உரசல். இடுப்பை மெல்ல வளைத்து கிரி திரும்பியபோது, குனிந்திருந்த தலையை திருப்பிக்கொண்டான் பின்னாலிருந்த நடுத்தர வயது மனிதன். அவனுடைய பார்வை ஜன்னல் கம்பிகளுக்கிடையே எங்கோ சென்றுகொண்டிருந்தது. அழுத்தம் விட்டுவிட்டுக் கூடியது.

பிறகொரு பொழுதில் ஸ்ரீரங்கம் கோவில் நூலகத்தில் உட்கார்ந்திருந்தபொழுது மேற்குச் சித்திரை விதி ரங்கன் கிரியின் தொடைக்குள் கையை விட்டான். எல்லாப் பயல்களும் அவனைக்

குரங்கன் என்று கூப்பிடுவார்கள். முன் மண்டை வீங்கி தாடைக் கருகில் முகம் குறுகியிருக்கும். புட்டத்தைச் சொறிந்துகொண்டு வீதி வீதியாக அலைவான். வெயிலேறும் சமயங்களில் சக்கரத் தாழ்வார் முன் மண்டபத்தில் குப்புறப் படுத்திருப்பான். கிரி வாரப் பத்திரிகையைப் புரட்டிக்கொண்டிருக்கும்போது ரங்கனின் மடியில் விரித்த செய்தித்தாள் கிடந்தது. ஒரு கை அதனடியில் ஒளிந்திருந்தது. மற்றது இடது பக்கத்திலிருந்த கிரியின் தொடை மேல் மெல்ல ஊர்ந்தது. ரங்குவின் முகம் செய்தித்தாளுக்குள் தொலைந்திருந்தது. ஓரக்கண்ணால் கிரியைப் பார்த்துப் பார்த்துக் கையை உறுதியுடன் நகர்த்திக்கொண்டே யிருந்தான். அப்புறம் கீழச் சித்திரை வீதி கல்யாண மண்டபத்தில் சமையல்கட்டுக்கருகிலுள்ள வெளி முற்றத் திண்ணையில் அமர்ந் திருந்தபொழுது அருகில் உட்கார்ந்த தாத்தா எந்த மறைப்புமின்றி நேராக கிரியின் நிக்கருக்குள் கையை விட்டார். அவருடைய பொக்கை வாய் ஆவென விரிந்தது. கண்களில் சொல்ல முடியாத ஆனந்தம். பிறகு ரங்கராஜா சினிமாக் கொட்டகை யிருளிலும் ஒரு கை அவனை விதவிதமாய் ஆராய்ந்தது.

கண்ணாடியில் கிரி உற்றுப் பார்த்தும் வெளிப்படையாக முகத்தில் ஒரு தழும்போ, முத்திரையோ, அடையாளமோ, தடயமோ இருப்பது போலத் தெரியவில்லை. ஆனால் அவனை அவர்கள் தேடித்தேடி வந்தனர். ஸ்ரீரங்கத்தில் ஒரு இடம் விடாது நிழல்களில் ஒளிந்துகொண்டு சரியான தருணத்தை அமைத்துக் கொண்டு அவனுக்குத் தங்கள் முகத்தைக் காட்டினார்கள். நீ இருக்க வேண்டிய இடம் எங்களிடம்தான் என்று சொல்லிக் கொண்டேயிருந்தார்கள். ஏதோவொரு அடையாளம் அவனைக் காட்டிக்கொடுத்துவிடுகிறது ஒரு விதமான அங்கக் குறைவோ? எல்லாம் சரியாக அமைந்திருப்பது போன்ற தோற்றத்திலும் ஏதோ ஒரு கோணத்தில் கவனத்தைக் குலைத்துவிடும்படியான குறைவு மின்னுவதில்லையா. அதுபோலவே இருக்க வேண்டும். ஒருவேளை, இந்த வாசனைதான் காரணமோ.

○○○

பள்ளிக்கூடத்திலிருந்து வீட்டுக்குப் போகும் வழியில் சிங்கம் மாமாவின் வீடு. சொல்ல முடியாத ஒரு தவிப்பு உள்ளுக்குள் கனன்றது. தணியாத வெயிலில் வீதி கனன்றுகொண்டிருந்தது. தலையைக் குனிந்தபடி நடக்க வேண்டியிருந்தது. அதற்கான அவசியம் என்னவெனத் தெளிவாகச் சொல்ல முடியவில்லை. யாராவது வழியில் தென்பட்டுப் பாதையை வேறு பக்கம் திருப்பிவிட மாட்டார்களா என ஒரு கணம் ஏங்குவது போலிருந் தாலும் அவசர அவசரமாக யார் கண்ணிலும் படாமல் போகும் வேகம் கூடியிருந்தது.

சிங்கம் மாமா வீட்டுத் திண்ணையில் கேரம் போர்டு ஆட்டம் களைகட்டத் தொடங்கியிருந்தது. நான்கைந்து பயல்கள் கேரம் போர்டைச் சுற்றிக் குவிந்திருந்தார்கள். ஏகப்பட்ட கூக்குரல், கூச்சல்களுக்கிடையில் காய்கள் போர்டின் ஓரங்களைத் தாக்கும் சத்தம் எழுந்துகொண்டிருந்தது. சிங்கம் மாமா திண்ணைத் தூணில் சாய்ந்துகொண்டு உற்சாகமூட்டிக்கொண் டிருந்தார். சிங்கம் மாமாவிற்குக் குழந்தைகள் கிடையாது. அவர் மனைவியை அதிகம் வெளியில் கண்டதில்லை. வீட்டுக் குள் கிடக்கும் நிழல்களுக்கு நடுவே இன்னொரு நிழல்போல அவள் அலைவாள். ரேழிக் கதவிற்குப் பின்னால் நின்றபடி சிங்கம் மாமாவுக்கு வெற்றிலைப் பெட்டி, செம்பு நீர் எல்லாம் ஆட்ட நடுவில் நீட்டுவாள். சிங்கம் மாமாவின் சாயங்காலங்கள் எல்லாம் பயல்களுடன் கேரம் போர்டு ஆடுவதிலேயே கழியும். உத்தியோகம் என்று எதுவும் இருப்பதாகத் தெரியவில்லை.

மணிக்கணக்கில் சாயந்திரம் கேரம் ஆட்டம் நடக்கும். மாமாவுடைய கேரம் போர்டு மேல் எல்லாப் பயல்களுக்குமே ஒரு ஈர்ப்பு உண்டு. வழுவழுப்பான அதன் சருமம், ஓரங்களில் வரையப்பட்டிருக்கும் கோடுகளின் வண்ணம், பாக்கெட்டுகளில் கட்டப்பட்டிருக்கும் வலைத்துணி, தேக்கு மர பளபளப்பைப் போல மின்னும் விளிம்புக் கட்டைகள், போர்டுமேல் அவர் தூவிவிடும் பவுடரின் புதிய வாசனை ... சுண்டியதும் ஒரு நடனம்போல நகரும் ஸ்ட்ரைக்கரின் நளினம் ஆட்டம் தெரியாத வர்களைக் கூட போர்டைத் தொட்டுவிடத் தூண்டிவிடும். ஆட்டத்திற்கு அந்த போர்டை அவர் தயார்ப்படுத்தும் காரியங் கள் கோவில் பட்டர்கள் புஷ்கரணியில் ரங்கநாதரை குளிப் பாட்டத் தயார்ப்படுத்தும் கவனத்திற்கும் நேர்த்திக்கும் எந்தக் குறைச்சலும் இல்லாமல் இருக்கும். கையைப் பரபரவென்று தேய்த்து வியர்வையைக் கைத்துணியால் ஒற்றிக்கொண்டு போர்டை மெல்ல நீவிவிடுவார். பல்வேறு கோணங்களில் ஸ்ட்ரைக்கரை வைத்து மெல்லச் சுண்டுவார். மடங்கிய ஆட் காட்டி விரலில் கட்டைவிரல் மேலிருந்து கீழாகப் பயணிக்கும்; ஒரு சூட்சுமப் புள்ளியில் இருவிரலும் எந்த இயக்கமுமின்றி ஒரு தேவவாக்குக்காக காத்திருப்பதுபோல உறையும்; ஆட்காட்டி விரல் முன்னகர்ந்து ஸ்ட்ரைக்கரை சுண்டும்பொழுது விண் ணென்றிருக்கும் அவர் முதுகு சற்றே பின்வாங்கும். காய்களில்லாத போர்டில் ஸ்ட்ரைக்கரின் கோலாகல நடனம் நிகழும். இப்போது ஒரு தீர்மானத்திற்கு வந்த முகத்துடன் குழல் வடிவிலிருக்கும் டப்பாவிலிருந்து பவுடரை போர்டெங்கும் தூவுவார். மெல்ல போர்டெங்கும் ஊதி பவுடரை சமனமாக்குவார். ஒரு துணிக் கொசுவத்தால் மெல்ல போர்டைத் தட்டிக்கொடுத்துவிட்டுக் காய்களை நிரப்பி ஸ்ட்ரைக்கரை நிறுத்தாமல் இங்கும் அங்கும்

விரலால் சுண்டிவிடுவார். ஸ்ட்ரைக்கரின் லாவகச் சுழற்சி அவருக்குத் திருப்தியளித்த பிறகே ஆட்டம் துவங்க சமிக்ஞை செய்யப்படும். ஒரு கணிப்புடன் பயல்களைப் பார்ப்பார். "இன்னைக்கு வெள்ளக்காரன் யோகம் அபாரம்!" என்பார். இல்லையென்றால், "கறுப்பன் துள்ளல் இப்படியிருக்கே. தாங்குமா!" என்பார். சிலசமயம் "இன்னைக்கு ரங்கனோட கடாட்சம் எங்கேன்னு தெரியலையே" என்பார். அதுவரை பயல்கள் எல்லாம் போர்டைத் தொடாமல் காத்திருக்க வேண்டும்.

சிங்கம் மாமா கேரம் ஆடுவது வெகு அபூர்வம். பயல்கள் யாரும் பார்த்ததுகூட இல்லை. அவருக்குத் தெரிந்த உத்திகள் குறித்து பல கதைகள் அவர்களிடையே எழும்பியிருக்கிறது. பக்கத்தில் அமர்ந்து மாமா அவர்கள் தொடையில் அடித்து உற்சாகப்படுத்துவார். எவனாவது மிகவும் கஷ்டமான இடத்தி லிருந்து காய்களை வீழ்த்தினால் உடனே இறுக்கிக்கொள்வார் பலே பலேயென்று.

கிரி அவர் கண்ணில் படாதபடியும் படும்படியும் அவர் வீட்டுக்கு முன்னால் மெல்ல ஊர்ந்தான். மாமா அங்கிருந்து அவனை அழைத்தார். அவர் கண்ணில் குறுகுறுவென ஒளி மின்னியது. கிரி தயக்கத்துடன் உள்ளே நுழைந்தான். ஆட்டத்தை ஒரு கணம் தாமதித்த மற்றவர்கள் உடனே விளையாட்டைத் துவங்கினார்கள். கிரியின் கையை மாமா பிடித்துக்கொண்டார். கை குலுக்குவதுபோல. இது, அவர் வழக்கமாச் செய்வதுதான். எல்லாப் பயல்கள் கைகளையும் அவ்வப்போது பிடித்துக்கொள் வார். ஆனால் இப்போது அந்த தொடுகை வேறிடத்திற்கு அழைத்துச் சென்றது. அழுத்தம் மெல்ல விட்டு விட்டுக் கையில் ஏறியது. மாமாவின் கண்கள் அவ்வப்போது அவனைப் பார்த்துச் சிரித்தன. விளையாட்டிலிருந்து அவர் கவனம் சிதறிவிட்டது வெளிப்படையாகத் தெரியாமலிருக்க அவ்வப்போது குரலை உயர்த்திக்கொண்டிருந்தார். அவருடைய முழங்கை முட்டி கிரியின் நிக்கரில் உரசிக்கொண்டேயிருந்தது. கிரிக்கு இறுக்கம் கூடிக்கொண்டே போனது. கால்கள் தரையில் ஒட்டிக்கொண் டிருந்தன. தானாகவே உடல் முன் நகர்ந்து அவர் கை மேலே அழுத்தி சாய்ந்துகொண்டது போலிருந்தது. குப்பென்ற அந்தப் பழகிய வாசனை முகத்தருகே எழுந்தது. அந்த வாசனையை அப்போது அவன் மிகவும் விரும்பினான்.

"மேல ரூம்முல உங்கப்பன் கேட்ட புத்தகம் இருக்கு. வா தர்ரேன்" என்றபடி எழுந்து மாமா வேட்டியைச் சரி செய்து கொண்டார். கிரி அவர் பின் போனான்.

சன்னல் வழி வெளிச்சம் அறையெங்கும் பரவியிருந்தது. கதவை ஒருக்களித்து மாமா சாத்தினார். வந்துட்டியே வந்துட்டியே

என்று கிரியை இறுக்கிக்கொண்டார். அவனுக்கு உடலெங்கும் உதறத் துவங்கியிருந்தது.

“மாமா ஒரு மாதிரி வாசனை வர்ரது எங்கிட்டே” என்றான்.

“வாசனையா? இருக்கும், இருக்கும். எல்லாம் புதுசில்லயா. பழகிடும். பழகிக்கணும்” என்று அவனை சேர்த்துக்கொண்டார்.

“நான் போகணும்” என்றான். ஆனால் அசையவில்லை.

கீழேயிறங்கிப் போகும்பொழுது திண்ணைச் சுவற்றிலுள்ள ஜன்னல் வழி மாமி முகம் தெரிந்தது. அவனையே உற்றுப் பார்ப்பதுபோல நின்றிருந்தாள். அவன் நிக்கரிலேயே அவள் பார்வையும் இருந்தது.

○○○

பள்ளிக்கூடத்தில் வரதன் ஒரு புத்தகத்தை ரகசியமாக நோட்டுப் புத்தகத்துக்குள் வைத்துக் காட்டினான். வீட்டிலிருக்கும் ஸ்தோத்திரப் புத்தகங்களைப் போல அதரப் பழசாக இருந்தது. எழுத்துகள் வெளிறிப் பொயிருந்தன. மை ஈஷிக்கொண்டதுபோல நிழலாய் சில உருவப்படங்கள். கதையில் வரும் வார்த்தைகள், செய்கைகள், அவை குறிக்கும் அர்த்தங்கள் எல்லாம் வரதனை பெரிதும் ஈர்த்திருந்தன. ஒவ்வொரு விசித்திரத்தையும் கிரிக்கு படித்துக் காட்டிச் சிரித்தான். அந்த புத்தகத்திலிருந்து எழும்பிய வாசனை வேறு மாதிரியாக இருந்தது. கிரிக்கு வாந்தி வரும் போலிருந்தது.

○○○

கிரி கேரம்போர்டில் வழுக்கிக்கொண்டிருந்தான். அவன் பின்புறத்தில் கேரம் போர்டு சில்லென்றிருந்தது. வேண்டாம் . . . வேண்டாம் . . . என்று அலறினான். உடனே வேண்டும் . . . வேண்டும் . . . என்று அலறினான். சிங்கம் மாமா ஸ்ட்ரைக்கரால் அவனை இழுத்தடித்தார். எதிர்ப் பக்கத்திலிருந்து மாமி அவனை இழுத்துக்கொண்டாள். “உன் கிட்டேயிருந்து என்ன இந்த கெட்ட வாசனை!” என்று மாமி அவனை உதறித் தள்ளினாள். “வாடா ராஜா!” என்று மாமா அவனை இழுத்துக்கொண்டார். தூரத்தில் ஒரு குரல் காற்றை கிழித்துக்கொண்டு கிளம்பியது. அப்பா. கிரி பதறிக்கொண்டு விழித்தான். விழித்த கண்கள் முன் இருள் ஒரு சுவர்போல நின்றது. எங்கும் குறட்டைச் சத்தம் கேட்டது. கிரிக்குத் துக்கம் துக்கமாக வந்தது

○○○

கிரி பக்கத்தில் சீனி படுத்திருந்தான். சீனி தூரத்துச் சொந்தம். இரண்டு வயது பெரியவன். பக்கத்தில் உத்திரை வீதியில்

வீடு. உறவினர் சாவு காரணமாக சீனியின் அப்பாவும் அம்மாவும் வெளியூர் போக வேண்டியிருந்தது. கிரியின் வீட்டில் சீனியை விட்டுவிட்டுப் போனார்கள். மறுநாள் காலை அவர்கள் திரும்பு வதாக இருந்தது.

இருளில் மெழுகு பொம்மைகள் போல் அப்பா, அம்மா, ராஜு படுத்திருந்தார்கள். சன்னல் வழி ஒழுகிய தெருவிளக்கின் ஒளியில் ஈரத்தன்மை இருந்தது. அலை அலையாய் அந்த வாசனை மீண்டும் எழுந்து வந்து கிரியைச் சூழ்ந்தது. உடலெல் லாம் குறுகுறுவெனச் சிலிர்த்துப் போய் கிரி படுக்கையில் புரண்டான். தரையில் பாய் சின்னச் சத்தங்களை கீறியது. சீனி, கிரி பக்கமாய் திரும்பிப் படுத்தான். தேய்ந்திருக்கும் வெளிச்சம் அவன் முகத்தில் விழுந்திருந்தது. மெல்ல அருகே முதுகை தழைத்துக்கொண்டு நகர்ந்தான் கிரி. சீனியிடம் நகர நகர அந்த வாசனை கூடிக்கொண்டே போனது. கிரி போர்வைக்கு அடியிலிருந்து தன் கையை எடுத்து சீனியின் போர்வைமேல் வைத்தான். சீனி அசைவற்றிருந்தான். கிரி, தன் விரல்களை மெல்லப் போர்வைக்கடியில் நுழைக்கத் துவங்கினான். சீனியின் சட்டையை விலக்கி அவனுடைய அடிவயிற்றின் மேல் வைத்த போது கிரியின் காதுகளில் பேரிறைச்சல் கேட்கத் தொடங்கியது. அந்த வாசனை அவனை அள்ளிக்கொண்டு, எங்கோ எடுத்துக் கொண்டு போவது போலவும் அதன்மேல் அவனுக்கு எந்தவித மான கட்டுப்பாடும் இல்லாதது போலிருந்தது. கிரியின் விரல் களை அந்த வாசனை உறுதியுடன் நகர்த்திக்கொண்டிருந்தது. சீனி மெல்ல அசைந்தான். சட்டென சீனியின் முகம் மேலெழும்பி யது. அரைத்தூக்கத்தில் கிரியைப் பார்த்த அவன் கிரியின் கையைப் பிடித்தான். எலும்புகளற்ற சதைக்குவியலாய் மாறியது கிரியின் கை. சீனி ஒரே உதறலில் கிரியின் கையை எறிந்தான். கிரியின் கை அவன் முகத்தின் மேலேயே விழுந்தது. அந்த வாசனை, முகத்தை ஓங்கி அறைந்தது போலிருந்தது. சீனி ஒரு நகர்வில் அவன் பாயின் ஓரத்துக்கு நகர்ந்து புரண்டு கிரிக்கு முதுகு காட்டிப் படுத்துக்கொண்டான். இரவில் ஆயிரம் கண்கள் முளைத்து கிரியை உற்றுப் பார்க்கத் துவங்கின. கிரி போர்வைக்கு அடியில் எவ்வளவு ஒளிந்துகொண்டும் அவனை உற்று உற்றுப் பார்த்தன. அவன் கன்னம் தீப்பற்றியதுபோல எரிந்தது.

எப்போது தூங்கினான் என்று தெரியவில்லை. காலைப் பொழுது எப்படியெல்லாம் ஏமாற்றிவிடுகிறது. பறவைச் சத்தங் களும் கிணற்று ராட்டினப் பாடல்களும் குளிர்ந்த தரைகளும் உக்கிரப் பார்வைக்கு மாறாத சூரியனும் கடந்துவிட்ட பொழுது களை ஒரு கையால் ஒதுக்கிப் பார்வைக்கு எட்டாத ஆழத்துக்குத் தள்ளிவிட்டது போலிருக்கிறது. ஒரு குற்றவுணர்ச்சிகூடப் பரிச்சயம்

இல்லாத முகத்தினை மனம் அணிந்துகொள்கிறது. ஒரு நிழல், ஒரு சைகை, ஒரு மனித முகம் எல்லாவற்றையும் குப்புறத் தள்ளிவிடுகிறது. நிலைகுலைவு. ஞாபக அடுக்குகள் சரசரவென மனதில் ஏறிக்கொள்கின்றன. அவற்றின் நிழல் எங்கும் படிந்து மனதைக் கறுப்பாக்குகிறது. உடனே, மனம் அலைபாயத் தொடங்கு கிறது; பிராயச்சித்தங்களுக்கும் தப்பித்தல்களுக்கும் வழி தேடி.

சீனி பார்ப்பதற்கு சுவாதீனமாய் இருப்பது போலவே இருந்தாலும் கிரியுடன் காலையில் எதுவும் பேசவில்லை. இரு வரும் ஒன்றாகவே பள்ளிக்குச் சென்றனர். மௌனமாய் அவ னுடன் போவது வெறுங்காலில் குத்திய முள்ளுடன் நடப்பது போலிருந்தது. சீனியின் முகத்தில் தோன்றிய கடுமை கிரியின் நெருக்கடியை அதிகப்படுத்தியது. போலீஸ்காரர் ஒருவர் சைக்கிளில் எதிரே வந்தார். கிரி சட்டென்று தலையைக் குனிந்து கொண்டான். அவன் விரல்கள் லேசாக நடுங்கின.

தூரத்தில் பையன்கள் சிலர் கும்பலாகப் போய்க்கொண் டிருந்தனர். ஒருவன் காலை இன்னொருவன் இடறிக்கொண்டே வந்தான். தடுக்கியவன் கத்துவதும் மற்றவன் சிரிப்பதும் எனக் கோலாகலமாக அவர்கள் சென்றுகொண்டிருந்தனர். கிரியால் எளிதில் சேர முடியாத தூரத்தில் அவர்கள் போய்க்கொண்டிருக் கிறார்கள். பள்ளிக்கூடம் சேர்ந்தவுடன் ஏதும் பேசாமலே சீனி அவன் வகுப்பறைக்கு ஓடினான். இதுவரை எல்லாமே மோசமான அறிகுறிகளாக இருந்தன. வகுப்பறையில் வாத்தியார் கள் இரண்டு முறை கிரியை எழுப்பிப் பாடத்தில் கேள்விகள் கேட்டனர். திக்கித்துப் போய் நின்றான். காலடியில் மண் சரிந்து கொண்டேயிருக்கும் பொழுது எப்படி அவனால் நிற்க முடியும்? அவ்வப்போது, அலை அலையாய் அந்த வாசனை எழுந்து அவனை மூச்சுத் திணற வைத்தது. மதிய உணவு இடைவேளையில் சீனி சில பையன்களுடன் தொலைவிலிருந்து இவன் பக்கம் பார்ப்பது போலிருந்தது.

சீனியைப் போல நான் ஏன் சிங்கம் மாமாவின் கைகளை ஒதுக்கித் தள்ளவில்லை என்ற கேள்வி அவனுக்குள் கனன்று கொண்டேயிருந்தது. ஒரே மாதிரியான ஸ்பரிசம் கிரியையும் சீனியையும் ஏன் வேறு வேறு மாதிரியாக உணரவைக்கிறது? ஏன் அந்த வாசனை குடைராட்டினம் போல கிரியைச் சுழற்றி யடிக்கிறது? தலை சுற்றுவது போலிருந்தாலும் அதில் ஒரு கிறக்கமும் பரவசமும் திரும்பத் திரும்ப கிளருகிறதே? அந்தக் கிளர்ச்சியில் எதிரொலிபோல எழும்பும் குற்றவுணர்ச்சி எந்த தண்டனையும் இந்தக் கீழ்மைக்கு மிஞ்சியது இல்லை என்று மனதை மண்டிபோடச் செய்கிறது. இனி வரவிருக்கும் ஒவ்வொரு கணமும் கற்பனைகூடச் செய்து பார்க்க முடியாத கஷ்டங்களை

அழைத்து வருவது நிச்சயம் என்று மனது சதா பதறுகிறது. இருந்தாலும் மீண்டும் மீண்டும் அந்த வாசனை . . . அந்தச் சிலிர்ப்பு . . .

○○○

சிங்கம் மாமாவின் வீட்டுத் திண்ணை காலியாகக் கிடந்தது. செய்வது அறியாது கிரி திண்ணையில் அமர்ந்தான். ஜன்னல் வழியாக ஒரு செருமல் கேட்டது. சிங்கம் மாமி உள்ளறைக்குள் நின்றபடி சன்னலூடாக இவனைப் பார்த்துக்கொண்டிருந்தாள். இருட்டு மண்டிக் கிடந்த அறைக்குள் இருளின் ஒரு பகுதியாகவே அவள் முகம் இருந்தது.

“மாமா இல்ல.” என்றாள்.

குரல் கடுமையாக விழுந்தது. அவன் முகத்தின் இன்னொரு பக்கமும் வீங்கிக்கொள்ளட்டும் என்று விதிக்கப்பட்டிருக்கிறது. மூக்குச் சில்லையும் யாராவது உடைத்துவிட்டால் தேவலை. எந்த வாசனையும் அவனுக்கு பிறகு எட்டாது.

“மாமா இல்லியா” என்று கேட்டான் கிரி. மாமிதான் இல்லை என்று சொல்லிவிட்டாளே. என்ன அசட்டுக் கேள்வி.

“வெளியில போயிருக்கார்” என்றாள் மாமி.

என்ன பேசுவதென்று அவனுக்குத் தெரியவில்லை. அவள் அவனுடன் அதிகம் பேசிப் பழக்கமில்லை.

மாமாவிடம் சொல்லிவிடுங்கள். நான் இனி இங்கே வர மாட்டேன். கிரி சொல்ல யத்தனித்துப் பிறகு தன்னை கட்டுப் படுத்திக்கொண்டான். அவன் இங்கே இனி வரப்போவதில்லை என்றால் ஏன் இப்போது வந்திருக்கிறான்? இந்த முடிவுக்கு அவன் வந்திருப்பது அவனுக்கு ஏன் இந்தக் கணம் வரை தெரியவில்லை. சிங்கம் மாமா இப்போது இருந்தால் அவன் என்ன செய்திருப்பான். நாய்க்குட்டிபோல அவரைத் தொடர்ந்து மாடியறைக்குப் போகாதிருக்கும் வலிமை அவனுக்கு இருக்கிறதா. இவளிடம் மட்டும் இப்படி வெற்று வீராப்புப் பேச்சு சொல்ல மனம் வலிகிறதே. இனி என்ன செய்ய வேண்டும்?. அவனுக்கு அழுகையாய் வந்தது.

“நான் போறேன்” என்றான் வெறுமனே. குரல் துக்கித்து இருந்ததை மாமி கவனித்துவிட்டது அவனுக்கு சங்கோஜமா யிருந்தது. தன்னை ஏன் அவன் எல்லோரிடமும் இப்படி வெளிப்படுத்திக்கொண்டு விடுகிறான்.

“இரு!” என்றாள் மாமி. ரேழிக் கதவைத் திறந்து “உள்ள வா” என்றாள்.

அந்தக் கணத்தில் அவன் அங்கிருந்து ஓடியிருக்க வேண்டும்.

"மாமா கிட்ட சொல்லிடுங்கோ" என்றான். அவள், எதைச் சொல்ல வேண்டும் அவரிடம்? என்ன வேண்டும் வேண்டாம் என்று தெரியாத அசடன் என்றா?"

இத்தனை பக்கத்தில் மாமியைப் பார்த்ததில்லை கிரி. நல்ல உயரம்.

வீட்டுக்குள் நுழைந்தான். முற்றமும் நாலுகட்டுமாய் வீடு விசாலமாக இருந்தது. கூரையற்ற முற்றத்தில் வெளிச்சம் கொட்டிக்கொண்டிருந்தது. ஆனால் முற்றத்தைச் சுற்றியிருந்த கூடத்தில் நிழல்கள் இறைந்து கிடந்தன. சொல்ல முடியாதவொரு கஷ்டம் கிரியின் மனசைப் பிசைந்தது. சுவற்றில் தவழும் கண்ணன் படம் ஒன்று பென்சிலால் வரைந்து மாட்டப்பட்டிருந்தது. கண்ணன் எந்த ஆடையும் அணியாமல் நிர்வாணமாக இருந்தான். அவன் தொடைகளுக்கிடையே ஒன்றுமில்லாது மொட்டையாக இருந்தது. முற்றத்தில் கட்டியிருந்த கொடியில் தொங்கவிடப்பட்டிருந்த சிறு கண்ணாடிக் கோளம் காற்றில் இங்குமங்கும் ஆடி சூரிய வெளிச்சம் ரேகைகளாகப் பிரிந்தது. கூடத்தின் இருளுக்குள் விரல் விரலாக ஒளி நீண்டு கிரியின் உடலெங்கும் துழாவியது. ஒருகணம், இருக்கும் இடம் அவனுக்குக் குழம்பியது. கிரி கீழுதட்டை மடித்துக்கொண்டான். ஒரு கேவல் உடம்பு முழுவதும் எழுந்தது.

மாமி கிரியை அணைத்துக்கொண்டாள். அவள் கை அவன் முகத்தைத் தடவிக் கொடுத்தது. தன் நெஞ்சோடு சேர்த்துக் கொண்டு அவன் முதுகை நீவிவிட்டாள். எதுவோ மக்கும் வாசனை அவளிடமிருந்து எழுந்தது. காற்றில்லாத இடத்தில் சுருட்டிப் போட்ட ஈரத்துணியிலிருந்து எழும் வாசனைபோல.

திளைப்பு

அந்த மழை இரவில் அவனைப் பார்க்க வேண்டும் என்று தோன்றியது. இந்த இடைவெளிக்குப் பிறகு அவனைப் பார்ப்பதற்கு மிகுந்த ஆர்வம் கொண்டிருந்தேன். இருளைக் கிழித்து வீட்டின் முன் வந்தேன். இதே வீட்டில் அவன் இருக்கவேண்டிய அவசியம் என்ன? அவனில்லாமலும் இருக்கலாம். நான் மிகுந்த ஏமாற்றத்திற்கு உள்ளாவேன். வீட்டு வெளிச்சம் இருளில் மின்மினிபோல நடுங்கிற்று. கதவு உட்புறமாகத் தாளிட்டிருக்க, திறந்திருந்த ஜன்னல் வழி நுழைந்தேன்.

ஜன்னல் வழியாகப் பார்த்தபோது வெளியே மழை பெய்வது தெரியவில்லை. இருட்டு, மழையைப் போர்த்தியபடி நிற்கிறது; ரகசியமாய் ஒளித்தபடி. நீர்த்துளிகள் வேகத்துடன் தரையில் உடைபடும் சத்தம் கேட்கிறது. தூரத்தில் மின்விளக்கின் எதிரொளியில் தரையில் அலையும் வெளிச்சத் தீவு, கடந்து போகும் நடமாட்டம் உருவாக்கும் இருட்டுக் கீறல்களில் மறைந்து மறைந்து அவ்வப்போது மின்னுகிறது. ஈரமான காற்று நடுக்கமேற்றுகிறது.

உள்ளே வெளிச்சம் உக்கிரமான தனிமையுடன் இருந்தது. குழல் விளக்கின் ஓரங்களில் வெளிச்சம் புகை போல நடுங்கியபடி கசிவதைப் பார்த்தேன். சுவர்கள் பிரகாசத்தில் உள்வாங்கியிருந்தன. வெளிச்சம் நிரப்பப்பட்டு பலூன் போல உப்பிக் கிடக்கிறது. இருட்டின் நுனிவிரலைக்கூட தாங்க முடியாதபடியாய் புறங்கையால் தள்ளிவிட்டு எல்லா மூலைகளுக்கும் பரவிக் கிடக்கிறது ஒளி. உக்கிரமான ரீங்காரத்துடன் எரிக்கிறது. சாய்வு நாற்காலி அசைவும் சுமையும் இல்லாத ஆசுவாசத்துடன் இருக்கிறது. உயிரையும் ரத்தத்தையும் உறிஞ்சியபின் சக்கையாய் எறிந்துவிட்ட தோல்கள்போல் கொடியில்

ஆடைகள் காட்சியளிக்கின்றன. வழக்கமாக என் ஆடைகளும் அந்தக் கொடியில் இருக்கும். இப்போது இல்லை. சமையலறைக் கதவு இடுக்கிலிருந்து கரப்புப்பூச்சி மீசையை அசைத்தபடி என்னைப் பார்க்கிறது. அதற்கு ஆச்சரியமாக இருக்கும். இவள் ஏன் இப்போது வந்திருக்கிறாள்? என்று நினைத்துக்கொள்ளும். கண்களை உதறி, தான் பார்ப்பது உண்மையா என்றும் சந்தேகித்துக் கொள்ளும்.

சுவரில் தொங்கும் கண்ணாடியில் என்னைப் பார்க்க முனைந்தேன். எட்டிப் பார்க்கும் பிம்பம் நடுங்குகிறது. அத்தனை அருகில் விகாரமாகத் தோன்றுகிறது. ரத்தம் வற்றிப்போய்க் காகிதமாகக் காட்சியளிக்கிறது தோல். வெறும் கைத்தொடுகையில் பொடிப்பொடியாக உதிர்ந்துவிடும் தன்மை தெரிகிறது. கண்ணாடியில் கனமற்ற, தட்டையான ஒன்றாய்த் ததும்புகிறது பிம்பம். அருகிலிருந்து பார்த்தால் எதுவுமே பிடிக்காமல் போகிறது. தூரத்தின் கவர்ச்சி கண்களை இழுத்துப்போட அருகில் போனால் தாண்டவமாடுகிறது விகாரத்தின் விஸ்வரூபம். கணப்பொழுதில் ஒரு ஆவேசம் பொங்கியெழுந்து தணிந்தது. இதைப் பார்ப்பதில் இனி என்ன பயன் என்று எண்ணிக்கொண்டேன். என்னை, இனி நான் மட்டும்தானே பார்த்துக்கொள்ள முடியும்.

என் தடயங்கள் வீட்டில் இல்லாமல் இருப்பதைக் கவனித்தேன். அவற்றை அழித்தபடி எனக்கும் அவனுக்கும் உள்ள தூரத்தை அதிகப்படுத்திக்கொள்கிறானோ. இருந்தவற்றை அழிப்பதன் மூலம் ஞாபகங்களை முடிந்தமட்டும் பின்னகர்த்திவிட்டுப் புதிதான வாழ்வின் தொடக்கத்தில் அவன் நிற்க வேண்டும். நான் எத்தனை வருடங்கள் வசித்த இடம் இது. கண்ணுக்குப் புலப்படாத இடங்களில் எல்லாம் என் அடையாளங்கள் இருக்கின்றன. அவை அவனுக்கும் நன்றாகத் தெரிந்திருக்கும். அவற்றை எதைக் கொண்டும் அழித்துவிட முடியாது என்பதையும் அவன் நன்றாக அறிந்திருப்பான். இந்த வீட்டில் அவன் இன்னும் வசிப்பதின் காரணம் எனக்குப் புரியாமலே இருந்தது.

படுக்கை அறையில் நுழைந்தேன். எந்த மாற்றமும் எனக்குப் புலப்படவில்லை. அறை நடுவில் ஒருக்களித்து அவன் படுத்திருக்கிறான். அறையோரத்திலிருந்து ஒற்றை விளக்கு வெளிர்மஞ்சள் ஒளியைப் பரப்புகிறது. அவன் முகத்தில் கருமையான நிழல்கள் படிந்து கூடுதலான கனத்தை அவனுக்கு அளிக்கின்றன. அந்த வெளிச்சம் வெறுப்புடன் அவனைத் தீண்டுவது போலத் தோன்றியது. அதற்கு எந்தவித எதிர்ப்பும் காட்டாது படுத்திருந்தான். திறந்திருந்த ஜன்னலும் அதில் நிறைந்திருந்த இருளும் சுவற்றில் மாட்டிய ஓவியம்போல இருந்தது.

அவனை நிதானமாகப் பார்த்தேன். வலுவிழந்த அவன் உடல் துணிச்சுருள்போலக் கிடந்தது. போர்வை விலகி நீளும் கால்கள் குச்சியாய் சதைப் பற்றில்லாது இருக்கின்றன. பாத மேட்டில் நரைத்த முடிப் பிசிறு கரப்பான் பூச்சியின் மீசை போலக் காற்றில் அசைகிறது. மார்புக் கூடு சீரான மூச்சில் விம்மித் தணிகிறது. அதற்குள் இருந்த எரிச்சல் அடங்கித் தீர்ந்து விட்டதைப்போல. மார்பிலிருந்து முடிக் கற்றைகள் வெளியே வழிகின்றன. அவன் உடம்புத் தோல் உரோமக் காடால் போர்த்தப் பட்டிருப்பது எனக்கு நினைவில் எழுந்தது. சிலந்தி அவன் உடம்பு முழுக்க வலைபின்னியது போல எனக்கு அடிக்கடி தோன்றியிருக்கிறது. என் அந்தரங்கம் அப்போது கூசும்.

அங்கிருந்துதான் ஆரம்பித்ததா என் குமட்டல்? பலதடவை யோசித்திருந்தாலும் இதற்கான விடை எனக்கு இறுதிவரை கிட்டவில்லை. அவன் சாதாரணமான அங்கலட்சணங்களைத் தான் கொண்டிருந்தான். ஹீனமேதும் இருக்கவில்லை. இருக்க வேண்டியவையெல்லாம் அதனதன் இடத்தில் தன் பணியைச் செம்மையாய்ச் செய்தபடிதான் இருக்கின்றன. அதற்கு சாட்சி யாய் ரோகங்களற்றுக் கிடக்கிறானே.

எங்கள் திருமணப் புகைப்படங்களைப் பார்க்க வேண்டும் என்று எனக்குத் தோன்றியது. மூலையில் கறுப்பு பூதம் போல நின்றிருந்த பீரோவைத் திறந்து தேடினேன். அவனுடைய ஆடைகள் மேல்தட்டில் குவிந்துகிடக்கின்றன. கீழ்த்தட்டில் என்னுடைய ஆடைகள் இருக்கும் இடம் காலியாக இருக்கிறது. எரித்திருப்பானோ? அப்போது அவன் மனம் உள்ளூரத் திருப்தி யுற்றிருக்குமோ! ஒன்றிரண்டு புகைப்படங்களை இந்த பீரோவில் பார்த்த நினைவு எனக்கு இருந்தது. பக்கவாட்டுத் தட்டில் தேடிப்பார்க்க, ஒரு புகைப்படம் கிடைத்தது. சோபை இழந்து மூலைகள் நைந்து இருந்தன. நானும் அவனும் அருகருகில் அமர்ந்திருக்கிறோம். அதில் தெரிந்த இளமையைப் பார்த்தவுடன் எனக்குள் மிகப் பெரிய இழப்புணர்வு பற்றிக்கொண்டது. ஒரு பக்கமாகத் திரும்பி அவனைப் பார்த்தபடி இருக்கிறேன். நேரிடையாய் இறுக்கமான பாவத்துடன் சுருங்கிய பார்வை யுடன் அவன் இருக்கிறான். அவன் முகத்தில் ஒளிந்திருக்கும் மிரட்சி . . . அது எனக்கு எப்போதோ புலப்பட்டுவிட்டது. வெறியுற்ற நாயின் முன்னால் நகர்ந்தபடி இருக்கும் எலும்புத் துண்டல்லவா அது?

நுரைக்க நுரைக்கப் பின்னங்கால் புழுதிகிளர்த்த வேகம் தரும் கிளர்ச்சியுடன் அந்த முகத்தின் மேல் பாய்ந்திருக்கிறேன். கூர்மையான என் நகங்கள் அதைக் கீறிப் பிளந்திருக்கின்றன.

ரத்தத்தின் வாடை மட்டுமே கண்டுகொண்டு மாமிசம் கைகூடாத அதிருப்தியின் குரோதத்தோடு அவனைச் சுற்றி யிழுத்துத் தரை தேய்த்து வீசியிருக்கிறேன்.

ஆரம்பத்திலிருந்து ஏன் அவனை நான் அப்படி வெறுத் தேன்? அவன் என்னுள் கிளர்த்திய குரோதம் புதிதாக இருந்தது. என் இயல்புக்கு நேர் எதிரான இன்னொரு பக்கம் என்மேல் படிந்துவிட்டாற்போல இருந்தது. எது என் உண்மையான இயல்பு? அவனைப் பார்க்கும்போதெல்லாம் எனக்குள் எழும் குமட்டல், குமட்டல் தரும் குற்ற உணர்ச்சி, அதற்குக் காரண மான அவனை, அதற்கு எதிராக மாற்றிவிடும்படி தண்டிக்கச் சொல்லும் உள்ளுணர்வு ... இவற்றை இவனைத் திருமணம் செய்யும் வரையில் நான் அனுபவித்தது கிடையாது. சேர்ந்து வாழ ஆரம்பித்த சில தினங்களில் ஏதோவொரு தருணத்தில் இந்த வெறுப்பு அலை எனக்குள் வீசி அடிக்க ஆரம்பித்துவிட்டது. அதன் தீவிரம் நாளடைவில் அதிகரித்ததேயொழிய தணிந்து போகவில்லை.

அவன் எப்போதும் என்னை, என் வார்த்தைகளை, எதிர்த்த தில்லை. முதுகெலும்பு அற்ற ஜீவன் என்று நான் நினைத்தால்கூட அது கேட்கக்கூடிய சலுகைகளை, பரிதாபத்தையோ, பச்சா தாபத்தையோ, அவனுக்கு நான் வழங்கவில்லை. மாறாக அவன் மிரட்சி, வலியைச் சந்திக்கையில் செய்வதறியாது திகைத்து நிற்கும் தோற்றம் எனக்குக் கிளர்ச்சியாக இருந்தது. என் வார்த்தைகள் இத்தனை மகத்துவம் பெற்றவையா என்று திளைத் திருந்தேன். ஒரு ஆணின் அகந்தையைக், கீறி, கசியும் இரத்தத்தை நக்கித் தீர்க்கும் தாகம் எனக்குள் தீராது வளர்ந்தது. அவனுடைய சாதாராணச் செய்கைகள் என்னை வெறுப்பேற்றின. அவன் தன்னுடைய இயல்பான கோழைத்தனத்துடன்தான் இருந்தான். சிறிதுசிறிதாக அவன் மீது சீறி விழுந்து சிராய்ப்பேற்படுத்தினேன். ஜாக்கிரதையுணர்வு எச்சரித்து உருவாக்கும் சிறு தயக்கங்களுடன், பின்பாய்ச்சலுக்கும் தயார் நிலையுடன், தற்காப்புகளை முற்றிலும் இழந்து விழுந்துவிட்டானா என்று சோதித்துக்கொண்டே அவன் மீது முன்னேறுவேன். ஒவ்வொரு முன்னேற்றமும் ஒவ்வொரு பாய்ச்சலும் விவரிக்க முடியாதத் துணிவையும் உவகையையும் எனக்குக் கொடுத்தது. வெறும் சிராய்ப்புகளுக்கு எந்தவிதமான சுதாரிப்பையும் காட்டாத அவன் மிரட்சி எனக்கு அலாதியான ருசியை ஏற்படுத்திற்று.

அவன் என்னை எதிர்க்காமல் இருப்பதை முதலில் அலட்சி யம் என்று எண்ணினேன். அது எனக்குள் இன்னமும் உத் வேகத்தை ஏற்படுத்தியது. அவனுடைய காயங்களை உறுதிப் படுத்திக்கொள்ள முனைந்தேன். தண்மையான இயல்பை

அவனுக்குக் காட்டுவேன். அப்போது எனக்குள் அவன் ஒடுங்கும் போது அவன் காயங்களிலிருந்து வீசும் இரத்தத்தின் வாடையை நன்றாக முகர்ந்துகொள்வேன். விழிப்புடன் தருணங்களுக்காகக் காத்திருப்பேன். அப்போது ஏகமான தயாரிப்புகளை என் மனம் ஏற்றுக்கொள்ளும். கூரான வார்த்தைகளைப் பொறுக்கி வைத்துக்கொண்டு. அவற்றின் அருகாமையே காயப்படுத்தும் கூர்மையை வார்த்தைகளுக்கு சீவிச் சீவி ஏற்றுவேன். அவனுடைய எச்சரிக்கையுணர்வைத் திசைதிருப்பி வரவிருப்பதின் சங்கேதங் களை மாற்றியமைத்து வெவ்வேறு இடங்களுக்கு அவனைக் கொண்டு செல்வேன். ஏதும் புரியாது பழக்கம் அணிவிக்கும் பாதுகாப்பின்மையை ஏற்று அவன் சுவாச கோசம் சுதந்திரத் துடன் விரியும்போது என் ஆயுதங்கள் ஒவ்வொன்றாகத் தேர்ந் தெடுக்கப்பட்டு அவன் மீது தொடுக்கப்படும். இருட்டில் சுவரை முட்டிக்கொண்ட அதிர்ச்சியுடன் பாதாளத்தில் விழுவான்; பிடிமானத்தைத் தேடியபடி. அவனுடைய மௌனத்தின் பின் னால் ஒலிக்கும் அரற்றல்களையும் சீற்றத்தின் கொந்தளிப்புகளை யும் மனத்திலெழுப்பிக் கேட்டுக்கொள்வேன். அவன் ஆயுதங் களைப் பயன்படுத்தத் தவறியவன் மட்டுமல்ல, தோல்வியின் சுவையை உறிஞ்சிக்கொள்ளக்கூடியவன். மிகவும் உன்மத்தத்தைத் தருவது புணர்ச்சியின் முன்பு நிகழும் விளையாட்டுத்தான். உயரத் தூக்கிவைத்து அவனை இறுக்கிக்கொள்வேன். சந்தோஷத் திகைப்புடன் என் மீது பரவுவான். என் பாவனைகள் அவன் உணர்ச்சிகளையும் வேகத்தையும் முன்னெடுத்துச் செல்லும். என் எதிர்வினைகளில் மயங்கி என் ஒத்துழைப்பை எதிர்பார்த்து துரிதமாய்த் தேடியலைவான். அப்போது அவனை நான் கண்ணாடியைப் போலச் சிதறடிப்பேன். மர்மஸ்தானத்தில் நிகழும் தாக்குதலில் திகைப்புற்றுச் சுருங்கிப்போவான். அது என்னைச் செங்குத்தான உச்சங்களுக்குக் கொண்டு சேர்க்கும். அவன் லௌகீக விதத்தில் ஆண்மையற்றவன் அல்ல. ஆனால் என் விலங்கின் மூர்க்கத்தனம் அதைத் தகர்த்துவிட்டது. அந்தத் தோல்வியை அவன் முகத்திற்கெதிராக விசிறி அடித்து எக்களிப் பேன்.

வார்த்தை வன்முறையில் எனக்கேற்பட்ட சுவை பயத்தை தந்திருக்கிறது. நான் தேடியலையும் சுவை மற்றவர்களைவிட வித்தியாசமாக இருப்பதில் சலனங்கள் அடைந்திருக்கிறேன். ஏதாவதொரு விதத்தில் அவனை நேசிக்க வேண்டும் என்ற என் பிரயத்தனங்கள், எனக்குள் கொதிக்கத் தொடங்கியிருந்த மூர்க்கத்தில், அதன்மீது நான் கொண்ட வசீகரத்தில் காணாது போயின.

இப்போது அவன் நிம்மதியாக இருக்கலாம். அவன் உறக்கத் தில் நிம்மதியின் நரம்புகள் வலுக்கொள்ளும். அமைதியின்

பிரகாசம் அவன் முகத்திற்கு அசாதாரணத் தெளிவை அளிக்கும். எப்படி படுத்துத் தூங்குகிறான் இப்போது? எந்தவிதமான கவலைகளும் அற்று. ஜாக்கிரதையுணர்ச்சியை முற்றிலுமாக இழந்து நம்பிக்கையின் கரங்களில் தன்னை ஒப்படைத்துவிட்டு விச்ராந்தியாக கிடக்கிறான்.

ஆழ்ந்த துக்கம் என்னை மூட்டமாகச் சூழ்ந்தது. அவன் ஒடுங்கிக் கிடக்கும் தோற்றம், அவன் மிரண்ட கண்கள் என்னைச் சுற்றி சுற்றி வருவது போலிருந்தது. சகஜமாய் அவனுடன் இருந்த தருணங்களை என்னால் நினைவுகூர முடியவில்லை. என்னுடன் வாழ்க்கையைத் துவங்கியபொழுது அவன் சுமந் திருக்கக்கூடிய கனவுகளை எண்ணிப் பார்த்தேன். அவற்றின் முனைகள் மளுக்கென்று முறிந்து அவனைக் காயப்படுத்திருக்கும். எப்போதும் தகிக்கும் நெருப்புக் கங்குகளை மட்டுமேயல்லவா அவனுக்குக் காட்டினேன். துக்கமும் சுயவெறுப்பும் கலந்து அவன் முன் நின்றேன். ஏன் பொறுத்துக்கொண்டாய் என் தன்முனைப்பின் தாண்டவத்தை என்று அவனை உலுக்க வேண்டும் போலிருந்தது.

என் கரங்களால் அவனை நீவிவிட வேண்டும் என்று முதன்முதலாய் ஆசைப்பட்டேன். விரக்தியாக எனக்குள் சிரிக்க மட்டுமே முடிந்தது. அவனால் ஏன், தன் அகந்தையின் நிழலைக் கூடப் பாதுகாப்பாய் வைத்துக்கொள்ள முடியவில்லை? போதை யில் காலத்துடன் முன் செல்கையில் ஒருகணமேனும் என் சுவடுகளைத் திரும்பிப் பார்க்கவும் எனக்கு ஏன் தோன்றாமல் போயிற்று? அகாலத்தின் நடுவில் இப்போது மட்டும் ஏன் அவனைப் பற்றிய அக்கறை, இழந்தவற்றைப் பற்றிய உறுத்தல் எனக்கு?

காற்று முற்றிலுமாக கரைந்து போனதுபோல இருந்தது. புழுக்கம் அறையின் கண்ணுக்குத் தெரியாத துளைகள்வழி எழும்பிப் பாய்கிறது. என் வருகையில் அறையின் பிரக்ஞை விழிப்புற்று அசௌகரியமாக முனகும் ஓசை எனக்குக் கேட்பது போல இருந்தது. அவன் என்னைப் பார்ப்பதுபோல லேசாகப் புரண்டு படுத்தான். துணுக்குற்று நகர்ந்தேன். பிறகு எனக்குள் உறைத்தது. அவனால் எப்படி என்னைப் பார்க்க முடியும்? என்ன நினைப்பான், என்னைப் பார்க்க மட்டும் முடிந்தால்?

பீதியில் நடுங்கி ஓடுவானோ? முடிந்துபோன சித்திரவதை, இயற்கையின் விதிகளையும் மீறியெழுந்து வருகிறது என்று உறைந்துபோவானோ? ஒரு கணம் அவன் என்னைப் பார்க்க வேண்டும் என்று விரும்பினேன். எப்படியாவது அவனுக்கு என்னுடைய வேதனையையும் சுயவெறுப்பையும் அடையாளம்

காட்டிவிட வேண்டும் என்று நினைத்தேன். நிகழ்ந்தவை என்னுடைய கட்டுப்பாட்டை மீறியவை என்பதை அவனால் புரிந்துக்கொள்ள முடியுமா? நிகழ்ந்தவற்றுக்கு நேர்மாறாக நடந்திருந்தால் . . . என்னுடைய யோசனை என் துக்கத்தை அதிகப்படுத்திற்று. இதற்கெல்லாம் காரணங்கள் இல்லை என்பதில் நான் தெளிவாக இருந்தேன். நான் அவனைக் காயப் படுத்தாமல் முத்தங்கள் மட்டுமே அளித்திருந்தாலும் இப்போது அவை இரண்டுக்கும் அதிகம் வித்தியாசம் இருக்காது என்றும் நினைத்தேன்.

நான் அவனை நோக்கி நகர்ந்தேன். என்னை வரவேற்பது போல நகர்ந்து படுத்தான். அவன் கரங்களில் சாய்ந்தபடி அவனைப் பார்த்தேன். அவன் மூச்சின் வேகம் அதிகமானது போல இருந்தது. அவனை இறுக்கமாகச் சூழ்ந்துகொண்டேன். என் துக்கத்தின் வடிகாலாய் அது இருக்கும் என்று தீவிரமாக நம்பினேன். இனி, மீண்டுமொரு வாய்ப்பு மட்டும் கிடைத்தால் . . . என்று அசட்டுத்தனமாகவும் நினைத்தேன்.

திடீரென அவன் படுக்கையிலிருந்து எழுந்து அமர்ந்தான். அவன் கண்கள் பைத்தியக்காரனின் மிரட்சியைக் கொண்டிருந்தன. பெரும் சுமையைத் தூக்குவதுபோல கைகளை நடுக்கத்துடன் மேல் தூக்கி கன்னங்களைப் பற்றிக்கொண்டான். அங்குமிங்கும் வேகத்துடன் திரும்பிப் பார்த்தான். நான் பதறியெழுந்து ஜன்னலருகில் போய்விட்டேன். என் பக்கம் திரும்பினான். அவன் என்னை அறிந்துகொண்டுவிட்டான் என்றே நம்பினேன். அவன் உள்ளுணர்வில் என் நிழல் விழுந்திருக்க வேண்டும். தொண்டை ஆடுசதை மேலும் கீழும் அசைவதைப் பார்த்தேன். கைகளால் காதுகளை இறுகப் பிடித்துக்கொண்டான் . . .

“தாங்க முடியவில்லை . . . இந்த அமைதியை என்னால் தாங்க முடியவில்லை . . .” என்று வீறிட்டு அலறினான்.

என் பெயரைச் சொல்லி அழைத்தான். அழைத்தபடியே இருந்தான். குழறும் வார்த்தைகளுடன் நடுக்கத்துடன் எழுந்து நின்று நகரத் தத்தளிப்பதைப் பார்க்கையில், எனக்குள் ஒரு கணம் ஏற்பட்ட திளைப்பை என்னால் நம்பமுடியவில்லை. தாங்க முடியாத கசப்புடன் அங்கு இனிமேலும் இருக்க முடியாதவளாய் ஜன்னல் வழி இருள்வெளியில் பாய்ந்தேன்.

ராஜாவின் குதிரைகள்

கிரியின் அப்பா ஏதோ எண்களை முணுமுணுத்துக் கொண்டிருந்தார். விரித்திருந்த இடது கை விரல் நுனி களை ஒற்றி ஒற்றி வலது கைச் சுட்டுவிரல் ஒரு கணக்கை உருவாக்கிக் கொண்டிருந்தது. அவர் கிரியைக் கவனிக்கவே யில்லை.

கிரி அப்பாவின் வேட்டியைப் பற்றிக்கொண்டு அந்த அறையை வேடிக்கை பார்த்தான். ரயில் நிலைய டிக்கட் கவுண்டர்கள்போல சில கவுண்ட்டர்கள் இருந்தன. ஒரே நெரிசல். கோட்டும் சூட்டும் அணிந்து முக்கியமான மனிதர்கள் மாதிரிக் காட்சியளித்தார்கள் பலர். அதற்கு நேர் எதிராய் அழுக்கு ஆடைகள் அணிந்தவர்களும் அலைந்து கொண்டிருந்தார்கள். எல்லோர் கையிலும் தடிமனாய் சினிமா டிக்கட் அளவிற்கே அகலம் கொண்ட நீளமான புத்தகம். அதில் எதையோ குறித்தபடியும், மேலும் கவுண்ட்டர்கள் மேலிருந்த பலகையில் எழுதப்பட் டிருந்த பெயர்களையும் எண்களையும் பார்த்துப் பேசிய படியும் கும்பல் அலைந்தது. சிகரெட் வாசனையும் வினோதமான வாசனை திரவியங்களின் வாசனையும் ஒன்று கலந்து வீசின.

அங்கே இருந்தவர்களில் தன் வயதொத்த வேறு யாரும் இல்லாததை கிரி கவனித்தான். மேலும் நாகரிக மாகவும் செல்வச் செழுமை வெளிப்படையாகத் தெரியும் படியும் ஆடை அணிந்தவர்கள் அழுக்காக தலைகலைந்து இருந்தவர்களிடம் சகஜமாக பேசிக்கொண்டிருந்ததைப் பார்த்தான். அது அவனுக்குப் புதிதாக இருந்தது.

அப்பா திடீரென "சில்வர் லைட்னிங்!" என்றார். கையில் விரிந்திருந்த புத்தகத்தை மூடி உள்ளங்கையில்

தன் முடிவிற்கு வலுச்சேர்க்கும்படி அடித்தார். மழமழவென சவரம் செய்யப்பட்ட கன்னத்தை அவர் கை தடவிக்கொண்டது. அவர் கண்கள் கவுண்ட்டருக்கு மேலே இருந்த பலகையிலேயே இருந்தன.

கிரி "அப்பா" எனக் கூப்பிட்டான்.

அவர் பதில் பேசாது பக்கத்திலிருந்த கவுண்ட்டருக்குப் போனார். சட்டைப் பையிலிருந்து பர்ஸை எடுத்து ரூபாய் நோட்டுகளை எண்ணி உள்ளே கொடுத்தார். கவுண்ட்டரில் இருந்தவன் கொடுத்த டிக்கட்டைப் பெற்றுக்கொண்டார். பர்ஸை எடுத்த வேகத்தில் அவருடைய சட்டைப்பையின் ஒரு பக்கத்துத் தையல் பிரிந்து தொங்கியதை அவர் லட்சியம் செய்யவில்லை. அவருடைய சட்டைப்பை உப்பலாகத் தொங்குவது கிரிக்கு அவமானமாக இருந்தது. அவனுடைய கை தானாகவே டிராயரை மேலே இழுத்துவிட்டது.

"சில்வர் லைட்னிங்... ஜெய்ப்பூர் ராஜாவின் குதிரை. போன மாசம் பெங்களூரில் அது பறந்த வேகத்தைப் பார்த்து மூக்குல வைச்ச கை இன்னமும் யாரும் எடுக்கலையாம்."

அப்பா பொதுவாகச் சொன்னார். கிரி அவர் கையைப் பிடித்தான்.

"சில்வர் லைட்டுன்னா?" அவன் குரல் மெலிதாய் எழுந்தது.

"மின்னல் கண்ணா! மின்னலேதான். பறக்கப்போறது பாரு. அதோட குளம்புச் சத்தம் இடி மாதிரி கேக்குமாம்..!"

அப்பா கிரியின் தோளில் கைவைத்துச் சொன்னார். வீட்டில் மதியம் அவருடைய காலைப் பற்றி அழுதது நினைவுக்கு வந்து வெட்கப்படுத்தியது.

ooo

குதிரை ரேஸ் மைதானத்தை ஒட்டியிருந்த அரங்கத்துக்குள் கிரியைக் கூட்டிக்கொண்டு போனார் அப்பா. அவரிடம் ஒரு அனாயாசமான வேகம் இருந்தது. நிறைய ஆட்கள் அங்கே போட்டிருந்த பெஞ்சுகளில் அமராது நின்றபடி இருந்தார்கள். லவுட் ஸ்பீக்கரிலிருந்து அறிவிப்புகள் தொடர்ந்து வந்தபடி இருந்தன. மைதானத்தின் ஒரு முனையில் ஏழெட்டுக் குதிரைகள் வரிசையாக நின்றன. ஒவ்வொரு குதிரையின் மேலும் ஒரு மனிதன் உட்கார்ந்திருந்தான். குதிரையோட்டிகளின் ஆடை கண்ணைக் கவரும்படி இருந்தது. குதிரைகள் கால்களை உதைத்தபடி நின்றன.

"இந்தப் பக்கத்திலிருந்து நாலாவது இடத்தில் நிற்கிறது பாரு! அதுதான் நம்ம குதிரை! அந்த ஜாக்கி பலே கில்லாடி. குதிரையோட ஒவ்வொரு நரம்பும் அவனுக்கு அத்துபடி. எங்க தொட்டா குதிரை பறக்கும்னு அவனுக்குத் தெரியும்." அப்பா குரலில் பெருமிதம் மிகுந்திருந்தது.

"அதுதான் இப்போ ஜெயிக்குமா?" என்று கேட்ட கிரியின் வாயை அப்பா சட்டெனப் பொத்தினார்.

"சூ சூ" என்றார். கேட்கக் கூடாததைக் கேட்டுவிட்ட மாதிரி உணர்ந்தான்.

அப்பா அவனை அள்ளி அணைத்துக்கொண்டார். எல்லோர் முன்பும். அவனுக்குக் கூச்சமாக, அதேசமயம் சந்தோஷமாகவும் இருந்தது.

"எல்லாத்தையும் மீட்டுடலாண்டா கண்ணா!" என்றார். அப்பாவின் வாசனையை இத்தனை அருகே அவன் உணர்ந்ததில்லை.

அவன் அப்பாவின் காலைக் கட்டிக்கொண்டு அழுத பொழுது வீட்டுக்குள் நிறைந்திருந்த மண்ணெண்ணெய் வாசனை நினைவுக்கு வந்தது. அம்மா சமையலறை இடுக்கில் உட்கார்ந்து ஸ்டவ்வைப் பிரித்து, கருகிச் சுருண்டுபோயிருந்த திரித் துண்டுகளை எடுத்துக்கொண்டிருந்தாள். அவளைப் பார்க்கவே கிரிக்குக் கஷ்டமாக இருந்தது.

"அம்மாவுக்கு புது ஸ்டவ்?" அப்பாவின் முகத்தை ஏறிட்டுக் கேட்டான் கிரி.

பதில் பேசாது தலையைத் திருப்பிக்கொண்டார். பிறகு திரும்பி அவனைப் பார்த்து லேசாகச் சிரித்தார். கிரிக்கு எல்லாம் புதுசாக இருந்தது. அப்பா சிரிப்பது, அவனுடன் பேசுவது, அப்பா முகத்தில் இருந்த தீவிரம்! வீட்டில் இருக்கும்போது அவர் முகத்தில்தான் எத்தனை இறுக்கம். துளியும் சகஜமில்லாத ஜென்மம் என்று அம்மா தலையில் அடித்துக்கொள்வாள். பல நாட்கள் வீட்டுக்கு வரும்போதே தலைவலியுடன்தான் வருவார். கூடத்து விளக்கை அணைத்துவிட்டு சாய்வு நாற்காலியில் கண்களை மூடி அமர்ந்திருப்பார். அருகே போனால் "என்ன எப்பப்பாத்தாலும் தொணதொணன்னு" என்று எரிந்து விழுவார். அம்மாவின் பல கேள்விகளுக்கும் அதே பதில்தான்.

○○○

"ராமா ... இப்படித்தான் பயலை வளக்கணும்!"

பின்னாலிருந்து ஒரு குரல் கேட்டது. அப்பா வெடுக்கென்று திரும்பினார். குரலுக்கு சொந்தக்காரரின் முகத்தில் கோணலான சிரிப்பு; அடர்ந்திருக்கும் மீசைக்கும் தாடிக்கும் நடுவில். அவர் கக்கத்தில் அழுக்கான மஞ்சள் பை இடுங்கியிருந்தது.

"வாய்யா தாஸு. எந்தக் குதிரைமேல் போடப்போற?" என்று அப்பா கேட்டார். உற்சாகம் வடிந்த குரல்.

"ராமா நீ சொல்லு" என்றார் தாஸு அதே கோணல் சிரிப்புடன்.

"என் கணக்குப்படி சில்வர் லைட்னிங் அடிக்கப்போறது. ஆனா நீ எதுவும் வாய வைக்காத ... போன வாரம் புளூ டயமண்ட கால் நொண்ட வச்சதே உன் வாய்தான்" அப்பாவின் குரலில் லேசான சீறல் இருந்தது.

தாஸ் அப்பாவிடம் நெருங்கி அடங்கிய குரலில் "எனக்கு எதாவது தேறுமா?" என்றார்.

"தாஸு, நானே எல்லாவற்றையும் துடைச்சு வழிச்சு வைச்சிண்டிருக்கேன். இனிமே இத வைச்சுதான் இங்க வரணும்" தடாலென்று வயிற்றில் ஓங்கி அடித்துக்கொண்டார் அப்பா. பக்கத்திலிருந்த சிலர் அப்பாவைத் திரும்பிப் பார்த்தார்கள்.

தாஸ் முகத்தில் சிரிப்பு மறைந்தது. தூவென்று உமிழ்ந்தார். ஒரு துளி கிரியின் தொடையில் பட்டுத் தெறித்தது.

"மறந்துட்டியா ராமா, போனமாசம் என்கிட்ட வாங்கினதை ..?"

"தாஸு பாக்கலாம். எல்லாம் சில்வர் லைட்னிங் கிட்டத்தான் இருக்கு" என்று அப்பா தலையை நிர்தாட்சண்யமாகத் திருப்பிக்கொண்டார்.

"தரித்தர பிராமணா!" என்று கத்திவிட்டு தாஸ் நகர்ந்தார்.

அப்பாவின் உதடு இறுகியது. "நீயே சொல்லு ... அவன் இப்ப என்கிட்ட கேக்கறது நியாயமா?" என்று கேட்டார் கிரியிடம். கிரிக்கு அவருக்கு ஆசுவாசமாக ஏதாவது சொல்ல வேண்டும் போலிருந்தது. அதே சமயத்தில் அவனுக்கு ஒன்றுக்கு வரும்போல இருந்தது.

"அப்பா ஒண்ணுக்கு போகணும்பா" என்றான்.

அப்பாவின் கவனம் ஒலிபெருக்கியில் கிளம்பிய அறிவிப்பு மீதே இருந்தது. திடீரென எழுந்து நின்றார். அரங்கத்தில் கூடியிருந்தவர்களெல்லாரும் கழுத்தை நீட்டி மைதானத்தைப்

பார்த்தார்கள். சளசளவென நிறைந்திருந்த பேச்சுச் சத்தம் ஒரு கணம் அடங்கியது போலிருந்தது.

மைதானத்தில் குதிரைகள் வேகமெடுக்கத் தொடங்கி யிருந்தன. அரங்கத்தில் ஹோவெனக் கூச்சல் எழுந்தது. விதவித மான கத்தல்கள் அரங்கத்தின் கூரையை முட்டின. அவனும் அப்பாவின் பக்கத்தில் எழுந்து நின்றான். அப்பா "கமான் கமான்" என்று மைதானத்தை நோக்கிக் கத்தினார். கண்ணுக்குத் தெரியாத ஒரு சாட்டையை வலது கையால் காற்றில் சொடுக்கிக் குதிரையை செலுத்திக்கொண்டிருந்தார். அவர் வாயிலிருந்து எழும் சத்தங்கள் வினோதமாய் இருந்தன. அவர் முகத்தில் தெறித்த வெறியைப் பார்க்கும்பொழுது அவனுக்குப் பழக்கமான உருவத்தை களைந்து முற்றிலும் அன்னியமான ஒரு அவதாரத் தைத் தரித்துக் கொண்டவர் மாதிரி தோன்றினார். கிரிக்குச் சற்று பயமாகவே இருந்தது.

மெல்லிய குரலில் "அப்பா" என்று அழைத்தான். அப்பா விற்கு எதுவும் கேட்கவில்லை. மைதானத்தில் எல்லாக் குதிரை களின் உருவமும் அழிந்து வெறும் வேகம் காற்றில் உருவாக்கும் கசங்கிய இயக்கம் மட்டுமே அவனுக்குத் தெரிந்தது. ஆனால் அப்பாவின் கண்களும் கவனமும் 'சில்வர் லைட்னிங்' மேல் எப்படியோ ஒட்டிக்கொண்டிருந்தன. நொடிக்கு நொடி அவ ருடைய உடல் சேஷ்டைகள் அதிகரிக்கத் தொடங்கின. அந்த மைதானத்தில் அவரும் குதிரைகளுடன் ஓடுவது மாதிரி கிரிக்குப் பட்டது.

சட்டென ஒரு கணத்தில் அரங்கத்தின் கூச்சல் உச்சத்தைத் தொட்டுப் பின்பு தரை தட்டியது. சடாரென உருவான அமைதி ஒருவிதமான மயக்கத்தைக் கிரிக்கு உண்டுபண்ணியது. குழறலாய் "அப்பா" என்றான். அப்பாவின் முகம் தொங்கிப் போயிருந்தது. தரையை ஒரு கணம் பார்த்து நீண்டதாய்ச் செருமிக்கொண்டார். அவர் கண்கள் மைதானத்தின் பக்கம் போகவே இல்லை. கிரிக்கு இன்னும் ஒரு கணம்கூடத் தாமதிக்க முடியாமல் அடிவயிறு முட்டியது.

"அப்பா அவசரமா ஒண்ணுக்குப் போகணும்" என்றான்.

அப்பாவின் கழுத்து சாட்டையால் அடிவாங்கியது போலத் துள்ளி அவன் பக்கம் திரும்பியது. கிரி அதிர்ந்து பின்னால் நகர்ந்தான். அப்பாவின் கண்களில் மின்னிய வியப்பைப் பார்த் தான். அவன் யாரென்ற உள்ளுணர்வே இல்லாதது போலவே அவனைப் பார்த்தார். கிரி மீண்டும் "அப்பா!" என்றான் அழுத்தத்துடன்.

அப்பா, அவனை கவுண்ட்டர்கள் இருக்கும் இடத்திற்கு மறுபடியும் கூட்டிவந்தார். ஒரு வராந்தாவின் மூலையில் இருந்த கழிப்பறையை அவனுக்குச் சுட்டிக் காட்டினார். எந்தக் குதிரை வென்றது என்று கேட்க அவனுக்கு ஆசையாக இருந்தது. இப் போது வாயை மூடிக்கொண்டிருப்பது தான் உத்தமம் என்று அவனுக்குத் தோன்ற, கிரி கழிப்பறைக்குள் ஓடினான்.

அவன் வெளியே வந்தபோது அப்பாவைக் காணவில்லை. அவன் சிறிது நேரம் அந்த வராந்தாவிலேயே நின்றான். ஒரு வேளை, கவுண்ட்டர்கள் இருக்கும் இடத்தில் காத்திருக்கிறாரோ என உள்ளே நுழைந்தான். அங்கே மீண்டும் கும்பல் கூட ஆரம்பித்திருந்தது. கசகசவெனப் பேச்சுச் சத்தம். ஒவ்வொரு வராகப் பார்த்துக்கொண்டே போனான் கிரி. அரங்கத்துக் குள்ளும் தேடிப்பார்த்தான். அப்பாவை எங்கேயும் காணோம். எங்கே போயிருப்பார் என யோசித்துப்பார்க்கையில் குழப்பமே மிஞ்சியது. குதிரைகளுக்காகக் கூடும் கூட்டத்திற்கு நடுவில் ஓவென்று அழுகை வரும்போலிருந்தது. அடி உதட்டை மடித்து அடக்கிக்கொண்டான். அப்பா என்று கத்தியதாக எண்ணிக் கொண்டான். ஆனால் குரல் புழுப் போலவே நெளிந்தது.

அந்த அறையில் அடுத்த பந்தயத்தில் ஓடப்போகும் குதிரை களின் பெயர்கள் பலகையில் எழுதப்பட்டிருந்தன. அதில் 'சில்வர் லைட்னிங்'கின் பெயர் இல்லை. அது வென்றிருந்தால் அப்பா இப்போது அவனை விட்டுச் சென்றிருக்க மாட்டார். ராம்சந்த் சேட்டுக்கடைக்குப் போய் எல்லாவற்றையும் மீட்டிருக்க லாம். எல்லாம் என்பது என்ன என்ன என்று அவனுக்குத் தெரியவில்லை. ஆனால் எல்லாம் என்று அப்பா சொல்லியிருந்த தில் ஒருமாதிரியான ஆசுவாசம் அவனைச் சேர்ந்திருந்தது.

சில்வர் லைட்னிங்காம் மின்னலாம் . . . முட்டாள் குதிரை. ராஜாவின் குதிரையாக இருக்காது. வெறும் கூஜாவின் குதிரை.

அடுத்த பந்தயத்திற்கான குதிரைகளின் பெயர்களை மெல்ல உச்சரித்துப் பார்த்தான். ஒவ்வொரு பெயரும் விநோதமான சத்தத்தைக் கொண்டிருந்தது. 'ஆர்யன் ப்யூட்டி, அமேசிங் குவீன், டெக்கான் ட்ரீம் . . .' ஒவ்வொரு பெயரும் மனதுக்குள் புதுமையான சித்திரத்தைத் தீட்டியது. இவற்றில் எவையெல்லாம் நிஜமான ராஜாக்களின் குதிரைகளாக இருக்கக்கூடும்? பெயரில் தெரியும் செழுமை குதிரையின் உடலிலும் இருக்கும் என்று நினைத்தான். குதிரைகள் வளர்ந்திருக்கக்கூடிய இடங்களை நினைத்துப் பார்த்தான். குதிரை லாயங்களின் தரை தங்கத்தால் இழைக்கப்பட்டிருந்தது. குதிரைகளின் கழுத்தில் நவரத்தினங்கள் தகதகத்தன. அவற்றின் குளம்புச் சத்தம் இசைபோல ஒலித்தது.

அங்கே தனக்கும் அப்பாவுக்கு நிச்சயமாக இடம் இருக்காது. அப்பா, கமான் . . . கமான் . . . என்று அழைக்கும்பொழுது இந்தக் குதிரைகள் முகம் திருப்பிக்கொள்ளும்.

○○○

"ராஜா இங்கே வா" என்று தன்னைக் கூப்பிட்டவரைப் புரியாது பார்த்தான் கிரி. கோட் அணிந்து நின்ற குண்டு மனிதர் அவனை நோக்கிப் புன்னகைத்தார். அவருடைய கையில் சுருட்டு புகைந்தபடி இருந்தது. அவர் அருகே அவர் அளவுக்குப் பருமனான ஒரு பெண்மணி. அவள் முகத்தில் பவுடரும் கழுத்தில் நகையும் ஜொலித்தன.

கிரி அவர் அருகே சென்றான். அவர் அவன் முகத்தையே கூர்ந்து பார்த்தது அவனுக்குக் கூச்சத்தை அளித்தது. தலையைத் தாழ்த்திக்கொண்டான்.

அவர் அந்தப் பெண்ணிடம் திரும்பி "இவன் கிட்டத் தான் ராணி நம் அதிர்ஷ்டம் இருக்கு" என்றார் தீர்மானமாக. ராணி என்ற சொல் கிரியின் உடலில் அதிர்வை ஏற்படுத்தியது. ராணி உதட்டைச் சுழித்து வேறு எங்கோ பார்வையைத் திருப்பி னாள்.

அவர் கிரியின் தலையை வருடினார்.

"இதோ இந்தப் பக்கத்திலிருக்கிற பெயர்களைப் படி" என்று கையில் புத்தகத்தை விரித்து ஒரு பக்கத்தை காட்டினார். கிரி மௌனமாக நின்றான்.

"ராஜாவுக்குப் படிக்கத் தெரியுமில்ல?" என்று கேட்டவருக்கு ஆமாம் என்று தலையசைத்தான்.

"எத்தனாம் க்ளாஸ்?"

"ஏழாவது"

"கொஞ்சம் படி பாப்போம்" என்றார்.

அவன் தயக்கத்துடன் ஒவ்வொரு பெயராய்ப் படித்தான். அவர் உடலைச் சரித்துக் கேட்டுக்கொண்டார்.

"இப்போ இதில உனக்குப் பிடிச்ச ஒரு பெயரைச் சொல் லேன் பார்ப்போம்" என்றார்.

கிரி குழப்பத்துடன் "அப்பா கிட்டே போகணும்" என்றான்.

"அப்பாவா, எங்கே?" என்று அந்த மனிதர் சுற்றுமுற்றும் பார்த்தார்.

"தெரியலை" என்றான் கிரி.

ராணியின் முகத்தில் பொறுமையின்மை தெரிந்தது. சுப்பையா என்று அவர் தோளை அழுத்தினாள். அதை கவனிக்காது அவனிடம் குனிந்தார். அவன் முகத்திற்கருகே அவருடைய உருண்ட கண்களும் விடைத்த மூக்கும் வந்தன.

அவன் தோளைத் தொட்டு, "அப்பா வந்துருவாரு . . . எங்க போகப் போறாரு" என்று மென்மையாகச் சிரித்தார். கிரி அதை நம்ப வேண்டும் என்று விரும்பினான். ஆனால் அவனுக்கு மீண்டும் அழுகை வரும்போல இருந்தது. அவருடைய சிரிக்கும் கண்களுக்குள் அவனை ஆசுவாசப்படுத்தும்படியான ஆழம் தெரிந்தது. அவரிடமிருந்து சுருட்டும் செண்ட்டும் கலந்து வசீகரமான வாசனை வந்தது. அவருடைய பெயரைச் சொல்லி அவள் கூப்பிடுகிறாளே! அப்பாவின் பெயரை அம்மா உச்சரித்தது கூடக் கிடையாது.

"இப்போ ஒரு பெயரைச் சொல்லு பார்க்கலாம்" என்றார். கிரி அந்தப் பக்கத்திலிருந்து தனக்குப் பிடித்த பெயரை உச்சரித்தான்.

அவர் கண்கள் ஒருமுறை மூடிக்கொண்டன. தலை மேலும் கீழுமாக அசைந்தது. அவர் பக்கத்திலுள்ள கவுண்ட்டருக்குப் போனார். ராணி அவனை மேலும் கீழுமாக ஒரு பார்வை பார்த்தாள். கிரிக்கு மீண்டும் ஒன்றுக்கு வரும்போல இருந்தது.

அந்த மனிதர் அவனை நோக்கி வந்தார்.

"இதோ இது உனக்கே உனக்கு. வச்சுக்கோ. நாம இப்ப போய் நம்ம குதிரை ஜெயிக்குறதைப் பார்ப்போம்" என்று அவன் சட்டைப் பையில் ரூபாய் நோட்டை வைத்தார். அவன் கைகளைப் பிடித்து அரங்கத்துக்குள் அழைத்துப் போனார்.

○○○

அரங்கத்துக்குள் அப்பாவை மறுபடி தேடிப்பார்த்தான் கிரி. உள்ளே கூட்டம் முன்பிருந்ததைவிட அதிகமாகிவிட்டிருந்தது. அந்த மனிதர் கிரியின் கையைப் பற்றி பக்கத்தில் உட்கார வைத்தார். அவருடைய சுருட்டு அணைந்து போயிருந்தது. ஆனால் அதை அவர் மீண்டும் பற்ற வைக்காமல் பற்களால் கடித்துக்கொண்டிருந்தார். கோட்டுப் பையிலிருந்து கரிய பைனாகுலரை எடுத்து மைதானத்தைப் பார்த்தார். கிரியிடம் திரும்பி, "நீயும் பார்" என்று பைனாகுலரை நீட்டினார். கிரியின் முகத்தை அது மறைத்தது. அதைத் தொடவே கிரி கூச்சப்பட்டான். கை நழுவி உடைத்துவிடுவோம் என பயந்தவனைச் சமாதானப்படுத்தி

அவன் கண்களுக்கு ஏற்ற மாதிரி பொருத்திக் காட்டினார். அதனுள் வழிந்த துல்லியத்தையும் மைதானத்துள் நின்றிருந்த குதிரைகளின் அண்மையையும் அவனால் நம்ப முடியவில்லை. சுண்டுவிரலை மட்டும் நீட்டினால் போதும், குதிரைகளைத் தொட்டுவிடும் தூரம். ஒவ்வொரு குதிரையின் நேர்த்தியும் கம்பீரமும் அவனை அசரவைத்தன. அவற்றின் மேல் அமர்ந் திருந்த குதிரையோட்டிகளின் பொலிவு அவனைக் கவர்ந்தது. தானும் ஒரு அடி வைத்தால் குதிரையொன்றின் மேல் ஏறி சவாரி செய்யக்கூடும் என நினைத்தான் கிரி. அவனுடைய கற்பனையில் அந்த மைதானத்தில் புரளும் பிடரி கொண்ட புரவியின் மீது பறந்தான் கிரி.

பந்தயம் ஆரம்பித்தது. அரங்கம் முழுவதும் கூச்சல், களே பரம். பக்கத்திலிருந்த மனிதர் எந்த விதச் சலனமும் இல்லாது மைதானத்தைப் பார்த்தார். அப்பாவின் முகத்தில் தென்பட்ட நாடகத்தின் நிழல் கூட அவர் முகத்தில் இல்லை. கிரிக்கு உள்ளுக்குள் பதற்றம் கூடிவந்தது. “என் மீது தவறு இல்லையே. அவராகத்தானே என்னைத் தேர்ந்தெடுக்கச் சொன்னார். அது வெற்றிபெறாவிட்டால் அது எப்படி என் பொறுப்பாகும்?” என தன்னைக் காத்துக்கொள்ளும் வாதங்களை அவன் மனம் உருவாக்கியபடி இருந்தது. தலையை இன்னமும் அழுத்தமாகக் குனிந்து கொண்டான். சட்டென்று எல்லா அமளியும் ஓய்ந்தாற் போல இருந்தது. அந்த மனிதர், “ராணி நான் சொன்னது சரி தானே” என்று அவளிடம் பேசுவது கிரிக்குக் கேட்டது. கிரியை மெல்ல அணைத்துக் கொண்டார்.

“என் ராஜா . . . நான் நினைச்சது சரிதான் . . .” என்று அவன் காதருகே சொன்னார்.

கிரி தயக்கத்துடன் அவரைக் கேட்டான்: “எந்த குதிரை ஜெயிச்சது?”

அவர் அவன் தலையை வருடியபடி சொன்னார்: “இந்த ராஜாவோட குதிரைதான்.”

கிரி சட்டென்று ராணியைப் பார்த்தான். அவள் முகத்தில் ஒரு நெகிழ்ச்சி ஏற்பட்டிருந்ததைத் தன் கற்பனை என்றே எண்ணிக் கொண்டான்.

ooo

வரிசையாக அடுத்த மூன்று பந்தயங்களிலும் கிரி தேர்ந் தெடுத்துச் சொன்ன குதிரையே ஜெயித்தது. அவர் அவனை அரங்கத்தில் வைத்துக் கொண்டாடினார். ஒவ்வொருமுறை

ஜெயித்த பிறகும் அவன் சட்டைப் பையில் நூறு ரூபாய் நோட்டுகளைச் செருகினார். அவன் குதிரையைத் தேர்ந்தெடுக் கும் பொழுது சுற்றிக் கும்பல் சேர ஆரம்பித்தது. அவன் உதடுகளிலிருந்து குதிரையின் பெயர் வெளிவந்த பின் அந்த மனிதரைத் தவிர மற்றும் பலரும் பணத்துடன் கவுண்ட்டருக்கு ஓடினார்கள். பந்தயம் முடிவுற்ற பிறகு அவனுக்கு அறிமுகமற்ற ஆட்களெல்லாம் அவனை அணைத்துக் கொண்டார்கள். அப்பா வுடன் சண்டை போட்ட தாஸ், தேடி வந்து அவனைக் கட்டிக் கொண்டார்.

“அடிச்சேண்டா கண்ணா இன்னிக்கு ஜாக்பாட்! இத்தனை நாளா ராமனுக்கு இப்படியொரு வாரிசு இருக்குன்னு தெரியாமப் போயிடுத்தே” என்றார். அவரிடம் அப்பாவைப் பற்றிக் கேட்பதற் குள் அவர் அங்கிருந்து வெளியேறினார்.

கிரி அங்கிருந்து நகர்ந்தான். வெளியே மே மாத வெயில் தாழ ஆரம்பித்துவிட்டது. அவன் வயிற்றில் பயம் கனமான பந்தாய் உருண்டது. அவன் இங்குமங்கும் அலைந்து பார்த்தான். அடுத்த பந்தயம் கடைசி என்ற அறிவிப்பு அவன் காதில் பளிரென அறைபோல் விழுந்தது. அவன் மனதுக்குள் புகைந்து கொண்டிருந்த ஒரு எண்ணம் சட்டெனப் பற்றிக் கொண்டது. அப்பாவை இனிமேல் பார்க்க முடியாது என்று அவனுக்குத் தோன்றியது. வீட்டுக்குப் போனாலும் அப்பா இருக்க மாட்டார்.

இன்று அவன் இங்கு வந்தது மிகப்பெரிய தவறு. அவன் வராமல் இருந்தால் ‘சில்வர் லைட்னிங்’ வெற்றியடைந்திருக்கும். அப்பாவால் எல்லாவற்றையும் மீட்டிருக்க முடியும். அம்மாவிடம் என்ன பதில் சொல்வது. அவனை அப்பா இங்கே அழைத்து வந்தது கூட அம்மாவுக்குத் தெரிந்திருக்காது.

அப்பா வீட்டில் மின்விசிறியைக் கழற்றும்போது கிரி அழ ஆரம்பித்திருந்தான். அந்த நீல நிற உஷா ஃபேனை அவன் மீண்டும் பார்க்க முடியாதென்று தோன்றிவிட்டது. போன மாதம் வீட்டிலிருந்து காணாமல் போன மர்ஃபி ரேடியோ பெட்டியுடன் அவனுக்கு இருந்த ஒட்டுறவைவிட இந்த மின்விசிறி யிடம் குறிப்பிடும்படியாக அவனுக்குப் பற்றுதல் இல்லைதான். இருப்பினும் ஒவ்வொன்றாக இழந்து கொண்டிருப்பது அவனைப் பதற்றப்படுத்தியிருந்தது. அப்பா வெள்ளிப் பாத்திரங்களை எடுத்துப் போகும்போது அம்மா லேசாக அழுவதைப் பார்த்திருக் கிறான். ஆனால் அம்மாவின் அழுகை எந்த விளைவுகளையும் ஏற்படுத்தவில்லை. ஸ்டூல் மேல் நின்றபடி மின்விசிறியைக் கழற்றிய அப்பாவின் காலைக் கட்டியபடி அழுதான்.

அப்பா, "விடுடா விடுடா" என்று உதைத்துக்கொண்டு மின்விசிறியைக் கழற்றினார். அவர் அதை எடுத்துக்கொண்டு வாசலில் போகும்போது அவர் பின்னால் ஓடினான். அவருடன் ராம்சந்த் சேட்டுக் கடைக்கும் பிறகு அங்கிருந்து குதிரை ரேஸுக்கும் வந்திருப்பான் என்று அம்மா புரிந்து கொண்டிருப்பாளா? மின்விசிறிக்கும் அப்பாவுக்கும் கிரியே பொறுப்பு என்று அவள் நினைத்துக்கொண்டால் அவனால் வெறும் கையுடன் வீட்டுக்கு எப்படி போக முடியும்?

கிரி அந்த இடத்தை விட்டு வெளியே ஓடினான். வானில் பொன் நிற மேகங்கள் சூரியனை நோக்கி விரைந்துகொண்டிருந்தன. ஒரேயொரு மேகம் மட்டும் எங்கும் போகாது பின் தங்கியிருந்தது. பார்க்கப் பார்க்க அது சில்வர் லைட்னிங் குதிரை போலவே இருந்தது.

பிரமிட்

வாசு கையில் பத்திரிகையுடன் உட்கார்ந்து கொண்டிருந்தான் தெருவைப் பார்த்தபடி. அந்தப் பொதுக் குடித்தனத்தில் முன்வாசலுக்கும் பின்வாசலுக்கும் நடுவில் நீண்ட தாழ்வாரம். தாழ்வாரத்தின் இரு பக்கமும் இரண்டு குடித்தனங்கள். அந்தத் தாழ்வாரத்தில் விளையாடிக் கொண்டிருந்தது பானு. அவனுடைய மனைவி கீதா சமையலறைக்குள் இருந்தாள்.

பின்தெருவில் இறங்கும் வாசல்படியில்தான் உட்கார்ந்து பிரமிடுகளைப் பற்றி யோசித்துக்கொண்டிருந்தான். அந்தத் தெரு வீடுகள் மட்டுமே நிறைந்த ஒன்று. முன்வாசல் தெருவில்தான் கடைகண்ணிகள். இங்கே இருக்கும் வீடுகளுக்கு நடுவே இடைவெளி இருக்கும். அதன் மூலம் பார்க்கும்போது வீட்டுத் தோட்டங்களில் இருக்கும் தென்னைகளும் முருங்கை மரங்களும் தெரியும்.

இன்னும் கொஞ்ச நாட்களில் இந்தத் தெருவிலும் முன்வாசலைப் போல ஸ்கூட்டரும் காரும் நிறைய போகத் தொடங்கிவிடும். ஒரு பழைய வீட்டை இடித்து பிளாட்களாக மாற்றிக்கொண்டிருந்தார்கள். எத்தனை குடித்தனம் வரப்போகிறதோ! பாதி உயரத்துக்கு வந்துவிட்ட கட்டிடத்தில் இரும்புக் கம்பிகள் வானத்தைப் பார்த்தபடி நின்றுகொண்டிருந்தன. வேலைக்குத் தேவையான மணலும் குவித்து வைக்கப்பட்டிருந்தன. கட்டிடத்துக்கு அருகே முனிசிபாலிட்டிக்காரர்களால் தெரு தோண்டப்பட்டு சரளைக் கற்கள் குவிக்கப்பட்டிருந்தன. சித்தாள்களும் மேஸ்திரியும் வரத்தொடங்கியாயிற்று.

எகிப்திய பிரமிடுகளைப்பற்றி ஒரு எழுத்தாளர் எழுதிய கட்டுரையை வாசு படித்துக்கொண்டிருந்தான்.

அதில் பிரமிடுகளின் பல படங்களும் கொடுக்கப்பட்டிருந்தன. நாலாயிரத்து ஐநூறு ஆண்டுகளுக்கு முன்னால் கட்டப்பட்டவை அவை என்று அந்த எழுத்தாளர் எழுதியிருந்தார்.

நான்காயிரம் ஆண்டுகளுக்கு முன்பு கட்டப்பட்டவை இன்றும் நின்றுகொண்டிருக்கின்றன. இன்னும் எத்தனையோ ஆயிரம் ஆண்டுகளுக்குப் பின்னும் நிற்கும். இந்த எண்ணம் திரும்பத் திரும்ப அவன் மனதுக்குள் சுழன்றுகொண்டிருந்தது. பிரமிடுகளை உருவாக்கிய மனிதர்கள் எப்போதோ அழிந்து போய்விட்டார்கள். அதற்கப்புறம்கூட எத்தனையோ தலை முறைகள் வந்துபோயாயிற்று.

அவற்றைப் பார்க்க வேண்டும் என்று அவனுக்குத் தோன்ற வில்லை. அவற்றின் இருப்புப் பற்றிய அந்தத் தகவலே அவனுக்குப் போதுமானதாக இருந்தது. இந்த விஷயம் மட்டுமே பிரமிடை விட முக்கியமான ஒன்றாக இருந்தது. சிறு வயதில் எத்தனையோ கோயில் கோபுரங்களைப் பார்த்திருக்கிறான். அவற்றின் புராதனங் களைப் பற்றி பள்ளியில் படித்திருக்கிறான். அவையெல்லாம் எந்தச் சலனத்தையும் அவனுக்கு அளிக்கவில்லை. யாரோ ஒருவன் பார்த்துவிட்டு வந்த பிரமிடுகள் அவனை விந்தைக்குள் ளாக்கின.

எத்தனை அற்புதமான விஷயம் இது. மனிதன் கட்டியவை தானா இவை? காலத்தின் முகத்தில் கரியைப் பூசிவிட்டு நிற்கின்றனவே! தெருவில் எத்தனையோ ஆட்கள் போவதும் வருவதுமாக இருக்கிறார்கள். அவர்களுக்கு இதைப் பற்றி ஒரு சிந்தனை உண்டா? எதிர் வீட்டுக்காரரர் என்ன சொல்லுவார்? கீதா என்ன சொல்லுவாள்?

எல்லோரிடமும் அந்தக் கட்டுரையைக் காட்ட வேண்டு மென்று தோன்றியது. தெருவில் இறங்கிக் கையில் மணிக் கூடையில் பால் பாக்கெட்டை எடுத்து வாசலை மெதுவாகக் கடந்துகொண்டிருந்த கிழவரை நிறுத்தினான்.

“மணி சார், இதப் பாருங்க. இதை எப்பக் கட்டினாங்க சொல்லுங்க பாக்கலாம்!”

அருகில் வந்து கண்ணாடியை இறக்கிக் கூர்ந்து பார்த்தார்.

“இது என்ன பத்திரிகை? இதுக்கு முன்னாடி நான் பாத்ததே யில்லியே” என்றார்.

“அத விடுங்க, இங்கே பாருங்க . . . நாலாயிரம் வருஷமா இருக்காம்.”

“என் மருமான் வந்து காமிச்சான். போட்டோவோட. சைனாவில கட்டியிருக்கானாம். என்ன உசரம்ங்கறேள் . . .

நான் சொல்றேன் கேட்டுக்கோங்கோ ... அமெரிக்காக்காரன் லாம் காலிப் பெருங்காய டப்பாதான் இனிமே. சைனாக் காரனுக்கு உயரம் குறைச்சல்தான், ஆனா பாருங்கோ ...” என்று அவர் எதையோ சொல்ல ஆரம்பித்தார்.

அவருடைய கழுத்தில் தொங்கும் சதை ஆடுவதையே வாசு பார்த்துக்கொண்டிருந்தான்.

இந்த மணி அய்யரும் இன்னும் சில வருஷங்களில் இறந்து போய்விடுவார். அப்போதுகூட அந்த பிரமிடு நிற்கும் என்று நினைத்துக் கொண்டான்.

மீண்டும் வந்து வாசற்படியில் அமர்ந்துகொண்டான்.

நாலாயிரம் வருடங்கள்! நாலு வருடங்களுக்கு முன் செய்த காரியங்கள் அவன் நினைவில் இருக்கின்றனவா ... இதே மாதிரி பின்வாசலில் உட்கார்ந்து கொண்டிருக்கக்கூடும். வேறென்ன! நாலு மாதங்களுக்கு முன் ... நாற்பது வருடங்களுக்குப் பின் ... அவன் இருக்கக்கூட மாட்டான்!

கொஞ்ச நேரம் கழித்துப் பெரிய அலறல் கேட்டது. பட் பட்டென்று எதையோ அடிக்கும் சத்தம் கேட்டது.

“பத்திரிகைய கையில எடுத்துண்டா உலகமே மறந்து போயிடும் உங்களுக்கு. இங்க வாங்க முதல்ல”

வாசு எரிச்சலுடன் தாழ்வாரத்துக்கு வந்தான்.

கீதா பானுக்குட்டியைப் பிடித்து உலுக்கிக் கொண்டிருந் தாள். இவனைப் பார்த்த பார்வையில் கடுகடுப்பு இருந்தது. எதிர்த்த வீட்டுக்காரர் வேட்டியை மடித்துக்கொண்டு நின்றார்.

பானுக்குட்டி முகத்தை இறுக்கமாக வைத்துக்கொண்டிருந் தது.

கீதா குழந்தையின் இரு கன்னங்களையும் பிடித்துக் கொண்டு ஒட்டியிருந்த அவள் உதடுகளைச் சுட்டுவிரலால் பிரிக்கப் பார்த்தாள். அது கொஞ்சமும் இடம் கொடுக்காமல் முகத்தைத் திருப்பிக்கொண்டது.

வாசு “என்ன ஆச்சு ...” என்று கேட்டான்.

“காசை வாயில போட்டுக்குச்சு. நான்தான் உங்க வைஃப்பை கூப்பிட்டேன்” என்றார்.

“இன்னும் மூணுகூட ஆகல! இத்தோட எத்தனை மாரடிக்க வேண்டியிருக்கு. வாயத் திற! திறக்கறியா ... இல்லியா ...”

சிறிய குரங்கு மாதிரி முகத்தை உப்பென்று வைத்தபடி குண்டு விழிகளால் இருவரையும் பார்த்தது.

வாசு "செல்லக்குட்டி, துப்பிடு த்தூன்னு" என்றான்.

வீட்டுக்காரர் "முழுங்கிடுச்சுன்னா அப்புறம் ரொம்ப பிராப்ளம். ஏன் குழந்தைகிட்ட காசு கொடுக்கறீங்க ..." என்றார்.

கீதா எரித்துவிடுவதுபோலப் பார்த்தாள். வீட்டுக்காரர் உள்ளே போனார். அவர் வீட்டுக்குள்ளேயிருந்து டி.வி சத்தம் கேட்க ஆரம்பித்தது.

"நீங்க இங்கதான இருந்தீங்க ... என்ன பண்ணிண்டு இருக்கான்னு பாக்கக் கூடாதா? குழம்பு கொதிக்கறதேன்னு இருந்தேன் ... அதுக்குள்ள ... ச்சே! பானு ... ஆ காட்டு ..."

"பானு ... இந்தப் படத்தப் பாத்தியா ... இத்தோட பேரு என்ன தெரியுமா பிரமிட் ... எங்க வாயத் திறந்து சொல்லு பாப்போம் ... பட்டுக்குட்டியாச்சே!"

வாசு குழந்தை முன்னால் பத்திரிகையை விரித்தான்.

குழந்தை 'உஹூம்' என்று தலையை ஆட்டியது. அதன் கடைவாயில் இருந்து உமிழ் நீர் வழிந்தது.

கீதா, வாசு விரித்த பத்திரிகையைத் தூக்கி எறிந்தாள். அது தாழ்வாரத்தோடு ஓட்டிப் போகும் சாக்கடையில் விழுந்தது.

கீதா விசுக்கென்று வீட்டுக்குள் போனாள். வாசு குழந்தையை அள்ளி மடியில் வைத்துகொண்டு தாழ்வாரத்துத் தரையில் அமர்ந்தான். சில்லென்று இருந்தது.

"கண்ணுக்குட்டி ஆ திற ..."

பானு முகத்தைக் கவிழ்த்து கொண்டது.

"ஆ காட்டலை ரெண்டு கண்ணனைக் கூப்பிடப் போறேன் ... அங்க பாரு ... அவன் வர்ற சத்தம் கேக்கறது பாரு ... துப்பப் போறியா இல்லையா இப்போ ..." என்று கடும் குரலில் அதட்டினான்.

பின்வாசல் பக்கம் பார்த்துவிட்டு முகத்தைத் திருப்பி அவனையும் பார்த்தது. அதன் குண்டுக் கண்களில் நீர் தளும்பியது. உப்பென்று வைத்திருந்த கன்னத்துடன் அழுகையின் ஆரம்பமாக உதட்டை பிதுக்கியது.

கீதா உள்ளேயிருந்து வந்தாள். மூடியிருந்த கையைக் குழந்தை முன்னால் நீட்டினாள்.

"வாயில இருக்கிறதை தூன்னுத் துப்பினா என்னமோ பானுக்குட்டிக்குக் கிடைக்குமே!" என்றாள்.

அழும் கண்கள் சட்டென்று மலர்ந்து கீதாவை எதிர்பார்ப்புடன் பார்த்தன.

கையை திறந்து உள்ளே இருந்த சாக்லேட்டை ஒரு கணம் காட்டிவிட்டு சட்டென்று மீண்டும் கையை இறுக மூடிக்கொண் டாள்.

குழந்தை அவள் கையைப் பற்றி இழுத்தது.

“ஆ . . . காமி கொடுக்கறேன்”

குழந்தை அவள் கையைப் பார்த்துக்கொண்டே வாயைத் திறந்தது. கண நேரத்துக்குள் வாயில் மிதந்துகொண்டிருந்த காசை ஆட்காட்டி விரலால் துருத்தி எடுத்துப் போட்டாள். குழந்தை அவள் கையை பிடித்து ‘தா’ என்றது. கீதா குழந்தையின் முதுகில் ஓங்கி வைத்தாள். ஓவென்று அழத் தொடங்கியது.

வாசு “ச்ச்சு . . . குழந்தையைப் போய் அடிக்கறா . . . வாம்மா” என்று தூக்கிக்கொண்டான்.

○○○

பின்வாசல் தெருவில் குழந்தையை வைத்துக்கொண்டு நின்றான் வாசு. குழந்தை அழுகையை மறந்து வேடிக்கை பார்க்க ஆரம்பித்தது. கட்டிட வேலை சூடு பிடிக்க ஆரம்பித் திருந்தது. கட்டிடத்துக்கு முன்னால் இரண்டு குழந்தைகள் விளையாடிக்கொண்டிருந்தன. சித்தாட்கள் வரிசையாக வந்து மணலை அள்ளித் தலையில் தூக்கி வைத்தபடி மேலே ஏறிக் கொண்டிருந்தனர்.

பிரமிடுகளை இப்படித்தான் கட்டியிருப்பார்களோ. எத்தனை ஜனங்கள் வேலை செய்திருக்க வேண்டும். எத்தனை வருஷங்கள் ஆகியிருக்கும். இயந்திரங்கள் கிடையாது, வாகனங்கள் கிடையாது. யாராலும் இதுவரை கண்டுபிடிக்க முடியவில்லை எப்படி கட்டினார்கள் என்று! அத்தனையும் எதற்காக? பிணங்களைப் புதைப்பதற்காக.

வாசுவின் மனதில் புத்தகத்தில் பார்த்த பிரமிடுகளின் வடிவங்கள் ஒவ்வொன்றாகத் தோன்றின. ஆனால் அவை நிலைபெறாமல் சரிந்துகொண்டே வந்தன.

வாசுவிற்கு பானுக்குட்டி மேல் கோபமாக வந்தது. அவன் அந்தக் கட்டுரையை முழுதாக வாசித்து முடித்திருக்கவில்லை. இவளால்தான் கீதா அதைத் தூக்கிச் சாக்கடையில் போட்டாள். அந்தப் பக்கமெல்லாம் ஈரத்தில் சொதசொதவென நனைந்து . . . லேசாக பானுவின் தொடையில் கிள்ளினான். அது உடனே உதட்டைப் பிதுக்கி ம்மா . . . என்றது. “சரி சரி மறுபடியும் அழாதே” என்று எரிச்சலுடன் சொன்னான். அவன் தோளில் முகத்தைப் புதைத்துக்கொண்டது.

தெருவில் சைக்கிள், மாட்டு வண்டி எல்லாம் போக ஆரம்பித்துவிட்டன. இந்த நகரத்தில் மட்டும்தான் இன்னும் மாட்டு வண்டிகள் போகின்றன. அங்கங்கே தெருவில் சாணி மொத்தை மொத்தையாய் விழுந்து கிடக்கிறது. இந்த நகர்! இதுகூடப் புராதனமான ஒன்றுதான். புகழ்பெற்ற விஜயநகர மன்னன் ஆட்சிபுரிந்தது. எத்தனையோ சிதிலங்களைக் கொண்டது. அவற்றை அவன் பார்த்ததுகூட இல்லை. பார்க்க வேண்டுமென்றால் அது ஒரு பெரிய காரியம் இல்லை. ஒருநாள் செலவழித்தால் போதும்; பக்கத்திலிருக்கும் அந்தப் புராதன நகரத்தைப் பார்த்துவிட்டு வந்துவிடலாம். குழந்தையைக் கூட்டிப் போகலாம். அதற்கு என்ன தெரியும். கடைத் தெருவுக்குப் போனால் அது இன்னும் உற்சாகம் கொள்ளும். முன்வாசலுக்கு அதை வேடிக்கை காட்டக் கூட்டிச் சென்றால் பொம்மைகளும் பலூன்களும் நிறைந்த கடையிருக்கும் திசையைக் காட்டி அவன் கன்னத்தைப் பிடித்துத் திருப்புகிறது.

கீதாவின் உலகத்தில் பிரமிடுகளும் சிதிலங்களும் இருக்குமா என்று யோசித்தான். வீட்டு வாசலில் ஒரு பிரமிடு முளைத்தால் அவள் என்ன செய்வாள்? கறிகாய்க் கடைக்குப் போகத் தடையாக இருக்கிறதே என்று சலித்துக்கொள்வாளோ?

இரண்டு முனிசிபாலிட்டி ஆட்கள் வந்து தெருவோரமாய்த் தோண்டப்பட்டிருந்த பள்ளத்தைப் பார்வையிட்டனர். கட்டட வேலை மிகச் சுறுசுறுப்பாக நடந்துகொண்டிருந்தது. சித்தாட்கள் எறும்புபோலச் சாரை சாரையாக மேலிருந்து கீழே வருவதும் மண்ணையும் செங்கல்லையும் அள்ளிப் போவதுமாக இருந்தனர்.

இது ஒரு மிகச் சாதாரணக் கட்டிடம். சாதாரண மனிதர்கள் அல்லோலகல்லோலப்படப்போகும் இடம். செங்கற்களைச் சிமிட்டியால் ஒட்ட வைத்து எழுப்பபடுவது. காலம் இவற்றை மென்று விழுங்கி விடும். காலத்தின் ஒரு அலையில் இது இருக்குமிடம் தெரியாமலே போய்விடும். வாசு தன் மனதுக்குள்ளே பிரமிடை வடிவமைத்துக்கொள்ளப் பார்த்துத் தோற்றான்.

மணல்மேல் விளையாடிக்கொண்டிருந்த குழந்தைகளில் ஒன்று மணலைத் தூக்கித் தலைமேல் போட்டுக்கொண்டு ஓவென ஆர்ப்பரித்தது. அதன் கன்னத்தில் சீழ்ப் பிடித்த கட்டி இருந்தது.

வாசுவிற்குக் குளிக்கப் போக நேரம் ஆகிக்கொண்டே இருந்தது. கீதாவின் மனம் குளிர்ந்திருக்கும் சமயமாகப் பார்த்து வீட்டுக்குள் நுழைய வேண்டும்.

பானுவிடம் "செல்லப் பாப்பா ... சாயந்திரம் இன்னைக்கு அப்பா ஆபிஸுலேர்ந்து வந்தப்புறம், நானும் அம்மாவும் கிருஷ்ணன் கோவிலுக்குப் போகப்போறோம். நீ வேண்டாம்" என்றான்.

அவன் இப்படிச் சொன்னால் பானுக்குட்டி ஜிங்கென்று குதித்து "அப்பா வாண்டாம்" என்று போட்டிக்கு மழலையில் அழகாகச் சொல்லும்.

ஒன்றுமே பேசாமல் இருக்கிறதே என்று அதைப் பார்த்தான். அது தெருவைப் பார்த்துக் கொண்டிருந்தது.

எதிரே மணலில் விளையாடிக்கொண்டிருந்த குழந்தை இப்போது சரளைக் கற்கள் குவியலில் ஏறி சிறு சரளைக் கற்களை எடுத்து வாயில் போட்டுக்கொண்டிருந்தது. மணல் குவியலில் உட்கார்ந்திருந்த மற்ற குழந்தையும் இறங்கி வந்து கற்களை எடுத்து மென்றது. தெருவில் நின்றிருந்த முனிசிபாலிட்டி ஆள் கட்டிடத்தில் வேலை செய்து கொண்டிருந்தவர்களைப் பார்த்துக் கத்தினான்:

"யார் குழந்தைம்மா இதுங்க? முனிசிபாலிட்டிக் கல்லைக் கொடுத்தா குழந்தைய வளக்குறது!."

மேலும் கீழும் போய்க்கொண்டிருந்த சித்தாட்கள் எதையும் பொருட்படுத்தாது இயங்கிக்கொண்டிருந்தார்கள். முனிசிபாலிட்டி ஆள் ஒரு கல்லை எடுத்துக் குழந்தைமேல் எறிவதைப் போலப் போக்குக்காட்டி, "இறங்கு!" என்று கத்தினான். கைகளில் அள்ளிய கற்களுடன் அவை சரிந்து இறங்கி மணல் குவியல்மேல் மீண்டும் ஏறிக்கொண்டன.

முனிசிபாலிட்டி ஆள் அந்த இடத்திலிருந்து அகன்றான். யாரும் கவனிக்காத இரண்டு குழந்தைகளும் ஒன்றை ஒன்று குறுகுறுவென்று பார்த்துக்கொண்டு மண்ணையும் கல்லையும் மென்றன. பானுக்குட்டிகூட எதையோ வாயில் போட்டாற் போல மென்றுகொண்டிருந்தது. கட்டிட வேலை ஒரு தடுமாற்றமும் இல்லாத லயத்துடன் சுருதிகூடி நடந்துகொண்டிருந்தது.

○○○

மாலை கிருஷ்ணன் கோவிலுக்குப் போனபோது சன்னதியில் பிரார்த்தனை பண்ணத்தோன்றாமல் வெறுமனே கை கூப்பிக்கொண்டு நின்றிருந்தான். மனம் என்னவோ குதூகலமாக ஆடி விளையாடுகிறது. அதிசயமான ஒன்று தனக்கு மட்டுமே கிடைத்தது போல. பானுக்குட்டி கீதாவின் புடவையைப் பற்றி இழுத்துக்கொண்டிருந்தது.

அவன் விக்கிரகத்தைப் பார்த்தான். மிகவும் அழகான விக்கிரகம். லேசான புன்முறுவலுடன் நிற்கும் பால கிருஷ்ணன்.

அவனுக்குக் குழந்தை பிறக்க வேண்டுமென்று அம்மா இந்தக் கிருஷ்ணனைத்தான் வேண்டிக்கொண்டிருந்தாள். வாசு பிறப்பதற்கு முன்னால் அவள் வயிற்றில் இரண்டு தங்காமல் போய்விட்டது. ஒரு பையன், ஒரு பெண். அவர்கள் தங்கியிருந் தால் தன்னுடைய பிறப்பு இல்லாமல் கூடப் போயிருக்கும். அப்போது, இதோ இந்த கீதா யாரோடு நின்றுகொண்டிருப்பாள்? இந்தக் கோவிலுக்கும் அவளுக்கும் எந்தவிதத் தொடர்பும் இல்லாதுகூட போயிருக்கும். பானுக்குட்டி . . . அவளும் பிறந்திருக்க மாட்டாள். அது அவனுக்குக் கஷ்டத்தையே தந்தது. பானுக்குட்டி இல்லாத உலகத்தை அவனால் நினைத்துப் பார்க்கவும் முடியவில்லை.

பானுக்குட்டி எத்தனையோ வருடங்களுக்குப் பிறகு பெற்றுக்கொண்ட குழந்தை. அவனுடைய அம்மா, பேரக் குழந்தைக்காக ஏங்கி ஏங்கி அங்கலாய்த்து அந்த ஏக்கத்திலேயே செத்துப் போய்விட்டாள். இந்தப் பழைய கிருஷ்ணன் கோவிலுக்குத்தான் எத்தனை முறை நடந்திருப்பாள்! பதினைந்து வருடங்களுக்குப் பிறகுதானே பானுக்குட்டி அவர்களுக்கு வாய்த்தாள். அவள் பிறந்த பிறகு அவளுக்காகக் காத்திருந்த வருடங்கள் எல்லாமே இல்லாமல் ஆகிவிட்டது போலிருக்க வில்லையா. அந்தக் காலத்தின் நினைவுகூடத் தொலைந்து விட்டது போலத்தான் இருந்தது.

ஆனால் இப்போது எல்லா நினைவுகளும் அவனைச் சூழ்ந்துகொள்கின்றன. ஒரு இரவு. திருப்தியற்றுப் படுத்திருந்த ஒரு இரவு ஞாபகத்துக்கு வருகிறது. சொல்லத் தெரியாத பரிதவிப்பு வாசுவையும் கீதாவையும் சுழற்றியடித்தது. தொடுகை, கிளர்ச்சி எதுவும் கைகூடாது போனது. இருவரும் அறையில் பரவியிருந்த இருட்டின் மத்தியில் அசைவற்றுப் படுத்திருந்தார்கள்.

கீதா பொதுவாகவே சொன்னாள்:

“இந்த இருட்டு மட்டும்தான் வயத்துல உருண்டை உருண் டையா சேர்ந்துண்டு வர்ரது!” குரலில் குற்றச்சாட்டின் எந்தத் தொனியும் இல்லை. அவனைக் குறிவைத்தோ அல்லது தன்னையே வார்த்தை முட்களில் சொருகிக்கொள்வது போலவோ இல்லாமல் வெற்று வார்த்தைகளாகவே அவை வெளிவந்தன.

அவள் அதுமாதிரியெல்லாம் பேசியதே இல்லை. அவ ளுடைய உலகம் லௌகீகமான விஷயங்களால் உருக்கொண் டிருப்பது. அதுபோல பிறகு எப்பவும் பேசியதே இல்லை.

வாசுவின் மனதில்தான் இதுபோன்ற காட்சிகள் உருவாகும். நிழல்கள் நிறைந்த சாலையில் நடந்துபோகும்போது தான் இருப்பது வேறொரு உலகத்தில் என்றெல்லாம் தோன்றியிருக்கிறது.

அவனால் அன்று அவளுக்கு எந்த ஆறுதலையும் தர முடியவில்லை. அவள் ஆறுதலை வேண்டியவளாகவே இருக்கவில்லை. அவளை அணைத்துக் கொண்டிருக்கலாம். தோளிலோ மார்பிலோ சேர்த்துக் கொண்டிருக்கலாம். அவனுடைய நரம்புகளும் தசைகளும் எலும்புகளும் எதுவுமே அசைய முடியாதபடி அந்த இருட்டு அவனைப் பிடித்துக்கொண்டதுபோல ஆயிற்று.

ஆனால் இருப்பவர்கள் எல்லோரும் இருக்கிறார்கள். வாசு, கீதா, பானுக்குட்டி . . . இந்த கிருஷ்ணன் சன்னதியில் நின்றுகொண்டு அர்ச்சகர் தீர்த்தம் தருவதற்காகவும் சடாரி சாத்துவதற்காகவும் காத்திருக்கிறார்கள். இதேமாதிரி இன்னமும் பல வருஷங்கள், பல பொழுதுகள் அவர்கள் இப்படி நிற்கக்கூடும். இவையெல்லாம்தான் அவனுக்குத் தோன்றின.

அவன் சன்னதிக்கு வெளியே வந்தவுடன் த்வஜஸ்தம்பம் அருகே கீழே விழுந்து சேவித்தவன் அப்படியே கிடந்தான். கொஞ்ச நேரம் பொறுமையாகக் கை கூப்பியபடி நின்ற கீதாவும் “போறுமே, இன்னிக்கு என்ன ஆச்சு உங்களுக்கு?” என்று முணுமுணுத்தாள். பானுக்குட்டியும் கிளுகிளுவென்ற சிரிப்புடன் அவனைப் போல கீழே விழுந்து படுத்துக்கொண்டது. அவன் எதுவும் சொல்லாமல் தரையில் கிடந்தான். அவன் முகத்தில் கருங்கல் தரை எவ்வளவு குளுமையாக இருக்கிறது! எந்தக் காலத்தில் போடப்பட்ட கற்களோ. எந்த மலையிலிருந்து எடுக்கப்பட்டதோ. மலை எத்தனை காலமாக நிற்கிறதோ. நாலாயிரம் ஆண்டுகளையும் மீறிய காலமாகக்கூட இருக்கலாம். இன்னும் ஆயிரமாயிரம் ஆண்டுகள்கூட இருக்கலாம். அவன் காதைத் தரையில் நெருக்கமாக வைத்துக் கேட்டான். நுட்பமான ரீங்காரம் தரையில் ஒலித்தது.

கோவிலில் ஒரு வினோதமான ஒளி நிறைந்திருந்தது. ஓங்கி நின்ற தூண்கள் இடையில் புகை போன்று மங்கும் பொழுதின் வெளிச்சம் நுழைந்து வழிந்தது. தூரத்திலிருந்து வருவதுபோலப் பேச்சுக் கேட்டது. பக்கத்தில் இருந்து வருவது போலவும் இருந்தது. பானுக்குட்டியையும் கீதாவையும் பக்கத்தில் காணவில்லை. ஆனால் அவர்கள் அருகில்தான் இருக்கிறார்கள். பானுக்குட்டி கருங்கல் தரையில் கொலுசு குலுங்க ஓடுவது கேட்கிறது. கீதாவும் அவளை மீண்டும் மீண்டும் அழைக்கும் குரல் ஒலித்துக்கொண்டிருந்தது.

யாரையும் காணோம். அவன் தனியாக நின்று காத்திருந்தான். யோசனைகளின் ஆரவாரம் தூரத்தில் போய்விட்ட கடலின் அலையோசையைப் போலக் கிசுகிசுப்பாகக் கேட்டது. மணியோசை எழுந்து அடங்கியபின் காற்றில் ஒரு அதிர்வு இருந்தது.

அந்த இடத்தில் மங்கலாய் எதிரொலி எழுவதும் அகலுவதுமாய் இருந்தது.

அந்த இடத்தில் யாருமே இல்லை என்பது அவனுக்கு நிச்சயமாயிருந்தது. யாருமே இல்லாமல் இருந்தும் யாரோ அவனைப் பார்த்துக் கொண்டிருக்கிறார்கள்.

அன்று அவன் அலுவலகத்தில் ஒரு சாவு நிகழ்ந்திருந்தது. பர்ச்சேஸிங்கில் வேலை பார்த்து வந்த முராரி இறந்துபோய் விட்டதாக மதியம் தகவல் கிடைத்தது. முராரியை இவனுக்கு அதிகம் பரிச்சயம் இல்லை. கழிப்பறைக்கு சிகரெட் பிடிக்கப் போகும் போது அவர் வந்து போவதைப் பார்த்திருக்கிறான். அவர் நெற்றியில் சந்தனப் பொட்டு இருக்கும். வயது ஐம்பதுக்குள்ளேதான் இருக்க வேண்டும்.

அலுவலகத்தில் எல்லோரும் அதிர்ச்சியுற்றிருந்தார்கள். கூட்டம் கூட்டமாக அவர்கள் முராரி வீட்டுக்குப் போனார்கள். வாசு தனியாகத்தான் கிளம்பினான். முராரி வீட்டுத் தெருவில் சற்று நேரம் நின்றிருந்தான். அந்தத் தெருவோரத்தில் குப்பைத் தொட்டி நிரம்பி வழிந்தது. இரண்டு நாய்கள் அதைச் சுற்றிச் சுற்றி வந்தன. ஒன்றைப் பார்த்து இன்னொன்று உறுமியது. ஒரு பையன் கல்லெடுத்து நாய்கள் இருந்த திசையில் எறிந்தான். அந்தக் கல் நாய்களைத் தப்பி வாசுவின் காலுக்குப் பக்கத்தில் உருண்டு நின்றது. ஜல்லிக் கல். அந்தக் கல்லையே வாசு உற்றுப் பார்த்தான். சந்தேகமே இல்லை. கல் வீட்டுக்குப் பின்னால் இருந்த ஜல்லிக் கற்குவியலைச் சேர்ந்ததுதான். அதில் எந்தச் சந்தேகமும் இல்லை. அந்த ஜல்லிக் கற்குவியல் எல்லா இடத்திலும் நிரம்பிக் கொண்டிருக்கிறது. இந்த நிலமெங்கும் பரவிக் கொண்டே வருகிறது. அவை நகரும் சத்தம் போக்குவரத்துச் சத்தத்தையும் மீறி ரீங்காரமாய் எங்கும் கேட்கிறது.

நாய்கள் அந்த மூலையை விட்டுச் சற்றுப் பின்வாங்கி நின்றிருந்தன. கல்லை எறிந்த பையன் குப்பைத் தொட்டிக்குள் குனிந்து எதையோ எடுத்துக் கையில் வைத்திருந்த பிளாஸ்டிக் பைக்குள் அடைத்துக்கொண்டான்.

அப்போது மழை வர வேண்டும் என்று நினைத்தான் வாசு. வானம் இருண்டு குறை வெளிச்சம் நிறைந்து சூறை காற்றுடன் மழையடிக்க வேண்டும். மாமழை! அவன் காலடியில் ஈரமாய் மண் கரைந்து இழுத்துக்கொண்டு போக வேண்டும்.

பிரமிடுகள் இருக்கும் இடத்தில் மழையடிக்குமா? அவனுக்குத் தெரியவில்லை. மழையில் நனைந்தபடி நிற்கும் பிரமிடைப் பார்க்க வேண்டும் போலிருந்தது. உடம்பில் சிலிர்ப்பு ஏற்பட, முராரி வீட்டைக் கடந்து வாசு தெருவில் ஓடினான்.

○○○

கோவிலில் வாசு கண் விழித்தபோது அடர்ந்த இருள் நிறைந்து இருந்தது. இருக்கும் இடத்தைப் பற்றி எந்தக் கேள்வியும் இல்லாமல் அவன் நின்றான்.

பசி

லாரா மிருகக்காட்சி சாலையின் வாசலில் காரை நிறுத்திவிட்டுப் பார்த்தாள்.

எத்தனையோ முறை இந்த இடத்தைக் கடந்து போயிருக்கிறாள் இன்று மட்டும் அவளுடைய கார் அவளை இங்கே கொண்டு வந்து நிறுத்தியிருக்கிறது. அவள் வீட்டை விட்டுக் கிளம்புகையில் எங்கே போவது என்ற திட்டம் இல்லாமல்தான் இருந்தது. ஆனால் எங்கே யாவது போக வேண்டும் என்று அவளுக்குள் அழுத்தமாக இருந்தது.

மார்கோ நள்ளிரவுதான் வந்தான். அவள் படுத்துக் கொண்டிருந்தாள். அவன் கவனத்துடன் பூனைபோல உள்ளே நுழைந்தாலும் நேற்று அவளால் அவன் வந்ததைக் கவனிக்க முடிந்தது. மெலிதாய் அவளை முத்தமிட்டான். அவளுக்கு மிகச் சோர்வாக இருந்தது. அந்தச் சமயத்தில் அவனுடன் பேச அவளுக்கு விருப்பமிருக்கவில்லை. பேசு வதற்கு மிகுந்த பிரயத்தனம் செய்ய வேண்டும் போல இருந்தது. பேச எதுவுமில்லாமல் இருப்பதுபோலவும் இருந்தது. கண்களை மூடி வெறுமனே இருந்தாள். மார்கோ விளக்கை அணைத்துவிட்டுப் பக்கத்துக் கட்டிலில் படுத் தான். அவனுடைய கட்டில் குழந்தைகளின் கட்டில் போலச் சிறியதாக இருந்தது. அவன் ஒருத்தனுக்கு ஏற்ற அளவில். அவன் லேசாகப் புரளக் கொஞ்சம் இடம். மற்றபடி அவன் உடம்பைப் போலவே அதற்கும் அதிக இடம் தேவையில்லாமல் இருந்தது. அவளுடைய கட்டிலி லும் புரள இடம் அதிகம் இல்லைதான். கட்டில் சிறியது இல்லை. அது தாராளமாகத்தான் இருக்கிறது. அவளுடைய உடம்பைப் போலவே.

காலையில் விழித்தபோது பக்கத்து வீட்டுக் குழந்தைகளின் சத்தம் கேட்டது. படுக்கையறையிலிருந்து திரையை மெலிதாக ஒதுக்கிப் பார்த்தாள். வெளியே ராக்கி மலைகள் வான் விளிம்பில் நிமிர்ந்திருந்தன. குழந்தைகள் புல்வெளியில் கால்பந்தை உதைத்து விளையாடிக் கொண்டிருந்தார்கள். அசாதாராணமான வெளிச்சம் வெளியே நிறைந்திருந்தது.

மார்கோ காலணிகளைக்கூடக் கழற்றாமல் தூங்கிக் கொண்டிருந்தான். மார்பின் மேல் ஒரு கை கிடந்தது. இன்னொரு கை அவளுடைய கட்டிலைப் பற்றிக்கொண்டிருந்தது. யோசிமிட்டி காட்டிலிருந்து வேனை ஓட்டிக்கொண்டு வந்த அசதி. கலிஃபோர்னியாவிலிருந்து டென்வர் வரை. நான்கைந்து பேருடன்தான் போயிருந்தான். நான்கு நாட்களாய்க் காட்டில் வாசம், துணிக் குகை அமைத்து.

நான்கு நாட்கள் காட்டில் ஜீவிக்கத் தேவையான அத்தனை சாமான்களும் தோள் பையில். அந்தப் பையில் அத்தியாவசியமான பொருட்களை மட்டுமே எடுத்துக்கொள்வான். மலையேறும் சாமான்கள், இரண்டு பொழுது சாப்பிட உணவுப் பொட்டலங்கள், பாட்டிலில் நீர். அதில் ஒரு விஷயம்கூட அதிகமாய் இருக்காது. மிகவும் கச்சிதமாய் கவனத்துடன் அடைக்கப்பட்டிருக்கும். நான்கு நாட்கள் என்னுடைய உடம்புச் சுமையைத் தவிர இதையும் சுமந்துகொண்டு மலையேற வேண்டுமே. உடம்பை ஒரு அளவிற்கு மேல் குறைக்க முடியாது இதைத்தான் குறைத்து எடுத்துக்கொள்ள வேண்டும் என்று கேலியாய்த் தன் உடம்பைக் காட்டிச் சிரித்தான் கிளம்புவதற்கு முன். இது வருடா வருடம் நடப்பதுதான். முதல்முறை அவளும் அவனுடன் போயிருந்தாள். அது அவர்களிருவரும் சேர்ந்து வாழத் தொடங்கிய பொழுதில். அப்போது தொடர்ந்து காட்டில் நடக்க முடிந்தது. மேடுகளில் ஏற முடிந்தது. சிறுகுன்றுகளின் மேல் நடக்க முடிந்தது. யோஸிமிட்டியின் பெரிய ஏரியில் மார்கோ இன்னமும் கூடாரத்தில் தூங்கிக் கொண்டிருந்தபோது, தனியாக வெகு தூரம் நீந்திச் செல்ல முடிந்தது.

யாருமற்ற காடு. வெளிச்சம் அழைக்கப்படாத விருந்தாளி போல செக்கோயா மரங்களுக்கிடையில் சங்கடத்துடன் நுழைந்து கொண்டிருந்தது. மார்கோ கார் ஓட்டி வந்த களைப்பில் எழுந்திருக்கவில்லை. பறவைகளின் உரையாடல்கள், பறவையின் சிறகடிப்புகள் மத்தியில் அவள் விழித்துக்கொண்டாள். காட்டின் தனிமை அவளைக் கைப்பிடித்து அழைத்தது. ஏரியின் குளிர்ந்த நீரில் காற்று முங்கியெழுந்து சில்லென்று அவளைச் சேர்ந்தது. ஆடைகளைக் களைந்து ஏரியில் இறங்கினாள். உடல் மேல் எங்கும் குளிரும் நீர் பரவியது. கரையிலிருந்து தூரத்தில் தெரிந்த

பாறைகளை நோக்கி நீந்தினாள். மூச்சிற்காகத் தலையை நிமிர்த்தி மேல் பார்க்கும்போது நீல வானம் கண்ணில் முட்டியது. கழுகுகள் சிறகுகளை அசைக்காமல் மிதந்துகொண்டிருந்தன. நீரின் குளுமை அவளை முன்செலுத்தியது. தொடர்ந்து நீந்தி னாள். வெளிச்சமும் காற்றும் நீரில் சேர்ந்து போதை தரும் கலவையாய் மாறியது. தன்னுணர்வு சிறிதும் அற்று நீந்தினாள். தூரத்தில் இருந்த பாறைகள் இன்னமும் தூரத்திலேயே இருந்தன. கரையைத் திரும்பிப் பார்க்காது நீந்தினாள். திடீரென்று ஏரி அந்தப் பாறைகளைக் காட்டி அவளுக்கு சவால் விட்டுச் சிரிப்பது போலிருந்தது. கட்டுப்பாடற்று அவள் கை கால்கள் உதறிக்கொள்வதைப் பார்த்துத் தளும்பும் நீர் ஆர்ப்பரித்தது. பாறைகளுக்கும் அவளுக்கும் உள்ள தூரத்தில் காற்று நீரில் துள்ளிக் குதித்தது. அவள் அந்தப் பாறைகளைச் சேர்ந்தபோது அவள் நரம்புகள் இழுத்துக் கட்டிய தந்திகளாய் இருந்தன. பாறையின் முதுகில் அவள் களைப்பாகக் கண்களை மூடிப் படுத்தாள். ஏரியின் எக்களிப்பு அடங்கிவிட்டது போலிருந்தது. பாறையின் விளிம்பில் நீர் அவள் கால்களை மென்மையாய் வருடிக்கொடுத்தது. அந்தத் தனிமை அவளுக்கு மிகவும் அவசிய மானதாய் இருந்தது. தொடைகளுக்கிடையில் வெளிச்சம் சூடாக இறங்கும்பொழுதுதான் அவள் கண்களை திறந்தாள். அவள் உடம்பு அந்த இடத்தில் தனிமையில் இயல்பான பொருளாய் இருந்தது. மிகப் பெரிய ஏரிக்கு நடுவில், மிக உயரமான மரங் களுக்கு நடுவில், பிரும்மாண்டமான கரிய பாறையின் மத்தியில் கச்சிதமான அளவில் அவள் கிடந்தாள். அந்தத் தனிமையைக் குலைக்கும் அன்னியத்தன்மை தன் உடலில் சற்றுக்கூட இல்லை என நினைத்தபோது பெருமிதமான புன்னகை எழுந்தது. தூரத் தில் நீரின் தளும்பலில் கரை லேசாகப் புரண்டது. மார்கோ கைகளை ஆட்டும் ஒருபுள்ளிபோலத் தெரிந்தான்.

மிருகக்காட்சி சாலையில் கூட்டம் சேர ஆரம்பித்திருந்தது. அடர்ந்த மரங்கள் சூழ்ந்த வனப்பகுதிபோல அதை அமைத்திருந் தார்கள். மிருகங்கள் கூண்டுகளில்தான் இருந்தன. ஆரம்பத்தில் ஒவ்வொரு கூண்டும் அந்தச் சூழலுக்குப் பொருந்தாது அதிர்ச்சி தரும் அன்னியத்தன்மையை அளித்தன. பெற்றோர்கள் குழந்தை களிடம் இங்கே பார் அங்கே பார் என்று கத்திக்கொண்டிருந் தார்கள். மிருகங்கள் குழந்தைகளிடம் பலவிதமான உணர்ச்சி களை உருவாக்கிக் கொண்டிருப்பதைக் கவனித்தாள். பதின் வயதுச் சிறுமிகள் கனவு கலந்த அலட்சியத்துடன் பொறுமையற்று நடந்தார்கள். பதின் வயதுக் கனவுகள் அற்புதமானவை என்று நினைத்தாள். அவை கனவுகள் என்று அறியாத நிலை நீடிக்கும் வரை அற்புதம்!

யானை, சிங்கம், சிறுத்தை, என்று வரிசையாகப் பெரிய மிருகங்கள் நிறைந்த பகுதியில் நடந்தாள். ஒவ்வொரு கூண்டிலும் அவளுக்குச் செலவு செய் வேண்டிய நேரம் குறைவாகவே இருந்தது. அவளுக்கு வெகுவாக மூச்சிரைத்தது. பசி எடுக்க ஆரம்பித்தது. ஆங்காங்கே பர்கர், ஐஸ்க்ரீம், சோடா விற்கும் உணவகங்கள் இருந்தன. சோடா, ஐஸ்க்ரீம் இல்லாத கரங்களே இல்லை. உச்சி வெயில் ஏறிக்கொண்டிருந்தது. காலையில் அவள் ஆரஞ்சு ரசமும் இரண்டு டோனட்களும் தின்றிருந்தாள். இனிப்பு பன்கள்! அவள் உடலின் ஒவ்வொரு அணுவிலும் குமிந்திருக்கும் கொழுப்பு மலையில் அவையும் போய்ச் சேர்ந் திருக்கும். பசி மீண்டும்!

லாராவின் ஒரே குழந்தை இறந்தே பிறந்தது. லாராவின் கருப்பை சிறியதாக இருப்பதாக மருத்துவர் சொன்னார். வயிற்றைக் கீறிக் குழந்தையை எடுத்தார்கள். அவள் மயக்கத்தின் பிடியில் படுத்திருந்தாள். விழித்தபோது மார்கோ ஆதரவுடன் கைகளைப் பிடித்துக் கொண்டிருந்தான். அவளை அணைத்துக் கொண்டான். உனக்கு ஒன்றும் ஆகாதது தான் எனக்கு முக்கியம். நீதான் எனக்கு முக்கியம். நீதான் என் உயிர். நாம் இளமையின் வாசலில் தானே நின்றுகொண்டிருக்கிறோம். “மார்கோ பேசாதே” என்று அலறினாள். மார்கோ “எனக்குப் புரிகிறது” என்று கையை அழுத்தினான்.

“மார்கோ, முட்டாள் மார்கோ. உனக்கு என்ன புரியும். இந்த உடம்பு பற்றி உனக்கு என்ன தெரியும். எனக்குள் நீ நுழைவதால் என் உடலைப் பற்றியும் மனதைப் பற்றியும் ஒவ்வொரு அணுவைப் பற்றியும் நீ தெரிந்துகொண்டுவிட முடியுமா? இந்தச் சிறிய உடல் நம் குழந்தையை இறுக்கிக் கொன்றுவிட்டது. என்னுடைய வயிற்றைப் பார். எத்தனை சிறியதாக இருக்கிறது? கடைசி வரை டெபோரா நர்ஸ் ஜில்லியன் ஏன் உன்னுடைய அம்மா ஜென்னிகூட பெருமையாக என் னிடம் சொல்லிக்கொண்டிருந்தார்கள். நீ கர்ப்பம் என்று எங்க ளால் நம்பவே முடியவில்லை! நீ கொடுத்து வைத்தவள். பெருத்த வயிற்றுடன் படும் அவஸ்தை உனக்கில்லை. கேட்டபோதெல்லாம் கர்வமாகவே இருந்தேன். குழந்தை பெற்றதும் உடல் ஊதிவிடும் பெண்களைப்போல நான் ஆகப்போவதில்லை. என் உடல் இறுக்கிக் கட்டிய தந்தி. அதுதான் நம் குழந்தையைக் கொன்று விட்டது மார்கோ. இந்த சின்ன வயிற்றுக்குள் நகர முடியாமல் அது துடித்திருக்கும். வளரும் அதன் உறுப்புகள் என் வயிற்றுச் சதைகளின் அழுத்தத்தை மீற முடியாது சூம்பிப் போயிருக்கும். அதன் குரல்வளை நெரிந்து போய்விட்டது.”

அவளுக்குப் பசிக்க ஆரம்பித்தது. ஒரு பொழுதிற்கு மூன்று நான்கு முறை சாப்பிட வேண்டியிருந்தது. நாக்கு எப்போதும் உருளைக்கிழங்கு சிப்ஸ்களையும் பாலாடை இனிப்புகளையும் தேடியது. அவள் எப்போதும் சோர்வாக உணர்ந்தாள். மார்கோ டாக்டரிடம் அழைத்துப் போனான். டாக்டரின் பேச்சுக்கு அவள் தலையாட்டினாள். ஆமாம் அவள் வெளியே போக வேண்டும். வேறு இடத்தில் போய் சிறிது நாட்களுக்கு இருப்பது நல்ல மாற்றமாக இருக்கும். அவள் உடற்பயிற்சியை மீண்டும் தொடர வேண்டும். அவள் வேலைக்கு மீண்டும் செல்வது மனதை வேறு திசையில் கொண்டு செல்லும். ஓவியம், யோகா போன்றவற்றை அவள் மேற்கொள்ளலாம். தெரபியைத் தொடர் வது நல்லது.

அவளுக்குத் தலையாட்டுவதைத் தவிர வேறு ஏதும் சொல்ல இருக்கவில்லை. இந்தப் பசியை யாருக்கும் புரியவைக்க முடியாது.

சிங்கம் சோம்பேறித்தனமாய் தின்றுகொண்டு படுத்திருந் தது. பெண் சிங்கம் இங்கும் அங்கும் அலைந்துகொண்டிருந்தது. லாராவிற்கு மூச்சிரைத்தது. டென்வரின் மிருகக்காட்சி சாலையை சமீபத்தில் விரிவுபடுத்தியிருந்தார்கள். புதிதாய்ப் பல மிருகங்கள் காட்சிக்கு வைத்திருப்பதாகத் தொலைக்காட்சியில் பல நாட்க ளாக விளம்பரம். சீன பாண்டா, கொமோடோ டிராகன், ஆஸ்த்திரேலிய கேங்கரு. விளம்பரத்தின் இறுதியில் முதலை ஒன்று தன் வாயைப் பெரிதாகத் திறக்கும்.

லாராவிற்குத் தொலைக்காட்சிக்கு முன்னால் உள்ள சோஃபாதான் பிரதானமான இருக்கை. இரண்டு வருடங்களுக் குள் அவள் உடம்பு பருத்துவிட்டது. முதலில் போட்டிருந்த சாய்வு நாற்காலி அவளுக்குப் போதவில்லை. மார்கோ இந்த சோஃபாவை வாங்கிவந்தான். கட்டிலும் மாற்ற வேண்டியிருந்தது. மார்கோ அவளிடம் சொன்னான். “நினைத்துப் பார்க்க முடியாத மாற்றங்கள் நம் வாழ்வில் ஏற்பட்டுவிட்டன.” அவள் மௌனமாக இருந்தாள். அவள் பார்வை தொலைக்காட்சியில் நிலைத்திருந்தது. மார்பில் கிண்ணத்தில் வெண்ணையில் பொரிக்கப்பட்ட பாப் கார்ன். ஒன்றிரண்டு அவள் வயிற்றில் விழுந்தது. மார்கோ அவள் வயிற்றிலிருந்து எடுத்து அவளுக்கு ஊட்டினான்.

யானை வாலை ஆட்டிக்கொண்டு நின்றிருந்தது. இல்லை, முன்னால் வைக்கப்பட்டிருந்த கட்டிலிலிருந்து எதையோ தின்று கொண்டிருந்தது. லாராவுக்குப் பசி இன்னமும் கூடிவந்தது. யானை எல்லோரையும் அலட்சியப்படுத்திவிட்டுத் தின்று கொண்டிருந்தது. லாராவிற்குத் திடீரென்று அங்கு இருக்கவே பிடிக்கவில்லை. ஏன் வந்தோம் என்று எண்ணிக்கொண்டாள்.

அங்கிருந்து நகர்ந்தபோது பின்னாலிருந்து ஒரு பெருத்த சிரிப்புக் குரல் கேட்டது. அவள் திரும்பவில்லை.

அவளுக்கு லேசாகத் தலை சுற்றுவது போலிருந்தது. மார்கோ இத்தனை நேரம் எழுந்துகொண்டிருப்பான். அவளைக் காண வில்லையே என்று தேடுவான். ஆச்சரியமாகக்கூட இருக்கும் அவனுக்கு. அவள் வெளியே போய் எத்தனை நாட்களாகிறது. அதுவும் இந்த ஐந்தாறு வருடங்களில் சமையலறை, படுக்கை யறை, முன்னறை விட்டு வெளியே வந்ததில்லை. மார்கோ கோடைப் பகல்களில் வீட்டுக்கு வெளியே தோட்டத்தில் நண்பர் களுடன் பார்பெக்கியூ கரியடுப்பில் கரி சமைக்கும் போதுகூட அவள் உள்ளேதான். அவன் நண்பர்கள், நண்பர்களின் மனைவி கள் கையில் பியர், சோடாவுடன் உள்ளே வந்து அவளுடன் பேச வேண்டும். அவள் அவர்களுடன் நன்றாகப் பேசுவாள். மார்கோவும் அப்போது ஏதாவது நகைச்சுவையாகப் பேசுவான். எல்லோரும் அவளுடைய உடலைப் பற்றித் தவிர மற்ற எல்லா விஷயங்களைப்பற்றி பேசுவார்கள். ஆனால் அவர்கள் பேச விரும்புவது எல்லாம் அவள் உடலைப் பற்றித்தான் என்று அவளுக்குத் தோன்றும்.

லாரா மிருகக்காட்சி சாலையிலிருந்து வெளியேறிவிட வேண்டும் என்று நினைத்தாள். காலையில் திடீரென்று வீட்டுக் குள் மூச்சு முட்டுவது போலிருந்தது. எல்லாச் சுவர்களும் அவள்மீது விழுந்து விடுவது போல் இருந்தன. படுக்கையிலிருந்து விழித்தபோது நகர இடமில்லாதது போலிருந்தது. லாராவிற் காக மார்கோ இரு வருடங்களுக்கு முன்னால் வேன் ஒன்று வாங்கியிருந்தான். அதை வாங்கின அன்றிலிருந்து ஒரு நாள்கூட அவள் தொடவில்லை. ஒரு மணி நேரம் டென்வரின் நகர வீதிகளில் சுற்றிக்கொண்டிருந்தாள். மின்கம்பங்களில் வரிசை யாக மிருகக்காட்சி சாலையின் விளம்பரம் வைக்கப்பட்டிருந் ததைப் பார்த்தாள்.

வெயில் கூர்மையான உலோகம்போல இறங்கியது. லாரா விற்குத் தாகமெடுத்தது. அவளுக்கு எதிரில் முதலைக் கிணறு.

உள்ளே வட்டமான சிறு தடாகத்தில் முதலைகள் படுத்திருந் தன. இரண்டு முதலைகள் நீரில் பாதி உடம்பும் கரையில் பாதி உடம்பும் கிடத்தியிருந்தன. அசைவற்று. முதலையின் தோல் இறுக்கமாக இருந்தது. ஒரு இடத்தில் தளர்ச்சி இல்லை. சதை எலும்புகளைப் போர்த்தியிருந்தது. தளர்ச்சியற்று, இறுக்க மாக.

மார்கோவின் உடம்புபோல.

காலையில் மார்கோவின் ஷூக்களை அவள் கழற்றினாள். அவன் காலைச் சற்றுநேரம் பார்த்துக் கொண்டிருந்தாள். வெளுத்த சருமத்தில் நரம்புகளின் கோடுகள் தெரிந்தன. ஆரோக்கியத்தின் வலிமை தெரிந்தது. தினம் அவன் செலவிடும் இரண்டு மணிநேர உடற்பயிற்சியின் தடயங்கள் அவன் உடம்பில் இருந்தன. ஐந்து வருடங்களாக தினம் தவம்போலச் செய்து வரும் உடற்பயிற்சி. வியர்வையுடன் அவன் வரும்போது அவள் சோஃபாவில் அமர்ந்திருப்பாள். வியர்வையுடன் அவளை அவன் முத்தமிடுவான். குழந்தை இறந்த பிறகு, அவள் உடல் பெருக்கத் தொடங்கிய பிறகிலிருந்துதான் மார்கோ தினமும் உடற்பயிற்சி செய்யத் தொடங்கினான். அவளின் உடல் பெருகப் பெருக அவனுடைய தீவிரம் அதிகமாகிக்கொண்டே வந்தது. வீட்டுக்கு வரும் அவன் நண்பர்கள் எல்லாம் அவனுடைய உடலைப் பற்றி வியப்புடன் விசாரித்தார்கள். அவன் செய்யும் பயிற்சிகள் பற்றியும் அதற்குச் செலவிடும் நேரத்தைப் பற்றியும் ஆச்சரியத்துடன் கேட்டார்கள். அவர்களை மார்கோ வீட்டுக் குள் அழைத்துவந்து உடற்பயிற்சி சாதனங்களைக் காட்டுவான். லாராவை அவர்கள் முன்னால் முத்தமிடுவான். இவள்தான் என் வாழ்க்கை என்பான். லாரா மெதுவாகப் புன்னகைப்பாள். நீங்கள் ஒரு அபூர்வமான அதிர்ஷ்ட தம்பதி என்று அவர்கள் சொல்லுவார்கள்.

முதலைகள் மட்டும்தான் வெறுமனே கிடந்தன எதுவும் தின்னாது. இதுவரை பார்த்த எல்லா மிருகங்களும் எதையாவது கொறித்துக்கொண்டேதான் இருந்தன. லாரா பார்த்துக் கொண்டே இருக்கும்போது கரையில் கிடந்த முதலை அவள் பக்கம் திரும்பியது. அவளைப் பார்த்துத் தன் வாயை அகலத் திறந்தது. தடாகத்தையும் பார்வையாளர்களையும் பிரித்த குட்டைச் சுவரின் மீது ஏறினாள். அவள் உள்ளே குதித்த அடுத்த வினாடியில் முதலையின் பற்கள் அவள் சதையில் பதிந்தன.

பறவை

அவன் வீட்டுத் தோட்டத்தில் கையில் சிறு பறவையுடன் அமர்ந்திருந்த பையனுக்கு ஐந்து வயதுதான் இருக்கும். தோட்டத்தில் புல்வெளி அருகே குவித்திருந்த மரக்கட்டைகளின் இடுக்கில் பறவையை நுழைத்துக் கொண்டிருந்தான்.

அவன் அந்தப் பையனை இதற்கு முன்னால் பார்த்த தில்லை. முகத்தைப் பார்த்தால் பையன் மெக்ஸிக்கன் என்று சொல்ல முடிந்தது. அந்தப் பையன் அவன் வீட்டுக்கு எப்படி வந்திருக்க முடியும்? எதற்கு வந்திருக் கிறான்? அவனுடன் யாராவது பெரியவர்கள் வந்திருக் கிறார்களா?

அவன் வீட்டுக்குத் திரும்பியபோது வீடு பூட்டித்தான் இருந்தது. அவள் இன்னமும் அலுவலகத்திலிருந்து வீடு திரும்பியிருக்கவில்லை. தலைவலி அதிகமாகிவிட அவன் சட்டென்று வீடு திரும்பியிருந்தான்.

கையில் வெளிர்நீல நிறப் பறவையுடன் அமர்ந்திருந்த பையன் அவனைக் கண்டு எந்தப் பரபரப்பும் அடைய வில்லை. மரக்கட்டைகள் நடுவில் இருந்த இடுக்கொன்றின் உள்ளே பாதிப் பறவையை நுழைத்துக் கொண்டிருந்தான். சிறிது நேரத்தில் அந்தப் பறவை முழுதாகக் கட்டைகள் உள்ளே மறைந்தது.

போன வருஷம் சுழன்றடித்த சூறைக்காற்றில் வலது பக்க வேலி சாய்ந்துவிட்டது. ஜான் குட்மேன் வீட்டுக்கும் அவன் வீட்டுக்கும் இடையில் இருந்த வேலி இருவருக்கும் பொதுவானது. ஜான் குட்மேன் பல வருடங்களாக வேலையில்லாது இருந்தான். அவனுடைய வேலை எப் பொழுதோ சான் ப்ரன்ஸிஸ்கோ சிலிக்கன் பள்ளத்தாக்கி லிருந்து சைனாவிற்கு ஏற்றுமதி செய்யப்பட்டுவிட்டது.

அதற்கப்புறம் அவன் வீட்டில், கராஜில் தச்சுவேலை செய்து வாழ்ந்துவந்தான். அபாரமான கைவேலை கொண்டவன். விழுந்துவிட்ட மரவேலிக்குப் பதிலாக புது வேலியை ஜானே போட்டுக்கொடுத்தான். அந்த பழைய வேலிக் கட்டைகளைத் தான் குளிர்காலத்தில் அடுப்பிலெரிக்க ஏதுவாய், தூக்கிப் போடாது தோட்டத்தில் குவித்து வைத்திருந்தான். ஒவ்வொரு கட்டையிலும் துருவேறிய ஆணிகள் பல துருத்திக்கொண் டிருந்தன.

இந்தப் பையன் வழி தொலைந்துதான் வந்திருக்க வேண்டும். என்ன முட்டாள்தனம். சின்னஞ்சிறு பையனை இப்படிக் கண்காணிப்பற்று தெருவில் விட்டுவிடுவார்களா? இப்போது அவனை எங்கு எவரிடம் கொண்டுசேர்ப்பது? தொலைபேசியில் 911ஐக் கூப்பிட்டால் அடுத்த சில நிமிடங்களில் தலையில் சிவப்பும் நீலமுமாக விளக்குகள் சுழன்றுகொண்டு போலீஸ் கார் வீட்டு வாசலில் வந்து நிற்கும். அதற்குப்பிறகு ஒரு மணிநேரம் இரண்டு போலிஸ்காரர்களிடமும் திரும்பத் திரும்ப ஒரே விஷயத்தை வெவ்வேறு விதமாய் விவரித்துக்கொண்டு நிற்க வேண்டும்.

ஆமாம். அவன் வீட்டில் தனியாய்த்தான் இருந்தான். தலை வலி. ஒற்றைத் தலைவலி! ஆமாம். எந்த மருந்தும் கேட்பதில்லை. இல்லை. அவன் இந்தப் பையனை முன்பின் பார்த்ததில்லை. அவன் மனைவிக்கும் இந்தப் பையனை முன்பின் தெரிந்திருக்க முடியாது. அவள் இன்னும் வீட்டுக்கு வரவில்லை. கதவுகள் பூட்டித்தான் இருந்தன. வேலிப்படல்... ஆமாம் அதைப் பூட்டுவதில்லை. தோட்டக்காரன் வருவதற்கு ஏதுவாக வெறுமனே சாத்தியே இருக்கும். ஆமாம் தோட்டக்காரனும் மெக்ஸிக்கன் தான். அவனுடைய பையனாக இருக்க முடியாது. அவன் கிழவன். ஆனால் சொல்ல முடியாது. இல்லை. தோட்டக்காரன் மெக்ஸிக்கன் இல்லை. வியட்நாம்காரன்.

அவன் வெளியே வந்தான். அந்தப் பையனைப் பார்த்து ”ஹலோ” என்றான். பிறகு “ஹோலா” என்று ஸ்பானிஷிலும் நட்புடன் சொன்னான். பையன் அவனைச் சட்டை செய்ய வில்லை. பறவை இன்னொரு இடுக்கு வழியாக வெளியே எட்டிப் பார்த்தது.

அதன் முகமும் குந்துமணிக் கண்ணும் தெரிந்தன. பையன் அதன் உடலை ஒளித்திருந்த கட்டைகளை மெல்ல அகற்றினான்.

“பார்த்து பார்த்து! அதில் ஏகப்பட்ட ஆணிகள் இருக்கின் றன. பறவையைக் கீறிவிடும்”

பதற்றத்துடன் அவன் கத்தினான்.

“இதோ பார் அந்தப் பறவையை எடுத்துக்கொண்டு அங்கிருந்து முதலில் நகர்ந்துவிடு. கட்டைகள் சரிந்து விழுந்தால் அந்தச் சிறு உடல் நசுங்கிவிடும். அப்புறம் அது செத்துப்போய் விடும்.”

அவன் மீண்டும் கத்தினான். ஓடிப் போய் அந்தப் பையன் அருகில் நின்றுகொண்டான்.

இதற்குள்ளாகப் பறவை முழுவதுமாகக் கட்டைக்குள்ளிலிருந்து தன்னை விடுவித்துக்கொண்டுவிட்டது. பையன் அதைக் கையில் ஏந்திக்கொண்டு பின்னால் நகர்ந்தான். பையனின் கண்களில் பயம்போல ஒன்று ஒளிர்ந்தது. பளபளக்கும் உப்பிய கன்னங்கள் கொண்ட முகத்துடன் மருண்டிருக்கும் பையனைப் பார்க்க அணைத்துக்கொள்ள வேண்டும் போலிருந்தது.

“உன்னுடைய அம்மா அப்பா எங்கே”

பையன் தீர்மானமாக பதில் பேசாது பின்னால் நகர்ந்தபடி இருந்தான். அவன் கைகளில் இருக்கும் பறவை பாராக்கீட் எனப்படும் சிறு கிளி வகையைச் சேர்ந்தது என்பது இப்போது அருகில் பார்க்கும்போது தெரிந்தது.

“சரி, இது பாரார்க்கீட் தானே.”

அதற்கும் பதில் இல்லை.

“எங்கள் வீட்டிலும் ஒரு பாரக்கீட் இருந்தது. என் பெண் அதற்கு நீலம் என்று பெயரிட்டிருந்தாள். ஆமாம். அது வானம் போல நீலமாய் இருந்தது. ஆனால் ஒரு வாரத்துக்குள் செத்துப் போய்விட்டது”

“அதோ ஆரஞ்சு மரம் தெரிகிறதல்லா ... அதன் கீழேதான் புதைத்தோம்.”

பையன் அவன் கை காட்டிய திசையில் பார்த்தான். சில கணங்களுக்குப் பிறகு அவன் முகத்தை ஏறிட்டுப் பார்த்தான்.

“அதற்கு எந்த சீக்கும் வரவில்லை. அதை ஒரு கூண்டில் தான் வைத்திருந்தோம். ஆனால் உத்தரத்தில் உயரத்தில் கூண்டைத் தொங்கவிடாது போனதுதான் அது இறந்துபோகக் காரணமாயிற்று. உயரமான மேஜை வாங்கி அதன்மேல் கூண்டை வைக்கலாம் என்று திட்டமிட்டிருந்தோம். அதுவரையில் கூண்டைத் தரையிலேயே வைத்தோம். உயரத்தை இழந்த பறவை வெகுநாள் உயிர் வாழாது என்று பறவை செத்தபிறகு அதை விற்ற கடைக்காரன் எங்களுக்குச் சொன்னான்.”

“நீ கூட இதை ஜாக்கிரதையாக உயரமான இடத்தில் கூண்டுக்குள் வைத்து வளர்க்க வேண்டும். சரியா.”

அவன் மெல்ல அந்தப் பையன் அருகே சென்றான். பையன் இப்போது நகராது அவனைப் பார்த்தபடி நின்றான்.

“நீலம் இறந்தபின் என் பெண் மிகவும் வருத்தப்பட்டாள். எத்தனை நடுக்கத்தை அளிக்கும் விஷயம், வானத்தை வீடாகக் கொண்ட பறவையை வீட்டில் வைத்து வளர்ப்பது. அதுவும் தரை அளவுக்கே வைத்திருப்பது. ஒரு சிறு அறியாமைகூட எப்பேர்ப்பட்ட பின்விளைவுகளை ஏற்படுத்திவிடுகிறது!”

“சரி, உன் வீடு எங்கே என்று சொல். உன் பெயர் என்ன? உன் பெற்றோர் உன்னைத் தேடுவார்கள் இல்லையா. இப்படி முன்பின் தெரியாதவர்கள் வீட்டுக்குள் போவது அவ்வளவு சமர்த்தான செயல் இல்லை. மோசமான மனிதர்கள் இந்த ஊரில்கூட இருக்கிறார்கள்.”

அவன் பையனின் கையைப் பற்றிக்கொண்டான். மிருது வான விரல்கள் அவனுடைய உள்ளங்கையில் அடங்கின. பையன் எந்தப் பேச்சும் எதிர்ப்பும் இல்லாது அவனுடன் வந்தான்.

இப்போது எங்கே என்று இவனை விடுவது. தெருவில் இவனைத் தேடி யாராவது வருகிறார்களா என்று சிறிது நேரம் வாசலில் பார்த்தான். யாரையும் காணோம்.

அவள் வீட்டுக்கு வரும் நேரம் ஆகிவிட்டது. இன்னமும் அரைமணிக்குள் வந்துவிடுவாள். அதற்குள் இந்தக் காரியத்தை முடித்துவிட வேண்டும். வீடு திரும்பும்போது எந்த நெருக்கடியை யும் அவள் விரும்புவதில்லை. அது மீந்திருக்கும் பொழுதைக் குலைத்துவிடும். பார்க்கப் பார்க்க இந்தக் கிளி அவன் வீட்டில் இறந்த கிளிபோலவே இருக்கிறது. அவன் மனைவியும் பெண்ணும் இதைப் பார்த்தால் கசப்பான நினைவுகள் எழாமல் இருக்க முடியாது.

வெளியில் இன்னும் பின்மதிய வெயில் தங்கியிருந்தது. ஒன்றிரண்டு கார்கள் சென்றன. சாண்ட்டா க்ளாராவின் அமைதி இப்போது பொருத்தமில்லாமல் இருந்தது. இரண்டு போலிஸ் கார்கள் விளக்குகள் மின்ன, சைரன் அலற தெருவில் சீறினால் நன்றாக இருக்கும்.

அவனுக்கு அப்போதுதான் ஞாபகம் வந்தது. முனையில் அரைவட்டமாய் வழிந்து திரும்பும் தெருக்கோடியில் ஒரு மெக்ஸிக்கன் குடும்பத்தைப் பார்த்திருக்கிறான். அவர்கள் சில மாதங்களுக்கு முன்புதான் அங்கே குடிவந்திருந்தார்கள். பிக்கப் ட்ரக் ஒன்றில் சாமான்களை அள்ளிப்போட்டு ஒரு குடும்பம் குடிபுகுந்திருந்தது. இந்தத் தெருவின் முதல் மெக்ஸிக்கன் குடும்பம்

அதுதான். பக்கத்து வீட்டு ரிச்சர்ட் சொன்னான்: இனிமேல் மே முதல் வாரம் இந்த தெரு அமர்க்களப்படும் என்று. மே 5 மெக்ஸிக்கர்கள் தங்கள் கலாச்சாரத்தைக் கொண்டாடும் ஸின்க்கோ டி மேயோ.

பையனை அழைத்துக்கொண்டு அந்த வீட்டுப் பக்கம் நடந்தான். "அதுதானே உன் வீடு" என்று கேட்டதற்கும் அந்தப் பையன் பதில் பேசவில்லை. எல்லாவற்றுக்கும் ஒரே மாதிரியான முகபாவத்தைக் கொண்டிருந்தாலும் பார்ப்பவர் விரும்பக்கூடிய வசீகரம் அவனிடத்தில் இருந்தது.

அந்த வீட்டு முன்னால் ஒரு மிகப் பெரிய காலி பிக்கப் டிரக் நின்றிருந்தது. வீட்டு வாசலில் இருந்து தெரு நடைபாதை வரை நீண்ட புல்வெளியில் ஏகப்பட்ட விளையாட்டுச் சாமான்கள் சிதறிக் கிடந்தன. நடுவில் ஒரு கூண்டும் அங்கிருந்ததைப் பார்த்தபோது அவனுக்குக் கொஞ்சம் நிம்மதி வந்தது.

அந்தப் பையன், இப்போது பிடித்திருந்த அவன் கையை விட்டுவிட்டுப் புல்மேல் கிடந்த பந்து ஒன்றை எடுக்க ஓடினான்.

அவன் வாசல் மணியை அழுத்தியபோது ஒரு மூதாட்டி வந்து கதவைத் திறந்தாள். அவளுக்கு ஆங்கிலம் சுத்தமாகப் பேசத் தெரியவில்லை. அவள் பின்னாலேயே ஒரு இளம் பெண் வந்தாள். அவள் நல்ல பருமன். தலையில் அடர்த்தியான கருங்கூந்தல். அகன்ற, சதா நகர்ந்துகொண்டிருக்கும் பார்வையைக் கொண்ட கண்கள் அவள் முகத்தில் இருந்தன.

அவன் தன்னை அறிமுகப்படுத்திக்கொண்டு அந்தப் பையனைக் காட்டிக் கேட்டான். அவள் ஸ்பானிஷ் வாசனை வீசும் ஆங்கிலத்தில் "ஆமாம், அது தன் பையன்தான்" என்றாள்.

அவன் சுருக்கமாக நடந்ததை விவரிக்க முயன்றான். எப்போதும் எதை விடுவது எதைச் சொல்லுவது என்ற குழப்பம் அவனுக்கு அதிகம். பையன் அவன் வீட்டுக்கு வந்ததை மட்டும் சொல்லியிருந்தால் அவள் சட்டென்று புரிந்துகொண்டிருப்பாள். அவன் அந்தப் பறவை, மரக்கட்டைகள், ஆணி, தன் வீட்டில் இறந்துபோன பாராக்கீட் என மாற்றி மாற்றிச் சொல்ல, அவள் சற்றுப் பொறுமையிழந்து நின்றாள். அடிக்கடி வீட்டுக்குள் பார்த்துக் கொண்டிருந்தாள். அவள் முகத்தில் நன்றியுணர்ச்சியும் நெகிழ்ச்சியும் ததும்பும் என்ற எதிர்பார்ப்பு அவனுக்கு இருந்திருக்க வேண்டும். அவனுக்கு ஏமாற்றமாக இருந்தது. அவள் ஸ்பானிஷில் பையனைப் பார்த்து ஏதோ கத்தினாள். பையன் அவளைச் சட்டை செய்யாது புல்வெளியில் ஒரு வளையத்தை உருட்டியபடி ஓடினான். வீட்டுக்குள்ளே ஒரு குழந்தை வீலென்று

அழும் சத்தம் கேட்டது. அந்தப் பெண் வீட்டுக்குள் ஓடினாள். அந்த மூதாட்டியிடம் என்ன பேசுவதென்று தெரியாமல் ஒரு கணம் தயங்கினான். பிறகு "அந்தப் பையனின் அப்பா இல்லையா" என்று கேட்டான். அவள் ஸ்பானிஷில் எதையோ சொன்னாள். அவன் புரியாது விழிப்பதைப் பார்த்து கையைத் துப்பாக்கிபோல் காட்டி "இராக்..." என்றாள்.

அவன் வெறுமனே தலையாட்டிவிட்டு வந்தான். வீட்டுக்குத் திரும்பும் முன் ஒரு கணம் புல்வெளியில் நின்று பையனைப் பார்த்தான். அவனைப் பற்றி ஒரு கவனமும் இல்லாது பையன் விளையாடிக் கொண்டிருந்தான். மேலே வானத்தில் தெள்ளத் தெளிவான ஒளி இருந்தது. அற்புதமான காற்று வீச, பக்கத்தில் இருந்த செர்ரி மரம் பொலபொலவென இலைகளைப் புல் வெளியில் உதிர்த்தது. முதுகுக்குப் பின்னால் அந்த மூதாட்டி அவனையே பார்த்துக் கொண்டிருப்பது போலிருந்தது. அந்தப் பின்மதிய வேளையில் ஒரு குளிர் அவன் உடம்புக்குள் புகுந்து அவனை நடுக்கியது.

அப்போதுதான் கவனித்தான் பையன் கையில் பறவை இல்லாததை.

புல்வெளியில் கூண்டும் காலியாகக் கிடந்தது.

பாதங்கள்

என்னுடைய கால்களைக் காணவில்லை. இல்லை. இல்லை. கால்கள் என்னுடன்தான் இருக்கின்றன. குழப்பம், சொல்ல நினைப்பதை ஏடாகூடமாக மாற்றி விடுகிறது. தொடை, முட்டி எல்லாம் சரியாக அதனதன் இடத்தில்தான் இருக்கின்றன. பாதங்களை மட்டுமே காணவில்லை. இதுகூட ராத்திரி மட்டும்தான்.

இரவில் தூங்கப்போகும்வரை காலுடன் பாதம் ஒட்டித்தான் இருக்கிறது. நாலு பேரில் ஒருத்தனாய், இருபது வருடங்களாக சாண்ட்டா க்ளாராவின் வீதி களில் காரோட்டி, அங்குமிங்கும் அலைந்து திரிந்து . . . ஒரு கணமாவது உட்காரவிடுகிறதா நவீன வாழ்க்கை என்றெல்லாம் சலித்துக்கொண்டுதானே இருக்கிறேன். அதில் ஒரு குறையும் இல்லை. அப்பழுக்கில்லாத ஜீவனம் தான்.

ஆனால் இரவு படுத்தபிறகு பாதங்கள் இரண்டும் சிறகு முளைத்தாற்போல் எங்கேயோ பறந்து போய்விடு கின்றன. ஒரு நள்ளிரவு, இயற்கையின் அழைப்பு அடி வயிற்றை நச்சரிக்க எழுந்திருக்க முயன்றவன் தடவித் தள்ளாடிக் கட்டிலில் இருந்து கீழே விழுந்து இடுப்பில் சிராய்த்துக்கொண்டேன். மனைவியும் பிள்ளைகளும் பூகம்பம்தான் வந்துவிட்டதோ என்று அலறிக் கட்டிலுக்கு அடியில் ஒளிந்துகொண்டார்கள்.

அன்று என் மனைவி என்னை நிமிர்த்திக் கட்டிலில் சேர்ப்பதற்குள் ஏராளமாக அவஸ்தைப்பட்டுவிட்டாள். அவளுக்கு என்மேல் அசாத்தியமான கோபம் வரத்தானே செய்யும். ஐந்தடிக்கும் மேலிருக்கும் ஒரு ஆள் எந்தக் காரணமும் இல்லாமல் கீழே விழுவதும் பிறகு எழுந் திருக்க முடியாமல் தூக்கிவிடச் சொல்லுவதும் பொறுப் பான குடும்பஸ்தன் செய்யக்கூடியதா! ‘தூக்கத்தில்

புரண்டு விழ இன்னும் சின்னப் பிள்ளையா' என்று பல்லைக் கடித்தாள். பாதங்களைக் காணவில்லை என்று விவரிக்க முயன்றது அவள் கோபத்தைக் கூட்டத்தான் செய்தது. 'நாற்பது வயதிலேயே மூளையும் கெட்டாயிற்றா' என்றபடி கொட்டாவியை அடக்கிக்கொண்டாள். அன்றிலிருந்து எந்த நெருக்கடியிலும் கட்டிலை விட்டு நடு இரவில் நகர்வதில்லை என்று முடிவெடுத் தேன்.

பொழுது விடியும்போது பாதங்கள் மீண்டும் காலுடன் சேர்ந்துகொள்ளத் தவறுவதில்லை. வெட்கமில்லாத ஜந்துக்கள். அசாத்தியமான சோர்வுடன் கால்களுடன் உறவு தேடுகின்றன. குளிக்கும்போது வெறுப்புடன் அவற்றை உற்றுப் பார்த்தபடியே இருந்தேன். இத்தனை கவனத்துடன் என் பாதங்களை நான் இதுவரை பார்த்ததில்லை. புடைத்திருக்கும் பாத மேடுகளில் நெளியும் நரம்புகளும் கொழுத்த புழுக்களைப் போல நீளும் கால் விரல்களும் . . . பாதங்கள் இரண்டும் அறிய முடியாத மிருகம் போலக் காட்சியளித்தன. என் கண்ணுக்குத் தெரியாத எதையோ தொட ஏங்குவதுபோல உடலை விட்டு நீண்டன. எட்டிக் குளியல் அறையின் சுவற்றை உதைத்தேன். கட்டை விரல் நகம் பெயர்ந்து வலியில் காது சூடேறியது.

ஒரு இரவு தூங்காமல் பாதங்களைப் பிடித்தபடியே படுத் திருந்தேன். என் தோள்கள் இற்றுப்போனாலும் விட்டுவிடுவ தில்லை என்ற வேகத்துடன்தான் இருந்தேன். அப்படியும் ஒரு கணத்தில் கண்ணயர்ந்துவிட்டேன். நாள் பூராவும் இங்கு மங்கும் அங்குமிங்கும் சதா அலைபவனால் படுக்கையில் விழுந்த கணத்தில் தூங்காதிருக்க முடியுமா? அன்றும் அவை, என்னை விட்டுவிட்டு எங்கேயோ சென்று பிறகு காலையில் வந்து சேர்ந்தன.

○○○

மதிய உணவு இடைவேளையின்போது அலுவலகத்துக்கு அருகில் ஓடையோரமாக எழும்பிப் போகும் மண்பாதையில் டோனியும் நானும் அரை மணிநேரமாவது நடப்போம். பேச்சு நிகழ்காலத்திலிருந்து எங்கள் இருவரின் இளம் வயது ஞாபகங் களுக்கும் அடிக்கடி தாவும். நான் ஸ்ரீரங்கத்தில் கழித்த காலத்தை நினைவுகூர்ந்தால் அவன் இந்தோனேஷியாவில் வளர்ந்த காலத்தைப் பற்றிச் சொல்லுவான்.

பைன் மரங்கள் நிறைந்த பாதையில் அணில்கள் ஓடிக் கொண்டிருக்கும். குளிர்காலத்தில் பைன் மரத்திலிருந்து தரை யில் விழுந்திருக்கும் கூம்பு வடிவ விதைகளைக் கறுப்பு அணில் கள் படபடப்புடன் கொறிக்கும். அன்று போகும் வழியில்

டோனி என்னைப் பார்த்து, "அய்யோ! தாண்டு!" என்று கத்தினான். ஒன்றும் புரியாமல் தாவினேன். பாதையின் குறுக்கே என் காலுக்கடியில் சரசரவென எதுவோ ஊர்ந்து போகும் சத்தம் மட்டுமே கேட்டது.

"உன் காலைத் தீண்டியிருக்கும்" என்றான்

○○○

இன்னொரு இரவு. தூங்கியது போலவும் இருந்தது. ஆனால் வெகு நேரமாக விழித்தே இருப்பதுபோலவும் இருந்தது. இதில் எது உண்மை என்று தெரியவில்லை. இருளை விழுங்கி மூடும் கண்கள் உடனேயே மீண்டும் திறந்துகொண்டன. கண்கள் மூடினாலும் விழித்திருந்தாலும் மனம் எப்போதும் விழித்துக் கொண்டே இருக்குமோ?

தூங்கும்போது இருக்கும் மனமும் விழித்திருக்கும் போது இருக்கும் மனமும் வெவ்வேறானவை என்று தோன்றியது. இந்த எண்ணமும் அதே மனதில்தானே எழுகின்றது!

இந்த இருட்டுக்குள் ஓராயிரம் ஞாபகங்கள் உருக்கொள் கின்றன. அவை தூர வானத்தில் மின்னும் மீன்கள் போல் முதலில் தோன்றினாலும் கண் சிமிட்டும் நேரத்தில் அவற்றின் தூரம் கரைந்துவிட, பிரத்தியட்சம் தொலைவில் போய்விடுகிறது.

இப்போது எந்த இடத்தில் இருக்கிறேன்? ஞாபகங்களை அசைபோடும் நிகழ் தருணத்திலா? இல்லை ... இந்த இரவில் மட்டுமே இருக்கிறேன் என்பது நிச்சயமில்லை.

இந்த இரவில் மீந்துவிட்ட ஒரு 'நானு'மாய் ஞாபகம் இழுத்துச் செல்லும் மற்றொரு 'நானு'மாய் பிளவுற்றுப் போகி றேன். ஒரு ஞாபகத்திடம் இருந்து வேறொன்று என்னைப் பிடித்து இழுக்கிறது. உருண்டோடும் பந்துகள் மீது நிற்பது போல ... ஒரு பந்திலிருந்து இன்னொன்றுக்கு நகராவிட்டால் கீழே விழுந்துவிடும் பயத்துடன் தொடர்ந்து நகர்ந்தபடி ... அதை இரவிலிருந்து பார்த்தபடி ...

○○○

ஓடையோரம் நடந்தபோது டோனி சொன்னான்:

"கிரி, என்னுடைய தாய்மாமா இறந்துவிட்டார் என்ற செய்தி நேற்று கிடைத்தது. அவர் இறந்து ஒரு வாரத்துக்கும் மேலாகிவிட்டது, ஆனால் எனக்கு இப்போதுதான் தெரியவந்தது."

"அடடா ... அவருக்கு என்ன வயது?" என்றேன்.

டோனி ஓடைப் பக்கம் பார்த்தபடி பதிலளித்தான்.

“நல்ல வயதிருக்கும். என்னுடைய இளம் வயதில் பல பள்ளிக் கோடை விடுமுறைகளை சுமத்திரா தீவில் கழித்திருக்கிறேன்”

“நீ வளர்ந்தது ஜகார்த்தாவில்தானே”

“பிழைப்புக்காகச் சீனர்கள், உலகத்தின் எல்லா மூலைக்கும் சிதறுவது காலகாலமாக நடந்துகொண்டிருக்கிறது. எங்கள் குடும்பத்திலிருந்து என் தாய்மாமா முதன்முதலில் இந்தோனேஷியாவிற்கு இடம்பெயர்ந்தார். அவர் மூலமாகவே என் பெற்றோர் அங்கு வந்தார்கள். நான் பிறந்த பிறகு நாங்கள் மட்டும் ஜகார்த்தாவுக்குப் போனோம்”

கொஞ்ச நேரம் இருவரும் மௌனமாக நடந்தோம். ஒரு புளூஜே பறவை மரக் கிளையிலிருந்து படபடவெனச் சிறகடித்து எழும்பிப் பறந்தது.

“அவர் இந்தோனேஷியாவுக்கு வந்துவிட்டாலும் அவருடைய எண்ணமெல்லாம் எப்போதும் சைனாவில்தான் இருந்தது. நான் சைனாவிற்குப் போனதே கிடையாது. ஆனால் என்னுடைய சிறு வயதில் சைனாவைப் பற்றிய ஒரு கனவுச் சித்திரம் அவருடைய சொற்கள் மூலம் மனதில் உருவாகியிருந்தது”

“அவர் இறப்பதற்கு முன் ஒருமுறைகூட சைனாவிற்குத் திரும்பவில்லையா?”

“சைனாவுக்குத் திரும்பிப் போனால் மீண்டும் இந்தோனேஷியாவுக்கு வரவே முடியாது. கம்யூனிஸ்ட் அரசு ஏகப்பட்ட கெடுபிடிகளைப் போட்டிருந்தது. சைனாவிற்குத் திரும்ப வேண்டும் என்ற உணர்வே அவருக்கு இருந்திருக்காது. ஏன் தெரியுமா? ஏதோவொரு விதத்தில் அவர் இன்னும் சைனாவில்தான் வாழ்ந்துகொண்டிருந்தார்!”

“புலம்பெயர்ந்தவர்களின் தீர்க்கவொண்ணா சிக்கல் அல்லவா அது. கொஞ்ச நாட்களாகவே இந்தியா பற்றிய ஞாபகங்கள் தொடர்ந்து வந்துகொண்டிருக்கின்றன. நான் இளைஞனாக இந்தியாவில் வசித்த ஞாபகங்கள் ஒருபோதும் வருவதில்லை. சின்னஞ்சிறு பையனாக ஸ்ரீரங்கத்தில் வசித்த நாட்கள் . . . அவைதான் மீண்டும் மீண்டும் வருகின்றன.”

“சுமத்திரா தீவில் என் மாமா வீட்டுக்குப் பக்கத்திலேயே ஒரு ஆறு ஓடிக்கொண்டிருக்கும். கோடை விடுமுறை நாட்களில் நான் ஜகார்த்தாவிலிருந்து சுமத்திராவுக்குப் போவேன். உள்ளூர்ப் பையன்களுடன் ஆற்றுத் தண்ணீரில் விளையாடுவதும் கடல் பொங்கும்போது ஏறும் ஆற்றுத் தண்ணீரில் ஓடத்தில் மிதப்பதும் . . .”

“உங்கள் வீட்டிலேயே ஓடம் இருந்ததா?”

“இரவு உணவுக்குப் பின் மாமா சைனாவில் கழித்த இளம் பிராயத்துக் கதைகளைச் சொல்லுவார். அந்தச் சமயங்களில் நான் இருப்பதையே அவர் மறந்துவிட்ட மாதிரி இருக்கும். அவர் நதியோடு ஒட்டியிருந்த இடத்தில் வளர்ந்திருப்பார் போலும். பேச்சில் நதியும் படகுகளும் எப்போதும் இடம்பெற் றிருக்கும். சுமத்திராவிலும் ஒரு ஓடத்தை வைத்திருந்தார். ஆனால் அதை அவர் தொட்டு நான் பார்த்ததில்லை. ஏன் என்று அவரிடம் கேட்க கொஞ்சம் பயமாகத்தான் இருந்தது. நான் ஊர்ப் பையன்கள் கொண்டுவரும் ஓடத்தில்தான் போவேன்.”

டோனியின் ஷூவில் லேஸ் அவிழ்ந்து அவன் காலைத் தடுக்கியது. தாழ்வாக இருந்த ஒரு மரக்கிளைமீது காலை வைத்து லேஸைக் கட்டிக்கொண்டான்.

“கிரி, ஒரு ராத்திரி தூக்கம் வராமல் புரண்டுகொண்டிருந் தேன். இன்னும் ஓரிரு நாளில் ஜகார்த்தாவுக்குத் திரும்ப வேண்டும். சத்தம் போடாமல் மெல்ல வீட்டை விட்டு வெளியேறி ஆற்றுப் பக்கம் வந்தேன். வானத்தில் கோடை நிலா பிரகாசமாய் இருந்தது. என் காலடியில் ஆற்றங்கரை மணல் குளிரத் தொடங்கி யிருந்தது. அப்போதுதான் பார்த்தேன். சற்றுத் தொலைவில் ஒரு ஓடம் மிதந்துகொண்டிருப்பதை. ஏறக்குறைய பகல்போல் வெளிச்சம் இருந்ததில் ஓடத்தின் துடுப்புகள் நீரைத் துழாவி நகருவது தெளிவாகவே தெரிந்தது. ஆனால் ஓடத்துக்குள் யாருமே இருக்கவில்லை. அது என்னுடைய மாமாவின் ஓடம் தான்.”

ஓடைக் கரையோரம் இருவரும் நின்றோம். டோனி வழுக்கையாகிக்கொண்டிருக்கும் முன்னந்தலையில் சிதறிக் கிடந்த தலைமயிர்க் கற்றைகளைக் கையால் ஒழுங்குபடுத்திக் கொண்டான்.

“உடனே வீட்டுக்கு ஓடினேன். மாமா அவருடைய அறை யில் நார்க்கட்டிலில் தூங்கிக்கொண்டிருந்தார். இரு கைகளையும் மடித்துத் தலைக்கு அடியில் வைத்துகொண்டுதான் அவர் தூங்குவார். அன்று அங்கே படுத்திருந்த உடலில் கைகளை மட்டும் காணோம்”

அந்த மதிய வெயிலில் அவனுடைய கோதுமை நிற முகம் லேசான வியர்வை பூத்துப் பளபளத்தது.

○○○

வேறொரு இரவில் அந்தச் சிறுவனைப் பார்த்தேன்.

யாருமற்ற ஸ்ரீரங்கத்து வீதிகளில் வினோதமாய் அலைகிறான் அந்த ஏழெட்டு வயதுச் சிறுவன். தரதரவென அவன் விருப்பத்திற்கு மாறாக இழுக்கப்படுவதுபோல இருக்கிறது அவனுடைய நகர்வு. ரங்கநாதர் கோவில் பிரகாரத்தில் காற்று ஊளையிட்டு அவனைத் தொடருகிறது. தெற்கு வாசலில் முற்றுப் பெறாத கோபுரத்தின் நிழல் தரையில் கறையாய் விழுந்திருக்கிறது. தெற்குச் சித்திரை வீதி ஜெயந்தி எங்கே? கிழக்கு உத்திரை வீதியில் தோத்தாத்ரி வாத்தியார் வீட்டில் இருந்து புல்லாங்குழல் ஓசை மட்டும் கேட்கிறது. கொள்ளிடத்தில் சலசலக்கும் நீரில் ஒளிப் புள்ளிகள் நகர்கின்றன. அவன் உடலுக்குச் சற்றும் பொருந்தாத பாதங்களுடன் விழுவதும் எழுவதுமாய் எங்கும் அலைகிறான்.

பார்வை

அந்த நவீன நகரத்தின் மூலையில் ஒதுக்குப்புற மான சந்தில் நிற்கும் உருளை வடிவக் கட்டிடம் ஒரு காலத்தில் ஆலயமாகவோ, பெருங்கூட்டம் சேரும் இட மாகவோ, அல்லது மாளிகையாகவோ இருந்திருக்க வேண்டும். அறிய முடியாத ஆழத்துக்குள் வேர்களைப் பாய்ச்சியபடி கட்டிடம் நகரத்தில் நிற்கிறது. வெளிவட்டச் சுவரின் நாலு பக்க வாசல்களை மூடியிருக்கும் கதவுகள் வலுவானவை. சுவற்றின் பரப்பில் கதவுகள் பொதிந்து சுவற்றிலிருந்து தனித்துச் சொல்ல முடியாதபடி காட்சி யளிக்கின்றன. கட்டிடத்தின் கூரை ஆகாயத்தை ஒரு நுனியில் தாங்கி நிற்பதுபோல உயர்ந்திருக்கிறது. அந்தக் கோபுரத்தில் இருந்து நீள்வாக்கில் மேற்கு நோக்கி ஒரு ஜன்னல் இறங்குகிறது.

அந்திப் பொழுது எங்கும் சூழ்ந்துகொண்டிருக்கிறது. கூர்மையை இழந்துவிட்ட ஒளி சரிந்து உருவாக்கும் நிழல்கள் நகரெங்கும் நீள்கின்றன. கட்டிடத்தைச் சுற்றிக் கூட்டம் சேர்ந்து கொண்டிருக்கிறது. ஆண்கள், பெண்கள், ஊன்றுகோல் கொண்டு நடப்பவர்கள், முதியவர்கள் என்று பலர். எந்த ஒழுங்கும் இல்லாது அங்கங்கே எல் லோரும் தேங்கி நிற்கிறார்கள். கூட்டம் முன்னும் பின்னும் அலைந்து கொண்டிருக்கிறது. வெளிச்சுவற்றின் அருகே நிற்பவர்களைச் சுவற்றுடன் சேர்த்து அழுத்துகிறது பின் னால் சேரும் கூட்டம். பலவிதமான பேச்சுச் சத்தங்களும் ஓசைகளும் கேட்கின்றன.

“இன்றைக்கு எப்படி விதித்திருக்கிறதோ!”

“ஏமாற்றத்துக்குமேல் ஏமாற்றம்!”

“ஒருவேளை, நம்மால் கதவுகளைக் கண்டுபிடிக்க முடியாது போனால் . . .”

“கருணையின் ஒரு துளியாவது . . .?”

ooo

கட்டிடத்தின் உள்ளே வட்டமாய் விரிந்திருக்கும் மிகப் பெரிய கூடத்தின் நடுவில் இருக்கும் மேடையில் அவர் நிற்கிறார். அணிந்திருக்கும் கண்ணாடியைக் கழற்றித் துடைத்து மீண்டும் அணிந்துகொள்கிறார். ஒடிசலான உடல்வாகு. நல்ல உயரம். கருப்பிற்கும் நரைக்கும் இடையில் இருக்கும் நிறத்தில் முடி தோள்வரை தொங்குகிறது. மார்பளவுக்கு வரும் மேஜைக்குப் பின்னால் நின்றபடி கூடத்தைச் சுற்றியுள்ள காலி இருக்கைகள் மேல் பார்வையைச் செலுத்துகிறார்.

அறையில் மின்விளக்குகள் இல்லை. கூடத்துச் சுவர்களில் இழுத்துச் சாத்திய கண்ணாடி ஜன்னல்கள் மேல் திரைச்சீலை தொங்குகிறது.

அவர் காத்திருக்கிறார்.

அவர் தலைக்குமேல் உயர்ந்து ஓங்கும் கூரையின் உச்சியில் நுனி கூண்டாய்ச் சிறுத்துக் கூம்புகிறது. அங்கிருந்து சில பறவை களின் உறுமல் சத்தம் கூடத்துக்குள் ஒலிக்கிறது. எதிரொலிக்கிறது. ஒரு ரீங்காரம்போல ஒலிக்கிறது. வேறு எந்த ஓசையும் அங்கு இல்லை.

மேஜைமீது இருக்கும் கறுப்பு நோட்டுப் புத்தகத்தைத் திறக்கிறார். ஒருமுறை மீண்டும் கூடத்தை உற்றுப் பார்த்துக் கொள்கிறார். முகத்தில் எந்தவிதச் சலனமும் இல்லை. வெறுமை. கூர்ந்து பார்த்தால் ஏதோ ஒரு உணர்ச்சி அங்கே இருந்திருப்பதின் தடயம் மங்கலாய்த் தெரிகிறது.

நோட்டுப் புத்தகத்தில் இன்னும் சில பக்கங்களே காலியாக இருக்கின்றன. எழுத வேண்டிய பக்கத்தைத் தேர்ந்தெடுக்கிறார். எழுதுகோலுடன் ஓங்கிய கை அந்தரத்தில் நிலைத்து நிற்கிறது. பார்வை கூரைமேல் தியானித்திருக்கிறது. திடீரென ஒரு கட்டளை கிடைத்தாற்போல எழுதத் தொடங்குகிறார் . . .

அவருடைய விரல்கள் வெகு வேகமாக நகருகின்றன பக்கத்தின்மீது. பேனா பக்கத்தைக் கீறும் சத்தம் அங்கே கூடி யிருக்கும் மௌனத்தின் மேல் உரசுகிறது. தடித்த புருவங்களுக் கிடையில் தீவிரமாய் ஒளிரும் கண்கள் நோட்டுப் புத்தகத்தில் நகரும் வரியைத் தொடர்கின்றன. எழுதும் கையைத் தவிர அவர் உடலில் வேறெந்த அசைவும் இல்லை.

ooo

வெளியே கூட்டம் கட்டிடத்தின் அனைத்துப் பக்கத்திலும் இப்போது சேர்ந்திருக்கிறது. கைகளால் வெளிச் சுவற்றைத் தடவியபடியே நகர்ந்து கொண்டிருக்கிறார்கள். அவர்கள்மேல் அழுத்தும் கூட்டம் என்னவோ கத்துகிறது. அவ்வப்போது சுவற்றைத் தடவிப் பார்ப்பவர்கள் கையில் எதுவோ தட்டப் பட்டு திடீரென்று நிற்கும்போது கூட்டம் கூச்சலிட்டு ஆர்ப்பரிக் கிறது. மீண்டும் அவர்கள் நகரத் தொடங்கும்போது ஆக்ரோஷக் குரல்கள் எழுகின்றன:

"பின்னால் போங்கடா மடையர்களா!"

"நேற்றைப் போலவே காலம் வீணாகிக்கொண்டே வருகிறது"

"நோட்டுப் புத்தகம் நிரம்பிவிட்டதென்றால் . . ."

"அய்யோ இரவு வந்துவிட்டதா?"

உரத்தச் சிரிப்பு கேட்கிறது.

○○○

அவர் எழுதுவதை நிறுத்திவிட்டார். அந்தப் பக்கம் பூராவும் அவர் எழுதிவிட்டார். அடுத்த பக்கத்தில்தான் இடமிருக்கிறது. ஆனால் பார்வை எழுதிய பக்கத்தின் மேலேயே தயங்கி நிற் கிறது. ஒரு பெருமூச்சுடன் எழுதுகோலை நோட்டுப் புத்தகத்தின் பக்கத்தில் வைக்கிறார். அந்த நோட்டுப் புத்தகமும் எழுதுகோலும் மிகப் புராதனமானவை. நோட்டுப் புத்தகத்தின் பக்கங்கள் பழுப்பேறி உதிர்ந்துவிடுவதுபோல் இருக்கின்றன.

அவர் மீண்டும் கூடத்தைச் சுற்றிப் பார்க்கிறார். அவருடைய கண்கள் அங்கிருக்கும் வெறுமையை நம்பமுடியாத ஒன்றைப் பார்ப்பதுபோல் பார்க்கின்றன. அவருடைய கறுத்த உதடுகள் இறுகுகின்றன.

எழுதிய பக்கத்திலிருந்து வாய்விட்டுப் படிக்கத் தொடங்கு கிறார். அவருடைய குரல் மென்மையாகவே இருக்கிறது. கடின மான வார்த்தைகளைப் பயன்படுத்தாத நாக்கு என்று கேட்பவர் நினக்கும்படியாகவே இருக்கிறது. குழந்தையை அழைக்கும் கனிவும் முதியவர்களை அரவணைக்கும் பாசமும் அவர் குர லில் ஒருசேர சேர்ந்திருக்கிறது.

ஒவ்வொரு வாக்கியத்துக்குப் பிறகும் இடைவெளி விட்டு, ஆமோதிப்புக்காகக் காத்திருப்பவர்போல, தலையைத் தூக்கிப் பார்க்கிறார். அவரைச் சந்திக்கும் மௌனத்தை ஏற்றுக்கொள் வதைப் போல தலையைத் தழைத்து அடுத்த வரியைப் படிக்கிறார்.

கூரையின் கூண்டுப் பகுதியில் இருள் தேங்கினாலும் இடது பக்கத்தில் இருக்கும் கண்ணாடி ஜன்னல் வழியாக நுழையும் வெளிச்சம் புகைபோன்றிருக்கும் இருளில் மிதந்து எதிர்ச் சுவரில் மடிப்புற்றுக் கீழே இறங்குகிறது. உச்சியிருளில் மென்மையாய் இருக்கும் வெளிச்சம் கீழே இறங்கும்போது உக்கிரத்தை அழைத்துக்கொள்கிறது. அந்த வெளிச்சக் குழாயின் நடுவில் இருந்து வெளியேற முடியாதவராய் அவர் நிற்கிறார். அவருடைய உதட்டில் இருந்து தெறிக்கும் எச்சில் துளிகள் வெளிச்சத்துக்குள்ளே மின்னிச் சுழலுகின்றன. படித்துவிட்ட பக்கத்தின் முந்தைய பக்கத்தைப் புரட்டிப் படிக்கத் தொடங்கு கிறார்.

அவருடைய வெண்மையான நெற்றியிலும் மூக்கிலும் வியர்வைத் துளிகள் அரும்பிப் பளபளக்கின்றன. மெலிந்திருக்கும் கறுத்த உதடுகளை ஈரப்படுத்தி மறையும் நாக்கின் நுனியும் கறுத்திருக்கிறது.

அவருடைய குரல் கூடத்தின் ஒவ்வொரு மூலைக்கும் அலையாய்ப் பரவுகிறது. காலியாய்க் கிடக்கும் எல்லா இருக்கை களையும் அடைந்து சிதறுகிறது.

○○○

வெளியே கூட்டத்தின் பதற்றம் அதிகமாகிக்கொண்டே வருகிறது. வானத்தில் பறவைகள் வரிசையாகப் பறந்துபோகும் சத்தம் கேட்கிறது.

“ஒரு வாக்கியம்! ஒரு வாக்கியம் கேட்டுவிட்டால் போதும்”

“நம்மைச் சூழ்ந்திருக்கும் இருள் இன்றாவது விலகுமா . . .”

வெளிச் சுவற்றைப் பற்றியிருக்கும் ஆட்களைப் பின்னால் இருப்பவர்கள் இழுத்துச் சுவற்றில் மோதுகிறார்கள். துணி மூட்டையைக் கட்டையால் அடிப்பது போன்ற சத்தம் எழுகிறது. கூச்சலும் குழப்பமுமாக இருக்கிறது. கூக்குரல்களையெல்லாம் முழுகடிக்கும் ஒரு பாடலை கூட்டம் உரத்துப் பாடிக்கொண்டே உடல்களைச் சுவற்றில் மோதுகின்றனர். அது ஒரு பிரார்த்தனைப் பாடல் போன்று இருக்கிறது.

இருளின் அடர்த்தி அதிகரித்துக்கொண்டே வருகிறது.

○○○

அவருடைய குரல் இப்போது மென்மையை இழந்துவிட் டிருக்கிறது. சிறுசிறு பற்களைக் கொண்ட ஆயுதம் உலோகத்தை அறுப்பதுபோல ஒலிக்கிறது. ஒரு பக்கத்தை படித்து முடித்து அதன் முந்தைய பக்கத்தைப் படிக்கத் தொடங்கும்போது குரலின் கடுமை கூடிக்கொண்டேபோகிறது.

கூரையிலிருந்து பறவைகளின் சிறகடிப்புச் சத்தமும் உறுமலும் அவர் குரல்மேல் விழுகிறது. அவர் நோட்டுப் புத்தகத்தின் ஒவ்வொரு பக்கத்தைப் புரட்டும்போதும் பறவைகளின் பதற்றமும் கூடுகிறது. அப்பறவைகளின் இருப்பு அவற்றின் சிறகடிப்பு மூலம் மட்டுமே தெரிகிறது. கூரையில் மண்டியிருக்கும் இருள் துணுக்குகளுக்குள் அவை பறக்கின்றன.

சிறிதுநேரம் முன்கூரை ஜன்னலில் இருந்து வழிந்த வெளிச்சம் தற்போது கூடத்துக்குள் முழுமையாக சிறைப்பட்டு விட்டது. ஜன்னலின் உதட்டில் வெறும் இருள் மட்டுமே அப்பியிருக்கிறது. அதற்கு அடியில் இருட்டுக் கம்பியிலிருந்து தொங்க விடப்பட்ட திரைச் சீலையாய் வெளிச்சம் மேலேயிருந்து கீழே தொங்குகிறது.

சோர்வுறும் கண்களுடன் வெளிச்சத்தின் நடுவில் நின்றபடி அவர் படித்துக் கொண்டிருக்கிறார். அவருடைய காதுகளுக்கே அவருடைய குரல் தாங்க முடியாததாய் இருக்க வேண்டும். கூடத்தில் பரவியிருக்கும் இருளில் நடுக்கமூட்டும் காற்று எழுகிறது. எல்லா இருக்கைகளும் மெல்லத் ததும்புகின்றன.

ஒரு தருணத்தில் அவருடைய வாசிப்பு பாடலாக மாறுகிறது. சத்தம் குறைந்த முணுமுணுப்பாய்த் தொடங்குவது கொஞ்ச நேரத்திற்குள்ளாகவே சுருதிகூட்டி எழும்புகிறது. திரிகளாய்ப் பிரியும் வரிகளைச் சேர்த்து இழைக்கும் குரல், சிறு சுருள்களை அவிழ்த்து உயரும் நெருப்பாய் உயருகிறது. அவரைச் சுற்றியிருக்கும் வெளிச்சத்தின் வட்டமும் குறைந்துகொண்டே வர அவருடைய பாடலின் கதி அதிகரிக்கிறது. மீதமிருக்கும் பக்கங்கள் குறைந்தபடியே இருக்கின்றன. அவர் தொடாமலே பக்கங்கள் ஒவ்வொன்றாய்ப் புரண்டு வருகின்றன. கூடிய விரைவில் அவர் புத்தகத்தின் முன் அட்டையை அடைந்துவிடுவார்.

○○○

வெளியே கூட்டம் வெறி பிடித்தாற்போல இருக்கிறது. ஏறக்குறைய முழு இருள் கூடிவிட்டது. வானத்தின் நிறம்கூடத் தெரியவில்லை. சுவற்றுக்கு அருகில் நின்றவர்கள் பலர் கீழே விழுந்து கிடக்கிறார்கள். பின்னால் நின்றிருந்த கூட்டத்தினர் விழுந்திருப்பவர்களை மிதித்துக் கட்டிடத்தின் சுவற்றை அடைகிறார்கள். சுவற்றோரமாய் நகர்ந்துகொண்டே சுவற்றைக் கையால் அடித்தபடியும் காலால் உதைத்தபடியும் இருக்கிறார்கள். பெரும் ஓலங்கள் எழுந்துகொண்டிருக்கின்றன. அந்த ஓலங்களுக்கிடையில் சுவற்றை ஓங்கி அடிக்கும் ஓசை கேட்டபடியே இருக்கிறது. சிலர் சுவற்றோடு ஒட்டி நின்று காதைச் சுவற்றில்

வைத்து எதையோ கேட்க முனைகிறார்கள். அவர்கள்மேல் ஆட்கள் மோதிக் கொள்கிறார்கள்.

○○○

அவருடைய பாடலின் முழக்கம் உச்சத்தைச் சேரும் பொழுது நோட்டுப் புத்தகத்தின் முதல் பக்கத்தின் வரிகள் முடிந்துவிடுகின்றன. உச்சத்தை அடைந்த குரல் ஸ்தம்பித்து நின்ற பிறகு சப்த அதிர்வுகள் கூடமெங்கும் பரவிக்கொண்டிருக் கின்றன. அந்தச் சமயத்தில் கூடத்தின் நான்கு புற வாயில்களும் வெடித்துத் திறக்கின்றன. பெரும் சத்தத்துடன் கூட்டம் ஒரு பிரளயமாய் உள்ளே வருகிறது. அந்தக் கட்டிடமே சிதறுண்டு விடும் என்பது போன்ற ஓசை எழுகிறது. ஜனங்கள் உள்ளே யிருக்கும் இருக்கைகள் மீது முட்டி மோதி எங்கும் விழுகிறார்கள். இருக்கைகள் முனகும் சத்தமும் முனகல்களும் விசும்பல்களும் கதறல்களும் ஒரே சமயத்தில் கலவையாய் எழுகின்றன.

இந்தக் களேபரத்துக்கு நடுவே அவர் நின்ற இடத்தில் விழுந்திருந்த வெளிச்சம் முற்றிலுமாக அழிந்துவிடுகிறது.

கூட்டத்தில் திடீரென்று அமைதி ஏற்படுகிறது. அவருடைய பாடல் முடிந்த பிறகும் பரவிக்கொண்டிருக்கும் சப்த அதிர்வுகள் அவர்களுக்கு அப்போது கேட்கின்றன. அவர்கள் சற்று நேரம் கூர்ந்து கேட்கிறார்கள். அவை வெறும் அதிர்வுகளாகவே இருக் கின்றன. அவருடைய குரலின் ஒரு அடையாளமும் அதில் இல்லை.

கூட்டத்தில் பலர் கேவி அழத் தொடங்குகிறார்கள்.

பறவைகள் கூரையிலிருந்து வெளிப்பட்டு படபடத்து பறக்கத் தொடங்குகின்றன. அவற்றின் சிறகடிப்பு எல்லாச் சத்தத்தையும் அடக்கிவிடுகிறது. பெருமழையாய்க் கூட்டத்தின் மேலே பறவை எச்சம் விழுகிறது.

“புனித நீர்! ஆஹா புனித நீர்! . . . அவர் நம்மைக் கைவிட வில்லை” என்று ஆர்ப்பரிக்கும் கூட்டம் முகமெங்கும் எச்சத்தை இழைத்துப் பூசிக்கொள்கின்றன.

மூடிய கறுப்பு நோட்டுப் புத்தகத்துடன் அவர் இருளோடு வெளியேறிக் கொண்டிருக்கிறார்.

பாதி

நம்பளப் பத்தி நாம வச்சிருக்கற கற்பனை இருக்கே, அதப் போல மோசமான விஷயம் வேறொண்ணு இல்ல. அது ஒரு நாளு தரையில் விழுற கண்ணாடி மாதிரி சில்லுச் சில்லாப் போகும். அப்போ தெரியும் நம்ம லட்சணம்.

உனக்குன்னு ஆக வேணாம். பக்கத்துல ஒரு ஆளுக்கு நடக்கறச்சே அது உன்னைச் சேரலைன்னா அப்புறம் நீ மனுஷனா?

கண்ணை மூடிட்டு உலகமே தன்னை மட்டும் சுத்தி இருக்கா மாதிரி வாழுற மனுஷனை என்ன பண்ணறது.. மண்ணையும் மலத்தையும் திங்கட்டுமே!. அய்யோன்னு கத்தறதில என்ன பிரயோஜனம் ... என்னைக் கேட்டா நீயும் ஒரு கை அள்ளி அவன் வாயில் போடுன்னு சொல்லுவேன்.

அவன் என் கூடவே வந்தான். அவனோட பெயரைக் கூட நான் கேட்டுக்கல ... அப்போ அது எல்லாம் பெரிசா தெரியலை. அவனாலதான் அன்னைக்கு அந்த ஹோாட்டலுக்கு போனேன். அவளோட இருந்தேன். அப்புறம் காலும் முட்டியும் நடுங்க நட்ட நடு ராத்திரி ரோட்டுல நின்னேன்.

அசிங்கம்னு சொன்னா ஆச்சா. உடம்பு அலையுதே. அதையும் விட அசிங்கம் மனசு போடுற நாடகம்! இப்போ தீர்ப்பு எழுதற மனசு அன்னிக்கு எப்படி அலைஞ்சது?

பம்பாய் போய் அலைஞ்சதுல நிலையான வேலை ஒண்ணு அப்பத்தான் கெடச்சிருந்தது. கொஞ்சம் பணமும் கைல வர ஆரம்பிச்சது. கொலாபா பக்கமா இறக்குமதி ஏஜென்ஸில வேலை. அந்தேரில ரூம். பாஷையும் கொஞ்ச கொஞ்சமா வர ஆரம்பிச்சது.

வேலை முடிஞ்சு வீட்டுக்குக் கிளம்பும்போது நல்ல நேரமாயிடும். வீட்டுக்குப் போற வழியில இருந்த அந்த இடத்தைக் கொஞ்ச நாளா கவனிக்காம இருக்க முடியலை. சாயந்திரமானா என்ன ஜொலிஜொலிப்பு அங்கே! பகல்ல பாக்கறவன், மூஞ்சி பூரா கண்ணா வச்சு பாத்துக்கிட்டுப் போனாலும் இடம் கண்ணுக்குத் தெரியாது. பொழுதானா அங்கே இருக்கும் ரகசியம் மெதுவா வெளிவர ஆரம்பிச்சுடும். ஒவ்வொரு ராத்திரியும் வாசல்ல நிக்கற வண்டிதான் என்ன, போற வரவங்க பண்ணிக்கும் ஜோடனைதான் என்ன ... ஜோடி ஜோடியா ஆட்கள் வெளியில வர்றதும் ... டாக்ஸியில் ஏறிப் போறதுமா ...

அதையெல்லாம் பாத்தபடியே போவேன். அது லேசுபட்ட இடம் இல்லை, அது ஒரு விவகாரமான இடம்னு தெரிஞ்சும் மனசு ஒண்ணும் தெரியாதது போல நாடகம் போடும். முன்னாடி நின்னு நின்னு பாப்பேன். ஆட்கள் வருவாங்க போவாங்க. ரெகுலர் கஸ்டமர்ஸ் போல. அப்புறம் அட ... நாம எப்படி இங்கே வந்தோம்னு ஆச்சரியப்படறா மாதிரி மூஞ்சி சுளிச்சுட்டு ஒரு அதிருப்தியோட ரூமுக்குக் கிளமபிடுவேன்.

அன்னைக்கு சாயங்காலம் மட்டும் கொஞ்சம் அதிகமாகவே அந்த இடத்துல நின்னேன். விஷயம் என்னன்னா, முந்தா நாளுதான் இரண்டாம் மாச சம்பளம் வந்துருந்தது. முதல் மாச சம்பளம் கிடைச்சப்போ, ஒழுங்கா மகாலட்சுமி கோவிலுக்குப் போயிட்டு மறுநாள் வீட்டுக்கு மணியார்டர் பண்ணினேன். இரண்டாம் மாசமே மனசில வால் முளைச்சாச்சு. அதான் விஷயம்!

தயங்கித் தயங்கி எவ்வளவு நேரம்தான் வெளியிலேயே நிக்கறது. ரெண்டு சிகரெட் குடிச்சு முடிச்சாச்சு.

அப்போ அவனப் பாத்தேன். என்னை மாதிரியே வெளியில நின்னான். டீக்கா டிரஸ் பண்ணி வெளுப்பா இருந்தான். எனக்குப் பரபரன்னு இருந்தது. சும்மா சுத்திச் சுத்தி வந்தேன். அவன் சிகரெட்டை ஊதறதும் பான் பராக்கை மெல்லறதுமா இருந்தான்.

சட்டுனு கிட்ட வந்து, “தனியா போறதைவிட ரெண்டு பேரா போனா சீப்பா முடியும்”னு சொன்னான்.

மண்டை மேல அடி விழுந்தா மாதிரி இருந்தது. எப்படி இவன் என்னை அக்குவேறா ஆணிவேறா பிரிச்சுட்டான்னு ஒரே ஆச்சரியம். இந்திக்காரன் பேசறது எனக்கு எப்போ முழுசா புரிஞ்சுருக்கு? ஆனா, அன்னிக்கு அவன் சொன்னதில் ஒரு குழப்பமும் இல்லாமல் புரிஞ்சது. அவன் ஊமையா இருந்திருந்தாலும் நான் கூடப் போயிருப்பேன்னு நினைக்கிறேன்.

இரண்டுபேரும் ஒண்ணா உள்ள போனோம். என்னன்னு சொல்லறது அந்த இடத்தைப் பத்தி. பாதி வெளிச்சத்துல எதுவும் முதல்ல விளங்கல. வாசல்லியே ஒரு ஆளு எங்க ரெண்டு பேருகிட்டேயிருந்து ஆளுக்கு அம்பது ரூபாய் புடுங்கிட்டான்.

அப்படியொரு ஆட்டத்தை நான் பாத்ததில்லை. பாதித் துணி கட்டிக்கிட்டு இந்திப் பாட்டுக்கு டான்ஸ்... ஜூம் ஜூம்னு பாட்டுச் சத்தம் காதை கிழிக்குது... இல்லாதவன், இருக்கறவன் ஒரு வித்தியாசம் இல்லைப்பா உக்காந்து பாக்கறவங்க கிட்ட. ஷோக்கா டிரஸ் பண்ணவன் பக்கத்துலதான் என்ன மாதிரி ஆளும் இருக்கான்.

ரவுண்டு ரவுண்டா பொம்பளை ஒவ்வொரு ஆளு கிட்டேயும் வறாங்க. எனக்கு கூச்சமாத்தான் இருந்தது. முன்ன பின்னே பக்கத்துல அரை குறையா போட்டிருக்க பொம்பளைகளைப் பாத்துருந்தாத்தானே. கூட வந்தவன் உஷாரான ஆளு போல... என்னவெல்லாமோ கதை அடிக்கிறான் அவளுங்க கிட்டே. என்னைக் காட்டி என்னவோ சொல்றான்... ரெண்டு பேரும் சிரிக்கிறாங்க. என் காதுல உன்மேல இவளுக்கு ஒரு கண்ணுய்யாங்கறான். அவ என்னடான்னா என் மடியிலேயே உக்கார்ரேங்கிறா.

ஆளுக்காளு பேரம் பேசறது என்ன வேடிக்கை தெரியுமா. ஒருத்தன் அப்படியே ஒருத்தி முன்னாடி கண்ணீர் விடறான், ரத்தக் கண்ணீர் எம்.ஆர். ராதா மாதிரி.

ஒருத்தன் என்னாடான்னா பொண்ணோட கையப் பிடிச்சு முத்திக்கிட்டே இருக்கான்.

தலை நரைச்ச தாத்தா பாட்டுப் பாடறாரு ஹீரோ மாதிரி... எங்கே பாத்தாலும் வளையல் சிணுங்கிக்கிட்டே இருக்கு. வெத்தலைப் பாக்கு, ஜர்தா பீடா, சிகரெட், சென்ட்டு எல்லா வாசனையும் குழைஞ்சு வர்ரதில்ல மூக்கு முகத்த விட்டு கழண்டு விழுந்துரும் போல இருந்தது.

பாதி இருட்டு உள்ள. பொம்பளைங்களோட டிரஸ் என்னம்மா மினுமினுக்குது. கூரைலேர்ந்து லைட்டு சுத்திக்கிட்டே இருக்கு. நட்சத்திரம் மாதிரில்ல ஒவ்வொருத்தியும் அப்படியே ஜொலிக்கறா.

கெஞ்சறது, கொஞ்சறது, நெளியறது, பொங்கறது எல்லாம் பண்ணப்புறம் ஆட்கள் ஜோடிஜோடியா வெளியில போறாங்க. நாங்க அப்படியே ரெண்டு பீர் சாப்பிட்டுட்டு உக்காந்துருக்கோம்.

அவன் ஏதோ ஒரு சகுனத்துக்காகக் காத்திருந்தா மாதிரி இருந்தது. மேலே வந்து விழுந்த பொண்ணுங்களைத் தள்ளி

விட்டுட்டே இருந்தான். யாரும் அவனுக்குப் பொருட்டில்ல. மூலையில ஒருத்தித் தனியா உக்காந்திருக்கா. அவளைக் காட்டி என் கிட்ட ஹிந்தியிலோ உருதுலியோ கவிதை மாதிரி எதையோ சொல்லி சிரிக்கறான்.

அவள் எங்க பக்கம் வரவேயில்லை.

உடம்புன்னா அப்படியொரு உடம்பு. ஏறுமாறா இருந்தது ... அந்த இருட்டுலயும் அவள் முகம் பளிச் பளிச்சின்னு மின்னல் மாதிரி வெளிச்சமா இருந்தது. பொறுத்துப் பொறுத்துப் பாத் தான் இவன், அப்புறம் நேரே அவள் கிட்டே போய் கொஞ்ச ஆரம்பிச்சிட்டான். அவளும் மத்த பொண்ணுங்க மாதிரி அவன் மேலெல்லாம் ஒரேடியா விழாமல் ஒரு கெத்தோடத்தான் பேசினா. என்ன பேசுறாங்கன்னு எனக்குத் தெரியலை. பேரம் பேசிட்டிருக்கான்னு மட்டும் புரிஞ்சது. கடைசியில் என் பக்கம் கையைக் காமிச்சான். அவள் என்னையே முறைச்சுப் பாத்தா. எனக்கு உடம்பெல்லாம் என்னமோ பண்ணுது.

என்கிட்ட வந்து சொன்னான்: ஒரு ஆள்னா நானூறு ரூபாங்கறா. ரெண்டு பேருக்கும் சேத்து அறநூறு ரூபா. என்ன சொல்லற ... சாதாரணமா நினைசிடாத. சரியான ஹைகிளாஸ் பார்ட்டி. கொடுத்து வச்சிருக்கணும் உனக்கு.

மூணு பேருமா டாக்ஸி புடிச்சுகிட்டு ஒரு ஓட்டலுக்குப் போனோம். அந்தப் பொண்ணு உம்முனுதான் வந்தது. இவன், அவள் மேல சாஞ்சு காதுல கிசுகிசுன்னு சொல்லிக்கிட்டே வந்தான். என்னப் பாத்து கண்ணடிக்கிறது, தொடைல தட்டறது ... இப்படியே போச்சு வழியெல்லாம்.

டாக்ஸிக்கு நான்தான் பணம் கொடுத்தேன்.

ஒரே ஒரு ரூம்தான் போட்டோம். அந்த ஓட்டல்ல எங்களை மாதிரி ஆட்கள் வந்துக்கிட்டே இருந்தாங்க. நீ பால்கனில நின்னுக்கிட்டு இரு, எனக்கப்புறம் நீன்னு சொன்னான்.

வெடவெடன்னு நடுங்கிகிட்டே பால்கனில நின்னுட்டிருந் தேன். பின்னாடி திரையை மட்டும் போட்டு மூடி வச்சிருந்தான். பால்கனி கதவைச் சாத்தல. என்ன என்னவோ சத்தம் கேக்கற மாதிரி இருந்தது. கீழேருந்து கார், ஆட்டோ போற சத்தம் கேட்டுட்டு இருந்தது. எனக்கு அந்த சமயம் ஊர் ஞாபகம்தான் இருந்தது. என்னடா இது, எங்கேருந்தோ இந்த பம்பாய்க்குப் பிழைப்புக்கு வந்தோம். இப்படி அந்தரத்துல நிக்கற மாதிரி நின்னுட்டிருக்கோமேன்னு யோசனை. ஒரு இடத்துல நிக்காமல் யோசனை புரண்டுகிட்டே இருந்தது

திடீர்னு பெரிய சத்தம். ஆ . . . ஊன்னு அவன் கத்தறான். அவளும் கத்தறா. எனக்கு உள்ளே போறதா என்னன்னு ஒண்ணுமே புரியல . . . அந்த வெள்ளைச் சீலைக்குப் பின்னாடி நிழல் அசையறது மட்டும் தெரியறது இப்படியே கொஞ்ச நேரம் நின்னுட்டிருந்தேன். எதையோ உதைக்கிற சத்தம் கேட்டப் புறம் தான் சரின்னு சீலைய தள்ளிப் பாத்தேன். கட்டில்ல போர்வையால உடம்பைப் போத்திக்கிட்டு அவள் பின்னால தள்ளி சுவற்றுல சாஞ்சு உக்காந்துருக்கா. அவன் சட்டை மட்டும் போட்டுக்கிட்டு கட்டிலைக் காலால்ல உதைக்கிறான். ரெண்டு பேரும் கன்னாபின்னான்னு கத்திக்கறாங்க . . .

அவன் தூன்னு தரையில் துப்பிட்டு என்னைப் பாத்தான் . . .

“என் காசும் அறுத்த காசாடா சொல்லு!”ன்னு கத்தினான். அந்த மாதிரி ஒரு வெறியை யார் கண்ணுலயும் நான் பாத்த தில்லை. உடம்பு நடுங்க ஆரம்பிச்சுருச்சு.

நான் ஒண்ணும் பேசத் தெரியாமல் நின்னேன். இவன் கத்தறதுக்கும் எனக்கும் எந்த சம்பந்தமும் இல்லைங்கற மாதிரி அவள் மூஞ்சிய தூக்கிவச்சிக்கிட்டு வாசல் கதவு பக்கமா பாத்துக்கிட்டிருக்கா.

அவன் திரும்பி அவளப் பாத்து தூன்னு துப்பினான். எச்சல் என் மேல தெரிச்சா மாதிரி இருந்துச்சு. பாண்ட்டை இழுத்துப் போட்டுக்கிட்டு கதவை டமால்னு மூடிட்டுப் ரூம்மை விட்டு வெளியில போனான்.

நான் அப்படியேதான் நின்னுட்டிருந்தேன். என்னப் பண்ணறதுன்னு புரியாமல்.

அவள் என்னக் கூப்பிட்டா. சுட்டு விரல ஆட்டி. பொம்மை மாதிரி போனேன். பாண்ட்டை கழட்டுன்னா.

○○○

ஹோட்டலுக்கு வெளியில தெருவில் லைட்டுக்கடியில் அவன் நின்னான். அவனைப் பாக்காதது மாதிரி நான் இருட்டோட போகப்பாத்தேன். ஏய் ஏய்ன்னு கூப்பிடறான். ஒரு சிகரெட்டைக் கொளுத்தினான். அவன் முகமே பத்தி எரியற மாதிரி இருந்தது.

”என்னடா எப்படி இருந்தது”ன்னு கேட்டான்.

நான் ஒரு பதிலும் பேசலை.

அவன் முதுகு பின்னாடி பாத்தேன். ஹோட்டல் வாசல்ல அவள் இறங்கி வர்றது தெரிஞ்சது. அதே கெத்தோடத்தான்

நடந்து வர்றா. கையில பை பளபளன்னு மின்னல் அடிக்குது. லிப்ஸ்டிக், முகத்துல மேக்கப் எதுவும் கலையாதது மாதிரிதான் இருக்கு. எனக்குப் படபடன்னு வந்தது. இவன் எதாவது பண்ணிடப்போறானேன்னு.

நாலடி தூரம் விட்டு அவள் தெருப்பக்கம் பாத்துக்கிட்டு நிக்கறா. முனையிலேருந்து கோடிலேர்ந்து நாங்க வந்த டாக்ஸி திருப்பிக்கிட்டு வந்தான். அவன் எல்லாத்தையும் கவனிச்சுக் கிட்டே சிகரெட்டை ஊதிக்கிட்டு நின்னான்.

அவன் மறுபடியும் எங்கிட்டே சத்தமா கேக்கறான். “சொல்லுடா, எப்படி இருந்தது?”

அவள் எங்க பக்கம் திரும்பக்கூட இல்லை. அதுல ஏறிப் போயிட்டா. டாக்ஸி சத்தம் தூரத்துல மறையற வரைக்கும் நானும் அவனும் மட்டும் அங்கேயே நின்னுட்டு இருந்தோம்.

சிகரெட்டைக் கீழே போட்டுட்டு அதேயே ஒரு நிமிஷம் பாத்தான். அப்புறம் எதுவும் பேசாமல் டாக்ஸி போனதுக்கு எதிர்ப் பக்கம் போயிட்டான்.

கீழே பாதி சிகரெட் புகைஞ்சுகிட்டே இருந்தது. சிகப்புப் புள்ளி. என் கண்ணுல அந்த நெருப்புப்புள்ளி பெரிசாகிக்கிட்டே வந்தது. என்னைத் தொடு தொடுன்னு கூப்பிடற மாதிரி. அந்தப் பாதி சிகரெட்டை எடுத்துக் குடிச்சேன். பில்டரையும் தாண்டி உதட்டுலயும் விரல் நுனிலயும் சுரீர்ன்னு சுடற வரைக்கும்.

ஒரே நாளில்

“முறுக்கு மாமி வீட்டுக்குப் போகட்டுமா அம்மா?” என்று கேட்டான் கிரி.

ஸ்டவ்வையே வெறித்துப் பார்த்தவாறு அம்மா சமையலறையில் உட்கார்ந்திருந்தாள். அங்கே ஒரே மண் ணெண்ணெய் வாசனை.

“என்னமோ பண்ணு” என்று அவன் பக்கம் திரும்பா மலே சொன்னாள்.

கிரி குஷியாக வெளியே வந்தான். ஞாயிற்றுக்கிழமை. ஐந்தாம் வகுப்பு பரீட்சை முடிந்து விடுமுறை விட்டா யிற்று. முறுக்கு மாமி வீட்டில் லாரன்ஸ் அண்ணன் இருந்தால் ஊர் சுற்றப் போகலாம். அப்போதுதான் மழை பெய்து நின்றிருந்தது. வீட்டு வாசலில் சாத்தி வைத்திருந்த கற்பனை புல்லட் வண்டியைக் காலால் உதைத்தான். “டட்டடட்” என்று வாயால் சத்தம் எழுப்பி இரண்டு கைகளையும் ஹாண்டில் பாரைப் பிடித்துக் கொள்வதுபோல் முன் நீட்டி ஓடினான். ஏகப்பட்ட மழைக் குட்டைகள் இருந்த தெருவில் அவன் கவனத் துடன் புல்லட்டை வளைத்து வளைத்து ஓட்ட வேண்டி வந்தது. தெரு ஓரமாய்ச் சாக்கடைப் பள்ளத்தில் மழை நீர் ஓடும் சத்தம் கேட்டது. அந்தத் தண்ணீரில் நீளமான வேட்டியின் இரு நுனிகளையும் பிடித்து மீன்பிடித்து விளையாடிக் கொண்டிருந்த எதிர்வீட்டுக் குமாரும் மகேஷும் இவனைப் பார்த்துக் கத்தியதைப் பொருட் படுத்தாமல் ஓடினான்.

தெரு முக்கில் வாசன் குருக்கள் அப்போதுதான் பிள்ளையார் கோவில் சன்னதிக்குள் நுழைந்து கொண் டிருந்தார். சட்டென்று ப்ரேக் அடித்துக் கோவில் முன்னால்

நின்றான். "மாமா நான் இன்னிக்கு குளிச்சாச்சு!" என்றான் ஆவலுடன்.

"குளிச்சா என்ன! விழுப்புப் படாம இருக்கணுமே" என்றார்.

"ப்ளீஸ் மாமா. குளிச்ச உடனே எது மேலையும் படாமல் புதுத்துணி போட்டுண்டு நேரே இங்கத்தான் வர்ரேன்."

வாசன் அவனை மேலும் கீழும் பார்த்தார்.

"பொய் மட்டும் சொன்னியோ அப்புறம் என்ன ஆகும்னு எனக்குத் தெரியாது!" என்றார் கண்டிப்புடன். அவருடைய ஒரு கையில் நீர் நிரம்பிய செம்புக் குடம் இருந்தது. இன்னொரு கையில் குடலையில் பூக்கள். செம்பருத்தி, நந்தியாவட்டை.

"இல்லை மாமா. மடியா வந்திருக்கேன்"

அவர் பதில் பேசாது சன்னதிக்குள் போனார். குறுகுறுப் புடன் பின் தொடர்ந்தான் கிரி. சன்னதியின் இருட்டாக இருந்த பிள்ளையார் எங்கே என்று தேட வேண்டி வந்தது. குளித்தபின் துடைத்துக்கொண்ட துண்டு, விழுப்பா மடியா என்ற சந்தேகத்தை அவரிடம் கேட்க வேண்டாம் என்று தீர்மானித்துக் கொண்டான். பிள்ளையார் அவனுடைய விருப்பத் திற்குரிய கடவுள் அல்லவா. ஒன்றிரண்டு பிழைகள் இருந்தால் பொறுத்துக்கொள்ள மாட்டாரா என்ன! என்னதான் இருந்தாலும் அவனுக்கு அடிவயிற்றில் பட்டாம்பூச்சி பறந்தது.

அவன் கூட சன்னதிக்குள் வந்துவிட்டதைப் பார்த்து திகைப்பதுபோல நடித்தார் வாசன்.

அவன் மளுக்கென்று எழுந்த சிரிப்பை கஷ்டப்பட்டு அடக்கிக்கொண்டு நின்றான்.

"சரி, கையை அலம்பிண்டு சுவாமி மேலேயிருந்து பழைய பூவையெல்லாம் எடுத்துப் போடு" என்றார்.

பிள்ளையாரைத் தொடும்போது கிரியின் கை நடுங்கிற்று. தன்னைக் கிள்ளிக்கொண்டு வலிக்கிறதா என்று பார்த்தான். நிஜமாகவே கிள்ளிய இடம் வலித்தது. தலையைத் திருப்பி சன்னதிக்கு வெளியில் ஒரு கணம் பார்த்தான். வெயில் வெள்ளை யாய் கண் கூசியது. இதை மட்டும் பார்த்தால் குமார், மகேஷ், பாஸ்கர் எல்லோரும் வயிறெரிந்து போவார்கள். 'டேய், டேய் என்னையும் சேர்த்துக்கோ ...' என்று கெஞ்சுவார்கள்.

பிள்ளையாரைத் தொட்ட விரல் ஷாக் அடித்தாற் போல இருந்தது. எத்தனை குளுமை. கிரியின் உடம்புக்குள் ஒரு புது சக்தி பாய்ந்தாற்போல இருந்தது. இனி, அவனால் லாரன்ஸ்

அண்ணனைப் போல பெரிய பெரிய உடற்பயிற்சிகளை எளிதாகச் செய்ய முடியும். குச்சிக் கத்தி சண்டையில் விவேக்கை எளிதாக வென்றுவிட முடியும்.

வாசன் குருக்கள் ஒல்லியாக இருந்தாலும் பிள்ளையாரைத் தினம் தொட்டுத் தொட்டு எத்தனை சக்தியைப் பெற்றிருப்பார்? யாராலும் அவரை சண்டையில் வென்று விட முடியாது.

எண்ணெய் மினுக்குடன் இருக்கும் பிள்ளையாருக்கு வாசன் குருக்களைப் போல அபிஷேகம் செய்ய வேண்டும் என்று அவரிடம் கெஞ்சிக் கெஞ்சி கடைசியில் இன்று சித்தித்து விட்டது. வாசன் குருக்கள் சொல்லும் காரியங்களை மிகுந்த கவனத்துடன் செய்தான். முதலில் பிள்ளையாருக்குப் பால் குளியல். பிறகு தயிர். அப்புறம் எலுமிச்சைச் சாறு. கடைசியாக சந்தனக் காப்பு. வாசன் குருக்கள் அவனையே எல்லாமும் செய்யவிட்டார். அபிஷேகத் திரவியங்களைப் பிள்ளையார் உடம்பிலிருந்து வழித்தெடுப்பதுகூட. பிள்ளையாருடைய தொப்பையிலும் தும்பிக்கையிலும் காலடியில் கிடக்கும் சுண்டெலி மீதும் கை பட்டபோது கிரிக்கு சிரிப்பு சிரிப்பாய் வந்தது. எல்லாம் குழம்பாக வழிந்து சன்னதிப் பீடத்தில் சேர்ந்து ஓடும்போது மூச்சை அடைக்கும் வாசனை வந்தது. தலையெல்லாம் கிறுகிறுத்தது. பூக்களைச் சார்த்திவிட்டுக் கற்பூரம் காண்பித்த வாசன் குருக்கள் கிரியின் நெற்றியில் விபூதி இட்டு விட்டார். இனிமேல் அவருக்கு வேலை ஒன்றுமில்லை. வரும் ஜனங்களுக்காகக் காத்திருக்க வேண்டும். இந்தப் புறநகர்ப் பகுதியில் காலையில் வருபவர்கள் அலுவலகம் போகும் அவசரத்தில் தூரத்திலிருந்தே கும்பிடும் மனதுக்குள்ளேயே ஒரு தோப்புக் கரணமும் போட்டுவிட்டுப் போய்விடுவார்கள். ஞாயிற்றுக் கிழமையென்றால் சாப்பாடுக்கடை முடித்த பிறகுதான் பெண்கள் வருவார்கள். அவர்களும் பக்கத்திலிருக்கும் துர்க்கை சன்னதிக்குத் தான் முக்கியத்துவம் தருவார்கள்.

“உனக்குப் பள்ளிக்கூடம் இல்லியா?” என்று கேட்டார் வாசன் குருக்கள்.

“பரீட்சை முடிஞ்சு லீவு விட்டாச்சே மாமா,” என்றான் கிரி.

“சரி, கழுதையை அவிழ்த்து விட்டாச்சா” என்று சிரித்தார்.

“உன்னோட அடுத்த காரியம் என்ன?”

“முறுக்கு மாமி வீட்டுக்குப் போறேன்”

“யாரு முறுக்கு மாமி?”

“டெய்சின்னு இருக்காங்களே ஆண்டாள் தெருவில். அவங்கத் தான் இப்போ முறுக்கு செஞ்சு விக்கறாங்க!”

“அடக் கடவுளே! அவளையா முறுக்கு மாமின்னு சொல்லற” வாசன் குருக்கள் தலையில் அடித்துக்கொண்டார்.

“சரி, அங்கே ஒரு பையன் இருக்கானே . . . அவன் பேர் என்ன?”

“லாரன்ஸ் அண்ணா!”

“அவனுக்குப் பைத்தியம் பிடிச்சிருக்காமே . . ?”

கிரி விழித்தான். என்ன லாரன்ஸ் அண்ணனுக்குப் பைத்தியமா?

“அட . . . நேத்திக்கு நடுத்தெருல ட்ரெஸ் எல்லாத்தையும் அவுத்துப் போட்டுண்டு போனான்னு சொல்றாளே!”

முந்தைய தினம் கூட லாரன்ஸ் அண்ணனுடன் விளையாடிக் கொண்டிருந்தானே. நேற்று ஒரு நாள்தான் கிரி அங்கே போகவில்லை.

“நம்பளவான்னா துர்க்கை சன்னதில வைச்சு வேப்பிலை அடிப்பா. அவாள்ளாம் சர்ச்சுக்குத்தானே போவா”

டெய்ஸி ஆண்ட்டி வீட்டு வாசலில் கிரி நின்றான். யாரையும் வெளியில் காணோம்.

வீட்டுக்கு முன்னால் எப்போதும் பயல்கள் கூடியிருப்பார்கள். இருந்தாலும் லாரன்ஸ் அண்ணனுக்கு கிரி மீது தனிப் பிரியம்தான். கிரியை மட்டும்தானே சர்ச்சுக்கெல்லாம் கூட்டிப் போயிருக்கிறான். முன் திண்ணையில் காரம்போர்டு ஆட்டம் நடக்கும். சிலசமயம் செஸ். முன்வாசலுக்கும் காம்பவுண்டு கேட்டுக்கும் இடையில் வண்டி விடும் இடத்தில் குறுக்குவாட்டில் கிரிக்கெட்கூட; டென்னிஸ் பந்துடன். லாரன்ஸ் அண்ணன் கமெண்டரி எல்லாம் சொல்லுவான். அவன் சொல்லும் தமிழ் கமெண்டரி வேடிக்கையாக இருக்கும். மட்டையாடி முட்டை போட்டார் என்றெல்லாம் சொல்லுவான். கபகபவென எல்லோரும் சிரிப்பார்கள். லாரன்ஸ் அண்ணன் வீட்டில்தான் முதன்முதலாக கேஸட் ப்ளேயரை கிரி பார்த்திருந்தான். பிலிப்ஸ் பெட்டி அது. நீளம் அதிகமாகவும் அகலம் குறைவாகவும் இருக்கும் அதில் கேட்ட ‘வாடி என் கப்பக் கிழங்கே’ பாட்டு எத்தனை வேடிக்கையாயிருந்தது! கிரி வீட்டில் வெறும் ட்ரான்ஸிஸ்டர் ரேடியோதான். மர்ஃபி பிராண்ட். கொஞ்ச நாளைக்கு முன்னால் ஒரு ஞாயிற்றுக்கிழமை அன்று அப்பா அதையும் எடுத்துக்கொண்டு போய்விட்டார்.

வீட்டுக் கதவு சாத்தியிருந்தது. கதவைத் தள்ளித் திறந்தான். உள்ளேயிருந்து எப்போதும் வரும் முறுக்கு வாசனை இப்போதும் வருவது ஆறுதலாக இருந்தது. டெய்ஸி ஆண்ட்டி முறுக்கு பண்ணி விற்கத் துவங்கியதெல்லாம் கொஞ்ச நாட்களாகத்தான்.

பாலித்தீன் பையில் அடைத்த முறுக்குகளைப் போட்டு பலசரக்குக் கடைகளுக்கு ஆண்ட்டி எடுத்துபோகும் கூடைகூட நேர்த்தியாக இருக்கும்.

கிரிக்கு இலவசமாக ஒன்று இரண்டு முறுக்குகளை, உடைந்து போன சில்லுகளைத் தருவாள். முறுக்கு நன்றாக நாக்கில் கரையும் வண்ணம் இருக்கும். அம்மாவிடமும் கிரி வாங்கச் சொல்லிக் கேட்டிருக்கிறான். அம்மாவோ பாட்டிக்காக 'மடி' என்று வாங்க மாட்டேன் என்கிறாள். கிரியைக்கூட அவர்கள் வீட்டுக்கு அடிக்கடி போகாதே என்று திட்டுகிறாள்.

லாரன்ஸுடைய அப்பாவைக் கொஞ்ச நாட்களாகவே காணவில்லை. டெய்ஸி ஆண்ட்டி முறுக்கு விற்பது அதனால் தான் என்று, பின் வீட்டு ராஜம் மாமி போகிறபோக்கில் ஒரு நாள் அம்மாவிடம் சொல்லிவிட்டுப் போயிருந்தாள். லாரன்ஸ் அண்ணனிடம் அதையெல்லாம் கேட்க கிரிக்கு பயமாகத்தான் இருந்தது.

டெய்ஸி ஆண்ட்டியை வீட்டுக்குள் காணோம். பின்பக்கம் தோட்டத்தில் இருக்கலாம். துணி உலர்த்திக் கொண்டிருப்பாள். நேரே லாரன்ஸ் அண்ணனைத் தேடிக்கொண்டு போனான் கிரி. டெய்ஸி ஆண்ட்டி வீட்டை அழகாக வைத்துக்கொண் டிருந்தாள். ஹாலில் பிரதானமாக இருக்கும் ஏசு ஒரு ஆட்டுக் குட்டியை அணைத்துக் கொண்டிருக்கும் படம் கிரிக்கு மிகவும் பிடிக்கும். அதற்கடியில் மெழுகுவர்த்திப் வடிவத்தில் சிறிய எலக்ட்ரிக் லைட் ஒன்று எப்போதும் எரிந்துகொண்டிருக்கும். மூலையில் மீன் தொட்டிக்குள் நீந்தும் தங்கக் கீற்றுகளாக மீன்கள்.

ஹாலையொட்டியிருக்கும் அறையின் சுவற்றில் சாய்ந்த வாறு இரும்புக் கட்டிலில் உட்கார்ந்திருந்தான் லாரன்ஸ் அண்ணன். கிரி வருவதையெல்லாம் பார்க்காதது போலவே நேர்க்கோட்டில் எங்கோ பார்த்துக்கொண்டிருந்தான். வெளியே ஒருவன் எதையோ உரக்க விற்றுக்கொண்டு போகும் சத்தம் மட்டும் கேட்டது.

லாரன்ஸ் அண்ணனின் தலை சுவரில் சாய்ந்திருந்தது. முகம் கருமையடித்திருந்தது. எந்த அசைவுமின்றி இருந்தான். அண்ணா என்று கூப்பிடலாமா என்று தயங்கி நின்றான் கிரி.

குருக்கள் அவனுக்குப் பைத்தியம் பிடித்துவிட்டது என்றாரே. பைத்தியமென்றால் சினிமாவில் காட்டும் பைத்தியம் போலவா? லாரன்ஸ் அண்ணனைப் பார்த்தால் அப்படியெல்லாம் தெரிய வில்லையே. ஒரு சிலையாக மாற்றிவிட்டாற் போலத்தானே உட்கார்ந்திருக்கிறான்.

லாரன்ஸ் அண்ணனை நேற்று மட்டும்தான் கிரி பார்க்க வில்லை. முந்தா நாள்கூட கிரியை லாரன்ஸ் அண்ணன் வழக்கம்போல சாயந்திரமாக சர்ச்சுக்குக் கூட்டிப் போயிருந்தான். அவனுடன் சர்ச்சுக்குப் போவது கிரி வீட்டில் யாருக்கும் தெரியாது. பாட்டிக்கு மட்டும் தெரிந்தால் வீட்டிலேயே சேர்க்க மாட்டாள். கிரிக்கு சர்ச் ரொம்பப் பிடித்திருந்தது. அங்கே நடந்த ஒரு கல்யாணத்தைப் பார்க்க நேரிட்டது. அந்தப் பாதிரியார் தான் எவ்வளவு கம்பீரமாக இருந்தார்! பார்க்கப் பார்க்க அவனுக்கும் அதுபோல நீண்ட அங்கியணிந்து நிற்க வேண்டும் என்று ஆசை வந்துவிட்டதே. பெஞ்சில் உட்கார்ந்து தொழும் பெண்கள் கன்னத்தில் நீர் வழிந்தது. அவர்கள் எல்லோருமே அற்புதமான ஆடைகளை அணிந்திருந்தார்கள். மிக அழகாக இருந்தார்கள். லாரன்ஸ் அண்ணன்கூட நேர்த்தியாக உடை யணிந்துதானே போவான்.

சில நாட்கள் லாரன்ஸ் அண்ணனும் அவனும் மட்டும் தனியாக சர்ச்சுக்குப் போவார்கள். உயர்ந்த கூரைக்கடியில் வெளிச்சம் விழும் கலர் கண்ணாடி சன்னல் பக்கத்தில் நின்று தன்னைப் பாதிரியாராகக் கற்பனை செய்தபடி லாரன்ஸ் அண்ணன் தொழுவதைப் பார்த்துக்கொண்டிருப்பான். அவனுக் கும் அது மாதிரி செய்ய வேண்டும் என்று விருப்பம்தான். ஆனால் பயமாக இருந்தது. லாரன்ஸ் அண்ணன் எங்கே கிண்டல் செய்வானோ என்ற வெட்கம்.

லாரன்ஸ் அண்ணன் சர்ச்சுக்கு எதிரே உள்ள பூங்காவில் மேல் சட்டையை அவிழ்த்துவிட்டு உடற்பயிற்சிக்கெனப் போட் டிருக்கும் இரும்புக் கம்பிகளில் இரு கைகளை ஊன்றி ஊசலாடி மேலும் கீழும் ஏறி இறங்குவான். அவனுடைய தோள்களில் உருளும் தசைநார்களைப் பார்க்கப் பிரமிப்பாகவே இருக்கும். கிரியால் அந்தக் கம்பி ஒன்றில் குரங்குபோல ஊசலாட மட்டும் முடியும். லாரன்ஸ் அண்ணன் கிரியின் சேஷ்டைகளைப் பார்த்துச் சிரிக்கும்போது கரிய முகத்தில் வெள்ளைப் பல் வரிசை பளிச்சென்று மின்னும்.

அப்புறம் லாரன்ஸ் அண்ணனின் நண்பர்கள் அங்கே வந்து உடற்பயிற்சி செய்வார்கள். சாயங்காலம் பொழுது சாயும் போது எல்லோரும் கும்பலாகப் பக்கத்தில் இருக்கும் டீக்கடை க்குப் போய் டீயும் முட்டை போண்டாவும் சாப்பிடுவார்கள்.

முட்டை சாப்பிட மாட்டியா என்று கிண்டலடிப்பான் லாரன்ஸ் அண்ணன். கிரி முறுக்கும் கடலை மிட்டாயும் தின்பான். ‘கிறிஸ்துவப் பொண்ணு உன்னைத் தள்ளிக்கிட்டுப் போப்போறா; அப்ப நீ சிக்கனும் மட்டனும்தான் சாப்பிடணும்’ என்று லாரன்ஸின் நண்பர்கள் கிரியைக் கேலி செய்வார்கள். கிரிக்கு உள்ளூரப் பெருமையாகக்கூட இருக்கும். டெய்ஸி ஆண்ட்டியும் சிலசமயம் கிரியைக் கேலி பண்ணுவாள் ‘நீ பெரியவனாகி யாரைக் கல்யாணம் பண்ணிக்கப் போற’ என்று.

லாரன்ஸ் அண்ணன் கொஞ்ச நாள் கார் டிரைவர் வேலை பார்த்துவந்தான். என்ன காரணமோ திடீரென்று வேலையை விட்டுவிட்டான். டெய்ஸி ஆண்ட்டி அப்போதெல்லாம் கடுகடு வென்று இருந்தாள். லாரன்ஸ் அண்ணனும் அவளைப் பார்த்துக் கத்தியிருக்கிறான்; கிரி முன்னாலேயே. டெய்ஸி ஆண்ட்டி, கர்த்தரே என்று கையில் ஜப மணிகளை உருட்டித் தொழத் தொடங்கிவிடுவாள்.

டெய்ஸி ஆண்ட்டிதான் ஈரக் கையுடன் பின்னாலிருந்து வந்தாள். அவள் முகத்தைப் பார்க்க வருத்தமாகத்தான் இருந்தது.

கிரி கிட்டே வந்து குனிந்து கிசுகிசுப்பாகக் கூறினாள்.

“போய்ப் பேசு . . !”

லாரன்ஸ் அண்ணனோ கொஞ்சமும் அசைவில்லாமல் தான் இருந்தான்.

டெய்ஸி ஆண்ட்டியிடம் எவ்வளவோ கேட்கவிருந்தது கிரிக்கு. நாக்கு ஒட்டிக்கொண்டு அப்படியே நின்றான். அவன் கண்களில் இருந்த திகைப்பைப் பார்த்து டெய்ஸி ஆண்ட்டி பெருமூச்சு விட்டாள்.

லாரன்ஸிடம் போய் “ராஜா, கிரி வந்திருக்கான் பாருப்பா . . .” என்றாள். அவள் அழுகிறாளோ என்று சந்தேகமாக இருந்தது கிரிக்கு.

லாரன்ஸ் திரும்பி இருவரையும் பார்த்தான். ஆனால் அவன் முகத்தைப் பார்க்கவே பயங்கரமாக இருந்தது.

வாசலில் இருந்து ‘கிரி’ என்று அம்மாவின் குரல் கேட்டது. கிரி வாசலுக்கு ஓடி வந்தான். அம்மாதான் வந்திருந்தாள். அடிக்குரலில் “வாடா முதல்ல” என்று அவனை இழுத்தாள். கிரி பேசாமல் அவள்கூடப் போனான்.

பிள்ளையார் கோவில் அருகே அம்மாவைக் கேட்டான்.

“லாரன்ஸ் அண்ணனுக்கு என்னம்மா ஆயிடுத்து?”

அம்மா துர்க்கை சன்னதியில் குங்குமம் இட்டுக்கொண் டாள். பதில் பேசாது கையைக் கூப்பிக்கொண்டாள். கண்கள் மூடிய அம்மாவின் முகத்தைப் பார்க்கக்கூட அவனுக்குக் கஷ்டமாக இருந்தது.

கிரி பாயில் புரண்டு புரண்டு படுத்தான். அவன் முதுகுக் கடியில் எதோ உறுத்துவது போலிருந்தது. கழுத்துக்கடியில் வியர்த்தது. பக்கத்தில் சுருண்டிருந்த ராஜு தூக்கத்தில் திடீரென என்னவோ உளறினான். எண்ணெய் சிக்குப் பிடித்திருந்த தலையணையைப் பார்க்கவே வெறுப்பாக இருந்தது. ராஜு எப்போதும் கிரியைச் சுற்றிச் சுற்றி வருகிறான். பள்ளிக்கூடத்தி லிருந்து வரும்போது புத்தகப்பையைத் தூக்கிவர மாட்டேன் என்று பாதி வழியில் தரையில் போட்டுவிட்டு அழுவான். கிரிதான் அதையும் தூக்கிவர வேண்டும். அம்மா, சதா இறுக்க மாகவே இருக்கிறாள். அப்பாவிற்கு எப்பொழுதும் தலைவலி வந்துவிடுகிறது. பெரியவர்கள் தாங்களும் கஷ்டப்பட்டுக் கொண்டு குழந்தைகளையும் கஷ்டப்படுத்துவது ஏன் என்று கிரிக்குப் புரியவில்லை. தங்கள் கஷ்டங்களையே அவர்கள் பெரிதாக எடுத்துக் கொள்கிறார்கள் ... அப்பா ஒற்றை வெற் றிலையை நெற்றியில் ஒட்டிக்கொண்டு இருட்டறையில் ஈசிசேரில் படுத்துக்கொள்வார். அம்மா சமையலறையில் சாதப் பாத்திரங் களை உருட்டுவாள். பாத்திரங்கள் ஒவ்வொன்றாகக் குறைந்துக் கொண்டே வருவது அவளுக்கு மிகவும் துன்பத்தை அளிக்கிறது. ஒவ்வொரு வாரமும் மிகுந்த சண்டைக்குப் பிறகு ஒரு பாத்திரத்தை எடுத்துக்கொண்டு போகிறார் அப்பா. திரும்பி வரும்பொழுது வெறும் கையுடனும் வசையுடனும் தான் வருகிறார்.

கூடத்திலிருந்த கடிகாரம் பதினொன்றைக் காட்டியது. அப்பா இன்னமும் வரவில்லை. அம்மா இன்னமும் வாசலில் தான் நின்றுகொண்டிருக்கிறாள். வெறும் நிழலாகத் தெரிந்தாள். ஞாயிற்றுக்கிழமையில் அப்பா இவ்வளவு நேரம் எங்கே இருப்பார் என்று புரியவில்லை. அவன் பார்க்காதபொழுது எல்லோரும் என்ன செய்கிறார்கள்? அம்மா சமையலறையில் என்ன செய் கிறாள் எப்போதும்? இப்போது லாரன்ஸ் அண்ணன் என்ன செய்துகொண்டிருப்பான்? வெற்றுப் பார்வையுடன் கட்டிலில் கிடப்பானோ?

எவ்வளவு நேரம்தான் அம்மா வெளியில் காத்துக்கொண் டிருப்பாள்? இரவு முழுவதுமா? ஒருவேளை அப்பா வராது போனால்? அங்கேயே நின்றுகொண்டிருப்பாளா? கிரி வெளியே போனான். அம்மா அவனைப் பார்த்தாள். ஒன்றும் கேட்க வில்லை. அவன் ராஜுவைப் போல சிறியவனாக இருந்தால்

அழுகையுடன் அவளைப் போய் அணைத்துக்கொள்ள முடியும். இன்னும் பெரியவனாக இருந்தால் அவனால் அவளுக்கு ஆறுதல் சொல்ல முடியும்.

"அம்மா ..." என்றான்.

"உம் ..."

"அம்மா" என்று மீண்டும் கூப்பிட்டான்.

"இந்த மனுஷன் எப்போ வருவார்னு தெரிலை. எங்கே போய் தொலைஞ்சாரோ!" அம்மா பொதுவாக அலுத்துக் கொண்டாள். கிரியின் முகத்தைப் பார்க்காமல். அப்பா வந்தால் அம்மா அவரை எந்தக் கேள்வியும் கேட்க மாட்டாள்.

கிரியும் அவள் பக்கத்தில் நின்று அவள் பார்க்கும் திசையில் சிறிது நேரம் பார்த்தான். அவன் முழங்காலில் கொசு ஒன்று கடித்தது. தெருவில் தூரத்தில் மின்விளக்கு அவ்வப்போது அணைந்து அணைந்து எரிந்தது.

"கண்ணா ... நீ போய் ஸ்டேஷன் வரை பார்த்துவிட்டு வரியா.. நானே போவேன் ஆனா ராஜு எழுந்து அழுதானா? ..."

கிரி பதில் சொல்லாது நின்று தெருவையே பார்த்தான். தினம் ராத்திரி தள்ளு வண்டியில் வறுக்கும் வேர்க்கடலையை விற்றுப் போகும் ஆளும் அவர்கள் தெருவை எப்பொழுதோ கடந்து போய்விட்டான்.

"சரி அம்மா" என்று கிளம்பினான்.

"ஜாக்கிரதையா போ. டார்ச்சு தரட்டுமா?"

அம்மா கேட்டதற்குப் பதில் சொல்லாது போனான்.

சிறிது தூரம் போனபிறகுதான் காலில் செருப்பில்லை என்பது ஞாபகம் வந்தது. அம்மாவும் அதைக் கவனித்திருக்க வில்லை. காலில் கற்களும் வேறு ஏதோவும் குத்தத் துவங்கின. பின்னால் திரும்பிப் பார்த்தான். அம்மா மங்கலாகத் தெரிந்தாள். இடது பக்கம் நடந்தான். வாடகை சைக்கிள் கடை மூடியிருந்தது. வாசலில் பெஞ்சில் கடை முதலாளி ஆறுமுகம் படுத்து தூங்கிக் கொண்டிருந்தான். டீக்கடையில் பாய்லரை அலம்பிக்கொண் டிருந்தான் ஒரு சிறுவன். கடை வாசலில் இருந்து வழிந்தோடும் நீர் அரிக்கன் விளக்கொளியில் ரிப்பன் போல பளபளத்தது. அந்தப் பையன் எப்போது தூங்குவான்? அந்தப் பையனின் அம்மாவும் அவன் வருவதற்காகக் காத்திருப்பாளா?

தெருவைக் கடந்ததும் மைதானம் வந்தது. மைதானத்தின் பக்கத்தை ஒட்டிப்போகும் தெரு வழியாகச் செல்லுவது சுற்று

வழி. மைதானத்தை வெட்டிக் குறுக்காகப் போனால் ஆட்டுத் தொட்டியும் ஆட்டுத் தொட்டியின் பக்கத்தில் சர்ச்சும் வரும். அதைத் தாண்டினால் ரயிலடியைத் தொடும் பஜாருக்குள் நுழைந்துவிடலாம்.

இந்த மைதானம் வழிதானே லாரன்ஸ் அண்ணன் கிரியைச் சர்ச்சுக்குக் கூட்டிப் போவான். எத்தனை முறை அவனுடன் போயாகிவிட்டது. இனி லாரன்ஸ் அண்ணனால் சர்ச்சுக்கு எல்லாம் போக முடியுமா? அந்தக் கட்டிலிலே கட்டிப்போட்டது போலக் கிடக்கிறானே!

மைதானம் இருட்டு வெளியாகக் கிடந்தது. தன்னிச்சையாக மைதானத்தில் நுழைந்து நடந்தான். இங்கேதான் எல்லோரும் கிரிக்கெட், பாட்மிண்டன் விளையாடுவார்கள். எதுவோ காலடியில் நழுவியது. பாம்பா, பூரானா? கிரி சட்டென நடுங்கி ஓடினான். ஓட ஓட மைதானத்தின் இருள் கூடிக்கொண்டே வந்தது. எங்கோ ஒரு நாய் ஊளையிட்டது. ஆளற்ற மைதானம் இரவில் எத்தனை பயத்தை உருவாக்குகிறது. கிரிக்குப் போகும் திசை குறித்து சந்தேகம் வந்தது. அவன் தொலைந்து போனால் அம்மா இரண்டு பேருக்காகவும் வீட்டில் காத்திருக்க வேண்டும்.

அம்மா இவன் மீது நம்பிக்கை வைத்து அனுப்பியிருக்கிறாள். ரயிலடி காலியாகத்தான் கிடக்கும். பதினொரு மணிக்கு மேல் எந்த ரயில் வரப்போகிறது? அம்மாவிடம் அவனால் எப்படிச் சொல்ல முடியும்?

இன்று இரவு அவர் வரவில்லையென்றால் அவர்கள் மூன்று பேரும் தாத்தா வீட்டுக்குப் போக வேண்டியதுதான். விடுமுறை நாட்களில் பாண்டிச்சேரிக்குப் போய் தாத்தா வீட்டில் இருந்தபொழுதெல்லாம் எத்தனை சந்தோஷமாக பொழுது கழிந்திருக்கிறது. ஆனால் அப்பா வந்தாலும் வரா விட்டாலும் அம்மா நிம்மதியற்றுத்தான் இருப்பாள். ராஜூவின் அழுகையும் குறையாது. பாதத்தில் ஈரமாய் எதுவோ ஒட்டி அருவருப்பாயிருந்தது. அதைக் கையால் தொட்டு என்னவென்றுப் பார்க்கக் கூசிக் காலைத் தரையில் அழுத்தித் தேய்த்து நடந்தான். இப்போது புழுதி ஒட்டிக்கொண்டது.

ஆட்டுத் தொட்டியைக் கடந்தவுடன் சர்ச் பக்கத்தில் முளைத்தது. அவன் இதுவரை தனியாக உள்ளே போனதில்லை. எப்போதும் கூடவே லாரன்ஸ் அண்ணன் இருந்திருக்கிறான். லாரன்ஸ் மண்டியிட்டுத் தொழுவதை எத்தனை முறை பார்த்திருக்கிறான்.

மனதுக்குள் சர்ச்சின் ஒவ்வொரு மூலையும் அவனுக்குத் தெளிவாகத் தெரிகிறது. உயரமான கூரைக்குக் கீழே மேடைமீது மேரி மாதாவும் குழந்தை ஏசுவும் சிலையாக. பக்கத்துச் சுவரில் சிலுவையும் ஏசுவும் ஓவியமாய். கோடியில் பெரிய மீன் தொட்டி போல கண்ணாடிப் பெட்டிக்குள் படுத்திருக்கும் ஏசுவின் பொம்மை.

ஏசுவின் முகத்திலும் மேரி மாதாவின் முகத்திலும் ஏன் இத்தனை வருத்தக் களை என்று முதன்முறையாக யோசித்தான். சர்ச்சுக்குள் மண்டியிட்டுத் தொழும் லாரன்ஸ் அண்ணனின் முகத்திலும் அதே துயரக் களைதானே. டெய்ஸி ஆண்ட்டி முகத்தில்கூட. ஏன், இருட்டில் நின்ற அம்மாவின் முகத்திலும் அதுதான் இருந்திருக்க வேண்டும்.

இன்று காலை பிள்ளையாரைப் பாலால் குளிப்பாட்டும் பொழுது சன்னதியில் வந்த வாசனை மீண்டும் வருவதுபோல் இருந்தது. ஏசுவிற்கும் அபிஷேகம் எல்லாம் செய்வார்களா என்ன? பிள்ளையார் மேல் வழிந்த பால் ஊடாக அவருடைய கருத்த உருவம் பளபளவென மின்னியிருந்தது. பிள்ளையாரின் உடலைத் தொடும்போது கை சில்லென்று இருந்தது. பிள்ளை யாரைப் பார்க்கும்போதெல்லாம் உள்ளுக்குள் தோன்றும் முறுவல், ஆனந்தம் எல்லாவற்றுக்கும் நேர் எதிராய் ஏசுவையும் மேரியையும் பார்க்கப் பார்க்க உள்ளுக்குள் குமுறல் ஏன் எழுகிறது?

லாரன்ஸ் அண்ணனின் கண்களும் இன்று காலை ஏசுவின் கண்களைப் போல இப்படித்தானே எங்கேயோ நிலைத்திருந்தன. அடிவயிற்றில் புதிதாகத் துடிக்க ஆரம்பித்த பயத்துடன் இருட்டுக்குள் ஓடினான்.

நடனம்

வின்சென்ட் கொடுத்த ஆடைகளை அணிந்து ஹென்றி படுக்கையில் கிடந்தான். அவனைச் சுற்றி இரவு வலையைப் பின்னியது. படுக்கையின் மென்மை உடலுக்கு அன்னியமாக இருந்தது. உடம்பு படுக்கையிலிருந்து வழுக்கிக்கொண்டு போய்விடும் என்று பயந்தான். நேற்றைய முன்தினம் யூட்டா மாநிலத்தில் ஏதோவொரு நகரத்தில் ஒரு நெடுஞ்சாலைப் பாலத்திற்கு அடியில் குளிர் உடலைப் புரட்டப் படுத்திருந்தான். அவனுடைய பத்தாண்டுகால அலைச்சலில் பல கந்தல் துணிகளைச் சேகரித்து வைத்திருந்தான். அத்தனையும் உடல் மேல் போர்த்தி அதற்கும் மேலே ஒரு பெரிய ப்ளாஸ்டிக் பையையும் அணிந்து படுக்க வேண்டியிருந்தது. அந்த இடத்தில் அவனைப் போலவே இருவர் படுத்திருந்தனர். அந்தக் குளிர் இரவில் அவர்களுக்குள் பேசிக்கொள்ள எதுவும் இருந்திருக்கவில்லை. கணக்கற்ற இரவுகளை அவன் வெளியில் கழித்துவிட்டுத்தான் இங்கே வந்திருக்கிறான். ஓயாத அலைச்சல், கொஞ்சமும் எதிர்பாராத இடத்துக்கு அவனை இழுத்து வந்திருக்கிறது.

ooo

ஹென்றி குளித்துக்கொண்டிருந்தான்.

ஷீலா வின்சென்ட்டிடம் எதுவும் கேட்காமல்தான் இருந்தாள்.

வின்சென்ட் தானாகவே சொன்னான்:

“ஹென்றியைப் பார்த்தபோது நம்பவே முடியவில்லை. அவன் எப்படி இங்கே . . . டென்வரில், அதுவும் இந்தக் கோலத்தில் . . . ஒரே குழப்பமாக இருந்தது.”

தோட்டத்துக்கும் அறைக்கும் நடுவில் இருந்த பெரிய கண்ணாடி ஜன்னலின் எதிரே இருந்த சோபாவின் ஓரத்தில் ஷீலா அமர்ந்திருந்தாள். அவள் பார்வை அவன் பக்கம் இருக்கவில்லை. வெளியே தோட்டத்தில் பனி தொடர்ந்து பொழிந்துகொண்டிருந்தது.

அவள் எதிரே நின்றிருந்த வின்சென்ட் பிறகு பக்கத்தில் அமர்ந்தான். அடுத்த கணமே எழுந்து நின்றுகொண்டான்.

“சந்தேகமே இல்லை ஷீலா. ஹென்றிதான் அது. அதில் ஒரு சந்தேகமும் எனக்கு அப்போது இருக்கவில்லை. ஆனால் சூழ்நிலை என்னைக் குழப்பிவிட்டது.”

ஒரு கணம் நிறுத்தி அவனும் ஜன்னல் வெளியே பார்த்தான். அவனுடைய குறுந்தாடியில் நிரம்பியிருந்த நரைமுடிகளைக் கட்டை விரலால் தேய்த்துக்கொண்டான்.

“பத்து வருஷங்களுக்கும் முன்னால் இல்லையா அவனைக் கடைசியாகப் பார்த்தபோது ... கலிபோர்னியாவில் பெர்க்கிலிப் பல்கலை வாசலில்!”

வின்சென்ட்டின் கையில் தக்கை போட்டு மூடியிருந்த வைன் பாட்டில் இருந்தது. மூடியைத் திருகிக்கொண்டே பேசினான்.

“ஷீலா, இன்று போலவே அன்றும் கிறிஸ்துமஸுக்கு முன் தினம். பெர்க்கிலியில் அவனைப் பார்த்தபோது உள்ளுணர்வு என்னை எச்சரிக்கத்தான் செய்தது. அவன் ஒரு நிமிஷம்கூடத் தாமதிக்கவில்லை. ஓங்கி என் கன்னத்தில் அறைந்தான்!”

○○○

ஹென்றி படுக்கையில் புரண்டான். களைப்பு அவனை அழுத்தியது. குளித்த பிறகு உடலில் உருக்கொண்ட அசதி அவன் விரும்பும்படி இருந்தது. கண்களில் தூக்கம் சொக்கியது.

அதே தருணத்தில் மனம் ஞாபகங்களைப் புரட்டியது.

பத்து வருடங்கள்! சான்ஃப்ரான்ஸிஸ்கோ நகரில் அலையும் பனி மூட்டம். அந்த இரவு அவனை அழைத்தபோது அதன் பின்னாலேயே ஹென்றி போயிருந்தான். ஷீலாவின் வாசனை பனியிரவில் அவன் கூடவே வந்தது. இரவின் குமிழிகள் உடைந்து குபுகுபுவென்று பெருகிய பனிமூட்டத்தினுள் அவனும் மிதந்தபடி தெருக்களில் அலைந்தான். அடர்ந்த ஈர மண்ணைப் போல இருள் பல இடங்களில் குழைந்து கிடந்ததை முதன் முறையாகக் கவனித்தபோது, இன்னொரு உலகத்துக்குள் நுழைந்துவிட்டது போலிருந்தது. நகரத்தின் மூலைகளில் இருள்

மெழுகின் உருகலைப் போல் சொட்டிக் கொண்டிருந்தது. நிழல்கள் ஒளிந்தும் வெளிவந்தும் கண்ணாமூச்சி காட்டின.

அவனைப் போலப் பலர் அந்த இரவில் நகரமெங்கும் அலைந்து கொண்டிருந்தார்கள். ஒருவன் பழைய ஷூக்களை எடுத்து லேஸ்களைக் கோர்த்து மாலையாக இவன் கழுத்தில் மாட்டினான்.

"நண்பனே வா! இந்த நகரத்தை ஆடையாக அணிந்துக் கொள்வோம்" என்றான். பாலத்துக்கடியில் ஒரு கும்பல் குப்பை களைச் சேர்த்து எரித்தது. எம்பிக் குதிக்கும் ஜ்வாலைக்கு மேலே இரவின் விளிம்பு ஏறி இறங்கியது. அந்தக் கும்பலில் ஹென்றியை ஒருவன்கூட எங்கிருந்து வருகிறாய்? உன் பூர்வம் என்ன? என்றெல்லாம் விசாரிக்கவில்லை. நகரெங்கும் அலையும் பனிமூட்டத்திலிருந்து இறங்கி வந்திருப்பவனாகவே அவனை அடையாளம் கண்டார்கள். அவர்கள் தங்களையும் அப்படித் தான் கூப்பிட்டுக் கொண்டார்கள். மூடுபனியின் குழந்தைகள் என்று.

அவர்களிடமிருந்து ஹென்றி கற்றுக்கொண்டான். அலை வது எப்படி என்று. அது அத்தனை சுலபமானதல்ல. நிற்காமல் போக வேண்டும். சீரான வேகத்தில். அதுவே குறிக்கோள். வெளிப்புறத்தில் பாய்ந்து சீறும் உலகின் எந்தச் சாயலும் மேலே விழுந்துவிடாதபடி நகர வேண்டும். கூட்டமாக இல்லா மல் தனித்தனியாக அலைய வேண்டும். போன பாதையில் திரும்பப் போகாமல் தன்னுணர்வு கழன்று போய் வெறும் பாதங்களாக உடம்பு மாறும் வரை.

ooo

வின்சென்ட் தொலைவில் இருக்கும் வார்த்தைகளை ஒன் றொன்றாகத் தேடி எடுத்துப் பேசுபவன்போல மெதுவாகப் பேசினான். ஷீலாவின் முகத்தில் எந்தச் சலனமும் இல்லை.

"நான் குற்றவுணர்வுடன் ஹென்றி அடித்த அடிகளை ஏற்றுக்கொண்டேன். ஹென்றியின் நிலையில் நான் இருந்திருந் தால் அதைத்தான் நானும் செய்திருப்பேன் இல்லையா?"

வின்சென்ட் முகத்தில் ஒரு இளகல் ஏற்பட்டது. ஷீலா வுக்குப் பக்கத்தில் உட்கார்ந்து கொண்டான். அவளைத் தோளோடு அணைத்துக் கொண்டான்.

"ஷீலா செல்லமே! ஆமாம், நானும் அதையேதான் செய் திருப்பேன்!" என்று முனகினான்.

ஷீலா முதன் முதலாகப் பேசினாள். அவளுடைய குரல் ஒரு பூனையின் மேனியைப் போல மிருதுவாக இருந்தது.

“ஒருநாள் அதிகாலை. ஹென்றி என்னை சான் ஃப்ரான்ஸிஸ்கோவுக்குக் கூட்டிப் போனான்; கோல்டன் கேட் பாலத்துக்கு. கீழே கடல். மேலே வானம். பாலத்தின் இரு முனைகளும் கண்ணுக்கே தென்படவில்லை. அவ்வளவு மூடுபனி அங்கே. அந்தரத்தில் நிற்பதுபோல இருந்தது. பாலத்தின் விளிம்பைப் பற்றிக்கொண்டு அவனும் நானும் நின்றோம். அப்போது தோன்றியது மிகப் பெரிய இன்மையின் விளிம்பில் இருவரும் நிற்பதாய்.”

வின்சென்ட் அவள் சொன்னதில் லயித்துப் போனவன் போல் இருந்தான். ஜன்னலுக்கு வெளியே பனி சிதறிக்கொண் டிருந்தது. மேலிருந்து கீழே விழுவது போலவே இல்லை. ஒவ்வொரு துளியும் அந்தரத்தில் தொங்குவதுபோல இருந்தது.

“வெளியே பனி பெய்கிறதல்லவா?” என்று கேட்டாள். வின்சென்ட் தலையாட்டினான். பிறகு அவசரமாக “ஆமாம்” என்றான்.

பார்வையை அகற்றாமல் வார்த்தைகளை அளந்து பேசுபவள் போல ஷீலா மெல்லப் பேசினாள்:

“எத்தனையோ பேர் அந்தப் பாலத்தில் இருந்து கடலில் விழுந்து தற்கொலை செய்துகொண்டிருக்கிறார்கள். அந்தச் சமயத்தில் அவர்களைப் பற்றிய ஞாபகம் எனக்கு எழுந்தது. பாலத்துக்குக் கீழே மிதக்கும் மூடுபனியில் விழுபவர்கள் எப்படி இறந்துபோக முடியும்? அந்தப் பாலமே அடிகால் அற்று அந்தரத்தில் எப்போதும் மிதந்துகொண்டுதானே இருக்கிறது!”

வின்சென்ட் அசைவற்று அவளையே சற்று பார்த்தான். பிறகு வைன் பாட்டிலின் வாயில் அடைத்திருந்த தக்கை மூடியைப் பிடுங்கி எடுத்தான். டப்பென்னும் சிறு சத்தத்துடன் அது வெளியே வந்தது.

எழுந்து போய் மூடியை உணவு மேசைமீது போட்டான். உணவு மேசைமீது அரைவட்டமாய் உருண்டு பின் படுத்தது.

குளியலறையில் இருந்து நீர் சீராக விழும் சத்தம் கேட்டது.

○○○

ஹென்றிக்கு யாரோ அறைக்குள் வருவதுபோலத் தோன்றி யது. ஹென்றியின் மனம் இருளின் அடுக்குகளுக்குள் சரிந்து பின்பு விழித்தது. அங்கே எந்த ஓசையும் இல்லை.

ஆனால் அவன் பக்கத்தில் படுக்கையில் வந்து கிடப்பதாக நினைத்துக்கொண்டான். உள்ளுணர்வு காற்றில் அலையும் பனித்துளியைப்போலச் சிதறிக்கொண்டிருந்தது.

ஒரு கணம் முற்றிலும் இருளாகவும் அடுத்த கணமே தகிக்கும் ஒளியாக ப்ரக்ஞையை மேல்நிறுத்தியது. கண்கள் திறந்துகொள்ள மறுத்தன.

பத்து வருடங்களில் அவன் உடலை ஒட்டிக்கொண்டு யாரும் படுத்ததில்லை. குறிப்பாக ஷீலா.

கடைசியாக ஷீலா அவன் அருகே படுத்திருந்த போது, இருவரும் இருளையே வெறித்துப் பார்த்தபடி படுத்திருந்தார்கள். சற்று நேரத்தில் ஹென்றி படுக்கையை விட்டு வெளியேறி முன் அறைக்குச் சென்று சோஃபாவில் படுத்திருந்தான். வீட்டுக் குள் இருட்டு முனகிக் கொண்டிருந்தது. அதற்கு அடுத்த நாள் முகச்சவரம்கூடச் செய்யப் பிடிக்காமல் பல்கலைக்குப் போனான். வின்சென்ட் அட்டைப் பெட்டியில் அடுக்கி வைக்கப் பட்ட புத்தகங்களைத் தூக்கி கார் ட்ரங்க்குக்குள் அடைப்பதும் மீண்டும் தன் அறைக்குச் சென்று அடுத்த பெட்டியை எடுப்பது மாக இருந்தான்.

வின்சென்ட் வேலையை ராஜினாமா செய்திருந்தான். வின்சென்டுக்கு வேறொரு மாநிலப் பல்கலையில் வேலை கிடைத்துவிட்டிருந்தது. வின்சென்டின் மாணவன் ஒருவனும் புத்தகங்களையும் சாமான்களையும் எடுத்து வந்து உதவிக் கொண்டிருந்தான். ஹென்றி தன்னுடைய அறையிலிருந்து திடீரென்று வெளியே போனான். எதிரே வந்த வின்சென்ட் முகத்தைத் தழைத்துக்கொண்டான். அப்போது அந்த வளாகத் தில் மணிக்கூண்டு ஓங்கி ஒலிக்க ஆரம்பித்தது. சிகரெட் புகை போல மேலே பரவியிருந்த குளிர்காலத்து வானத்தின் கீழே இறுக்கமாய் அணிந்திருந்த கோட்டுப் பாக்கெட்டில் கைகளை விட்டபடி நின்றான் ஹென்றி.

வின்சென்ட் இவனைப் பார்த்துச் சற்றுத் தயங்கினாற் போலவே இருந்தது. இவனை எதிர்கொள்ளும் அவஸ்தை வின்சென்டின் முகத்தில் நிழலாடியது. வின்சென்டின் கால்கள் பின்னிக்கொள்வதுபோல் ஹென்றிக்குத் தோன்றியது.

வின்சென்ட் இவனை மௌனமாகக் கடந்து இயற்பியல் துறையின் வாயிலுக்குள் நுழையும்போது பின்னாலேயே போய் வின்சென்டின் சட்டையைப் பிடித்து இழுத்தான். எப்போதும் போலவே வின்சென்ட் இவனைவிட நேர்த்தியான ஆடைகளை அணிந்திருந்தான். லேசான, ஆனால் படோபடம் இல்லாத நறுமணம் அவனிடமிருந்து வெளிப்படுவது தெரிந்தது.

வின்செண்ட் முகத்தில் மன்னிப்புக் கோரும் பாவம் தோய்ந்தது. "இதோ பாரு ஹென்றி" என்று சொல்ல ஆரம்பித்தவனை ஹென்றி ஓங்கி அறைந்தான். சட்டைக் காலரைப் பிடித்து இழுத்துக் கீழே தள்ளினான். ஹென்றி அடிகளைத் தடுக்க இரு கைகளாலும் முகத்தை மூடிக்கொண்டான்.

கட்டிடத்தின் உள்ளேயிருந்து வின்செண்ட்டின் மாணவன் ஹென்றியையே பார்த்துக் கொண்டிருந்தான். மறுநாள் கிறிஸ்துமஸ். விடுமுறையில் பல்கலையே காலியாகக் கிடந்தது.

OOO

ஹென்றியின் முகத்தருகே மிகவும் பழக்கமான அவளுடைய வாசனை வந்தது. அவள் வழக்கமாகப் போட்டுக்கொள்ளும் ஷாம்பூவின் வாசனைதான். அவன்கூட முன்னிரவு குளிக்கும் போது அதே ஷாம்புவைக் குளியலறையில் பார்த்தான். அதில் ஒரு சுருண்ட தலைமுடி ஈரத்துடன் இருந்தது. நடுங்கும் கை யுடன் அதைத் தொட்டான்.

அவளிடம் கேட்கவென அவனுக்குக் கேள்விகள் இருந்திருக் கின்றன. இந்தக் கண்கள் திறக்க மறுக்கின்றன. என்ன பிடிவாதம் அவற்றிற்கு! இருளுக்குப் பழக்கப்பட்டவைதானே அவை!

படுப்பதற்கு முன்னால் அவன் நின்று பார்த்த ஜன்னல் வழி வெளியே தெரிந்த கொலரோடோ வானம் உறைபனியை எங்கும் உதிர்த்துக் கொண்டிருந்தது. கண்ணுக்குத் தெரியாத ஒரு பாதையை வகுத்து மெல்ல இறங்கும் பனித்துளி தூறல் கணங்களின் வேகத்தைக் குறைத்து காலத்தை ஒரு புள்ளியில் நிறுத்தப் பார்க்கிறது என்று இப்போது தோன்றியது.

அவனுடைய காலமும் ஒரு புள்ளியில்தான் நின்றுபோய் விட்டது. அவனுடைய உணர்வுகள் அந்த கிறிஸ்துமஸ் முன் னிரவில் வின்செண்டைக் குளிர்ந்த கையால் தாக்கிய இரவோடு உறைந்து போய்விட்டது.

OOO

"ஷீலா, நான்கூட தற்கொலைக்கு முயன்றியிருப்பேன், நீ ஹென்றியை விட்டு விலகி வராமல் இருந்திருந்தால்..."

வின்செண்ட் குரலில் கடினத்தன்மை ஏறி இருந்தது. தொண்டையைச் செருமிக்கொண்டான்.

ஷீலா முகத்தைத் திருப்பிக் கொண்டாள்.

"ஹென்றியைக் கேட்கவே எனக்கு மனம் வரவில்லை தெரியுமா ஷீலா. முள்முள்ளாய் உள்ளே குத்துகிறது. பெர்க்கிலிப்

பல்கலை முழுக்க அடுத்த நொபெல் அவனுக்குத்தான் என்ற பேச்சு இருந்தது. எப்பேர்ப்பட்ட ஆளாய் இருக்கவேண்டியவன்!”

மேஜை மேலிருந்த இரண்டு கண்ணாடிக் கோப்பைகளிலும் வைனை ஊற்றினான். ஒன்றைக் கையில் எடுத்துக்கொண்டு அதற்குள்ளே எதையோ தேடுவதுபோல பார்த்துவிட்டு பேசினான்:

“இங்கே வரும் வழியில் அவனே சொன்னான். வருஷக் கணக்காய் இலக்கற்றுத் திரிந்துகொண்டிருந்ததாய். மாநிலம் மாநிலமாக அலைந்து கடைசியில் யூட்டாவில் ஸால்ட் லேக் ஸிட்டிக்கு வந்து சேர்ந்திருக்கிறான். அங்கிருந்து டென்வர் வரும் ஒரு ட்ரக்காரன்தான் இவனைக் கூட்டிக்கொண்டு வந்தானாம். டென்வர் ஐ–25 நெடுஞ்சாலையில் ட்ரை க்ரீக் திருப்பத்தில் நடுக்கும் பனியில் இறங்கியிருக்கிறான். கந்தல் கிழிசல்களையும் ப்ளாஸ்டிக்கையும் சுற்றிக்கொண்டு நின்று கொண்டிருந்தான். நான் தற்செயலாக அங்கே போனதால் அவனை கூட்டிவர முடிந்தது”

கோப்பையை உயர்த்தி மூன்று வாய்கள் குடித்தான் வின்சென்ட். நாக்கால் உதடுகளை ஈரப்படுத்திக்கொண்டான்.

ஹென்றி குளித்துக்கொண்டிருக்கும் சத்தம் வரும் திசையை வின்சென்ட் உற்றுப் பார்த்தான். அவன் உதடுகளில் சிறிய முறுவல் நெளிந்தது.

“அவன் உள்ளே வந்தபோது நீயும் கவனித்திருப்பாய். அவன் உடலிலிருந்து வீசும் நாற்றத்தைத் தாங்கவே முடியவில்லை! அதுவும் பனிபெய்யும் இந்த இரவில் கார் கண்ணாடியைக் கூட இறக்கிவிட முடியவில்லை”

கண்ணை மூடிக்கொண்டு தோளைக் குலுக்கியவன் தொடர்ந்தான்:

“ஆனால் அவனை நம் வீட்டுக்கு அழைத்துவர ஒரு கணம் கூட நான் தயங்கவில்லை. எந்த யோசனையும் இன்றிதான் அவனைப் பார்த்து ஹென்றி . . . ஹென்றி . . . என்று பித்துப் பிடித்தாற்போல கூப்பிட்டேன். காருக்குள் ஏற அவன் தயங்கித் தயங்கி நின்றான். எல்லாவற்றையும் மறந்தவன்போல. வின்சென்ட் . . . ஷீலா வின்சென்ட் ஷீலா . . . என்று மாற்றி மாற்றிக் கத்தினேன். உன் பெயரை அவனால் மறந்திருக்க முடியுமா? அந்த அடையாளத்தின் மூலமாக என்னை அவன் ஞாபகப்படுத்திக்கொள்ள முடியுமல்லவா?”

வின்சென்ட் தனக்குள்ளேயே சிரித்துக்கொண்டான். மேஜையின்மேல் ஒரு கையை ஊன்றிக்கொண்டு கோப்பையை

உயர்த்திக் குடித்தான். மேஜையில் நின்றிருந்த மற்ற கோப்பையில் வைன் மெல்ல அதிர்ந்தது.

○○○

அவளுடைய நெருக்கம்! ஹென்றிக்கு மூச்சு நின்றுவிடும் போலிருந்தது. அவன் உணரும் ஒவ்வொரு அசைவும் அதிர்வு களை உருவாக்கியது.

காலத்தின் முத்திரை அவர்கள் எல்லோர் மீதும்தான் விழுந்திருக்கிறது. ஹென்றியை விட்டு விட்டு வின்சென்ட்டுடன் அவள் விலகிப் போனபோது அவள் முப்பது வயதைத் தொட் டிருந்தாள். அவர்கள் எல்லோருமே மெல்ல விலகும் இளமையின் காலடிச் சத்தங்களைக் கேட்கத் துவங்கியிருந்தார்கள். காலம் ஒவ்வொருவருடன் ஒவ்வொரு பாதையை மேற்கொள்கிறது. ஒரு தருணம் ஹென்றி, ஷீலா, வின்சென்ட் மூவரின் பாதையை யும் காலம் ஒரு புள்ளியில் இணைத்து நகர்ந்திருக்கிறது.

இவனுக்கு டென்வர் வருவதற்கான எந்தக் காரணமும் இருக்கவில்லை. நெடுஞ்சாலையில் இவன் உயர்த்தும் கட்டை விரல் கோரிக்கையை ஏற்று நிற்கும் வண்டி எந்த ஊருக்குப் போகிறதோ அதுதான் இவனுடைய அடுத்த ஊர். இப்படித் தானே வருஷக் கணக்காய் அமெரிக்கா முழுவதும் அலைந்திருக் கிறான். இருளைச் சகிக்க முடியாததாகவும் மூர்க்கத்துடன் அதைக் கரைத்துவிடுவதாகவும் காற்றின் துணைகொண்டு உறைபனி நேற்றிரவு நகரத்தைத் தாக்கியது. பனித்துளிகள் சுழன்று இருட்சுவர்களைப் பிளந்துகொண்டிருந்தபோது ஒரு தரிசனம்போல காரிலிருந்து வீசும் ஒளிக்கற்றைகளுக்கு இடையில் இவன் முன்னால் வின்சென்ட் தோன்றினான்.

சாலையில் கார்கள் போகும் இடம் மட்டும் கருமையாக மின்னியது. அதுவும் சில கணங்கள்தான். உடனே, பனி தரையில் விழுந்து கருமையை மூட முனைந்தது. சாலைச் சந்திப்பில் போக்குவரத்து விளக்கு சிகப்பிலிருந்து பச்சைக்காக மாற நின்ற ஒரே காரில் இருந்துதான் வின்சென்ட் இவனைப் பார்த் தான். ஹென்றி சாலையைக் கடக்க நடுவில் நடந்தபோது வின்சென்ட் காரின் கண்ணாடியை இறக்கி “என்ன . . . ஹென்றியா ?” என்றான்.

வின்சென்ட் அடையாளம் கண்டுகொண்டது ஆச்சர்யம் தான். அழுக்குக் கந்தல் உடை, பரட்டைத் தலை, பல நாள் தாடி, சதா அலைச்சலில் கடினப்பட்டுவிட்ட முகம் . . . இவற்றை யெல்லாம் மீறி வின்சென்டால் ஹென்றியை அடையாளம் கண்டுகொள்ள முடிந்திருக்கிறது. இவன்தான் திகைத்துப்போய்

செய்வதறியாது நின்றான். வின்செண்ட் கார்க் கதவைத் திறந்து "உள்ளே வா" என அழைத்தான்.

வின்செண்ட் தன்னை என்னவென நினைக்கிறான் என்று ஹென்றியால் நிதானிக்க முடியவில்லை. அமெரிக்க நகரங்களில் இவனைப் போல ஆயிரக்கணக்கானோர் தெருக்களில் அலைந்து கொண்டிருக்கிறார்கள். "கடவுள் உங்களை ஆசிர்வதிக்கட்டும்" என்று எழுதிய அட்டையைக் கையில் ஏந்திக்கொண்டு சாலை முனைகளில் பிச்சை எடுத்துக்கொண்டிருப்பவர்களில் இவனும் ஒருவன் என்று நினைத்திருப்பான். அந்த நிலைக்கு எப்படி வந்திருக்கக்கூடும் என்பது குறித்து அவன் மூளை அதிவேகத்தில் யோசித்திருக்கக்கூடும். எந்தச் சூழ்நிலை ஹென்றியை பெர்க்கிலிப் பல்கலையின் விரிவுரையாளர் பணியிலிருந்து டென்வரின் நட்டநடு சாலைக்குத் தள்ளியிருக்கக்கூடும் என்று வின்செண்டின் மனம் அலைபாய்ந்திருக்கும். ஹென்றி நீயா என்று தன்னுணர்வற்று அழைத்துவிட்ட பிறகு வின்செண்ட்டுக்குப் பத்து வருடங்களுக்கு முந்தைய கிருஸ்துமஸ் முன்னிரவு நினைவுக்கு வந்து அவனைத் தடுமாறச் செய்திருக்குமோ? அழைத்துவிட்ட பிறகு என்ன செய்வது என்று தயங்கியிருப்பானோ? ஆனால் வின்செண்ட், ஹென்றியின் நிலையைப் பார்த்துத் தலையில் கைவைத்துக்கொண்டான். அவன் முகத்தில்தான் எத்தனை வருத்தம்! வின்செண்ட் கையைப் பிடித்துக்கொண்டபோது ஹென்றிக்குத் தன் தோற்றம் பற்றின தன்னுணர்வு முதல் முறையாக ஏற்பட்டது.

இவன் ஒருக்களித்துப் படுத்தால் அவளுடைய முகத்தைத் தெளிவாகப் பார்க்க முடியும். அப்போது அருகில் இருப்பது அவள்தான் என்ற நிச்சயம் ஏற்பட்டுவிடும். அதற்குப் பிறகு . . . அவள் சொல்லக் கூடிய வார்த்தைகள் என்னவாக இருக்கும்? இவனும் அவளும் வேறு ஒரு உலகத்துக்குள் நுழையும் சாத்தியம் ஏற்படுமென்றால் அங்கே வின்செண்ட்டின் இடம் என்னவாக இருக்கும்!

ஆனால் இவன் திரும்பாமல் அப்படியே கிடந்தான். எந்த அசைவும் சாத்தியமில்லாது. இந்தப் பொழுதின் மீது இறங்கும் பனித்துளிகள் இரும்புக் குண்டுகளாய்க் கனம் கூடுகிறது. உலோகத்தின் வாசனை அறையெங்கும் மிதக்கிறது.

○○○

"வின்செண்ட்" என்று அழைத்தாள் ஷீலா. அவள் முகம் எங்கேயோ திரும்பித்தான் இருந்தது.

"என்ன செல்லமே!"

“உன்னைச் சந்தித்திருக்காவிட்டால் கூட நான் ஹென்றியை விட்டு விலகியிருப்பேன். அது நிச்சயம்தான். ஒருவிதத்தில் உன்னை சந்தித்தது எளிதாகப் போனது. என் விலகலைத் துரிதப்படுத்தியது.”

பார்வையை அவன் பக்கம் மாற்றிக்கொள்ளாமலே அவள் சொன்னாள்.

ஹென்றி, ஷீலா பார்க்கும் திசையைப் பார்த்தான். ஜன்னலுக்கு அப்பால் பனித்துளிகள் இருளைத் திறக்க முயன்று தோற்றுக்கொண்டிருந்தன.

வின்சென்ட் கோப்பையை ஒரு கையிலிருந்து இன்னொரு கைக்கு மாற்றிக்கொண்டு கையை ஜீன்ஸில் தேய்த்துக்கொண்டான்.

“ஷீலா, பெர்க்கிலி இயற்பியல் துறையில் நான் புது விரிவுரையாளனாக சேர்ந்து ஓரிரு நாட்கள் கூட ஆகியிருக்கவில்லை. ஹென்றி என்னிடம் அப்படி அன்யோன்யமாகப் பழகத் தொடங்கிவிட்டான். எந்தக் காரணத்தாலோ அவன் என்னைச் சந்தித்த முதல் நாளிலிருந்தே காலகாலமாகப் பழகியவன்போல் இயல்பாக இருந்தான். நான்தான் தள்ளித் தள்ளி நின்றிருந்தேன். மிகவும் வற்புறுத்திய பிறகுதான் உங்கள் வீட்டுக்கு இரவு விருந்துக்கு வந்தேன்.”

வின்சென்ட்டின் பார்வை இப்போது ஷீலாவின் தலைக்கு மேல் இருந்தது.

“உன்னை முதன்முதலாகப் பார்த்தபோது . . . அப்பா! உன் கண்களில் மின்னிய ஒளி . . . அந்தச் சிரிப்பு! என்னால் தாங்கவே முடியவில்லை. எப்போதும் உன் பக்கத்திலேயே இருக்க வேண்டும் என்ற பேராசை எழுந்தது. அப்பேர்ப்பட்ட ஈர்ப்பை நான் என்றுமே உணர்ந்ததில்லை. என் உலகமே தலைகீழாக மாறிவிட்டது; உன்னைத் தவிர எல்லாமே. ஹென்றி, என்னுடைய வேலை, கல்லூரி எல்லாமே பின்தள்ளிப் போய் விட்டது. நீ மட்டுமே என் பிரக்ஞையின் மத்தியில் அசைக்க முடியாமல் இருந்தாய். எந்தக் கணமும் என் உள்ளுணர்வு உன்னை நினைவுபடுத்திக்கொண்டே இருந்தது. எதைச் செய்யவும் தயாராய் இருந்தேன்.”

“உன்னுடைய ஞாபகம் எவ்வளவு தெளிவாக இருக்கிறது!”

ஷீலா மென்மையான குரலில் சொன்னாள். இயல்பான மென்மையாய் இல்லாமல் வலிந்து ஏற்படுத்திக்கொண்ட தொனி இருந்தது. தலையை பின்பக்கமாக சாய்த்துக் கோப்பையை

உயர்த்திய கையுடன் உறைந்து நின்றான் வின்சென்ட். அதே நிலையில் இருந்து கண்களை மட்டும் சாய்த்து அவளைப் பார்த்தான்.

பிறகு உயர்த்திய கோப்பையில் இருந்து நீண்ட உறிஞ்சும் சத்தத்துடன் குடித்தான் வின்சென்ட்.

ooo

வின்சென்ட், ஷீலாவுக்கு நேர்ந்திருந்த விபத்தைப் பற்றி ஹென்றியிடம் வழியிலேயே சொல்லிவிட்டான். அதைச் சொன்னவிதம் வின்சென்ட் ஏற்கெனவே பலமுறை ஒத்திகை பார்த்த ஒன்றை அரங்கேற்றிக் காட்டுவதுபோல ஹென்றிக்குத் தோன்றியது. முகத்தில் அசாதாரண அமைதியுடன்தான் சொன்னான். ஆனால் அதே சமயத்தில் ஹென்றியால் அந்த அமைதிக்குப் பின்னால் இருக்கும் படபடப்பை உணர முடிந்தது.

கிறிஸ்துமஸ் விருந்துக்கு ராக்கி மலைத்தொடரின் இடுக்கில் வசிக்கும் வின்சென்ட்டின் பெற்றோர் வீட்டுக்குப் போகும் போதுதான் அந்த விபத்து ஏற்பட்டுவிட்டது. அதற்கு முந்தைய நாள் வின்சென்ட் சரியாகத் தூங்கியிருக்கவில்லை. அதற்கான காரணத்தை வின்சென்ட் பிறகு சொன்னான். வண்டியை ஓட்டிக்கொண்டு போகும்போது ஒரு கவனக்குறைவில் சற்று கண்ணயர்ந்துவிட்டான். அதற்கப்புறம் வின்சென்ட் மருத்துவமனையில்தான் விழித்தெழுந்தான். முன்னால் போய்கொண்டிருந்த ஒரு நீண்ட ட்ரக் சட்டென பிரேக் அடித்து வேகம் குறைத்திருந்ததை அவன் கணக்கில் எடுத்துக்கொள்ளாதது விபத்தில் முடிந்துவிட்டது. வின்சென்ட் பக்கத்தில் உட்கார்ந்திருந்த ஷீலாவுக்கு ஒரு கண் போய்விட்டது. முதுகிலும் நல்ல அடி. வின்சென்ட்டுக்கு உடலில் ஒரு காயமும் இல்லை. மருத்துவர்கள் அவனை அதிசயமாகப் பார்த்தார்கள். அதைவிட வின்சென்ட்டுக்கு விபத்து நடந்ததன் ஞாபகம் துளிக்கூட இல்லை. அவனுக்கு வீட்டைவிட்டுக் கிளம்பியதுதான் ஞாபகம் இருக்கிறது. காரை ஓட்டும்போது கண்ணயர்ந்துவிட்டான் என்பதை ஷீலாதான் பின்னால் சொல்லியிருக்கிறாள். இதைச் சொல்லும்போது வின்சென்ட் முகத்தைத் திருப்பிக்கொண்டான்.

பிறகு சொன்னான். முதலில் அந்தக் குற்றச்சாட்டை நம்ப மறுத்திருந்ததாகவும் ஆனால் ஷீலாவைப் பார்க்கும் ஒவ்வொரு கணமும் அந்தக் குற்றச்சாட்டு மீண்டும் மீண்டும் எழுந்து முகத்தில் அறைந்ததாகவும். ஆனால் தனக்குள் அதுமாதிரி நடந்திருப்பதற்கான சாத்தியம் அதிகம் என்று அறிந்தபடியேதான் அதை வின்சென்ட் மறுத்து வந்திருக்கிறான். கிறிஸ்துமஸ்

முதல் நாள் இரவை அவன் தூங்க முடியாதுதான் கழிக்கிறான்; பெர்க்கிலியிலிருந்து கொலராடோ வந்ததிலிருந்து. இதைச் சொல்லும்போது வின்செண்ட் குரலில் எந்த உணர்ச்சியும் இருக்கவில்லை.

ஹென்றியின் கன்னத்தில் மெல்லிய ஸ்பரிஸம் ஏற்பட்டது. அவள்தான் வருடிக்கொடுக்கிறாள். அவளுடைய சூடான மூச்சு இவனுடைய கழுத்தில் விழுகிறது. எல்லாமே இயல்பாகவே இருக்கிறது.

வின்செண்ட், ஹென்றியை வீட்டுக்குக் கூட்டிவந்த போது அவள் தன் அறைக்குள்தான் இருந்தாள். வின்செண்ட் சொன் னான்: அவள் அதிகம் வெளியில் வருவதில்லை என்று. அந்த விபத்து நடந்து ஐந்து வருடங்களுக்கு மேலாகிவிட்டது. முது கெலும்பில் பட்ட அடியால் அவளால் சிரமத்துடன்தான் நடக்க முடிகிறது. ஒற்றைக் கண் பார்வையுடன்.

ஹென்றியின் விரல்களைச் சில்லென்ற ஸ்பரிசம் பற்றி இழுத்தது. மென்மையான ஒன்றில் அவன் விரல் நின்றது. அவளுடைய உதடு. அவன் கை மெல்ல வருடியது. கன்னம்! அவனுடைய கைவிரல் முள்ளைப் போல கீறுகிறது.

அவர்கள் இருவருக்குமிடையே ஒரு காலத்தில் காதல்போல ஒன்று இருந்திருக்கிறது; இருந்திருக்க வேண்டும். அதனால்தானே அவள் பிரிந்தவுடன் இவனுடைய பாதையே மாறிப் போனது. அந்தக் காதலின் விவரங்கள், தருணங்களின் துல்லியம் எதுவும் இவனுக்கு இப்போது தெளிவாக இல்லை. மூடுபனிக்குள் மங்க லாக எதுவோ இருக்கிறது. அது காதலா, வருத்தமா, இழப்பா எதையுமே அவனால் சொல்ல முடியவில்லை. அந்த மூடுபனி . . . பசிபிக் விரிகுடாவிலிருந்து எழுந்து – சான் பிரான்ஸிஸ்கோவின் பிரும்மாண்டமான கோல்டன் கேட் பாலத்தையும் ஏன் வடக்குக் கலிபோர்னியா பிராந்தியத்தையும் ஸியர்ரா மலை களையும் இருப்பிடம் தெரியாமல் கரைத்து அலையும் மூடு பனிதான் அவனையும் இழுத்துக்கொண்டது.

ooo

“எல்லாமே விபத்துதானே ஷீலா. நான் உன்னைச் சந்தித்தது, கண்மூடித்தனமாய் உன்மேல் ஆசைப்பட்டது, அவனைப் பிரிந்து நீ என்னுடன் டென்வருக்கு வந்தது, உன் பிரிவைத் தாங்க முடியாமல் ஹென்றி ஊர் ஊராய் நாதியற்று அலைந்துகொண் டிருப்பது . . .”

அவள் பக்கத்தில் உட்கார்ந்தவனுக்கு மூச்சு வாங்கியது. கையை அவள் தோள்மேல் வைத்துத் தன் பக்கம் இழுத்துக்

கொண்டான். அவன்மேல் சாய்ந்தவளின் உடல் விரைப்புற்றே இருந்தது. அவன் கண்கள் பனி சிதறும் வானத்தை நோக்கித் திரும்பின. அவனுக்குள் எப்போதும் ஓடும் பிரார்த்தனை மீண்டும் எழுந்தது. சத்தமில்லாத வார்த்தைகளை அவன் உதடுகள் முணுமுணுத்தன:

“கர்த்தரே ... உங்களை தேடிக்கொண்டிருக்கும் ஆத்மாக்கள் நாங்கள்.

உங்கள் கருணை, எங்கள் மண்ணில் இன்றைய இரவும் கோடிக்கணக்கான பனித்துளிகளாய் விழுந்துகொண்டிருக்கிறது. அதில் ஒரு துளியையேனும் என்னிடத்தில் காட்டும். நாங்கள் அந்த கிறிஸ்துமஸ் முன்னிரவு டென்வர் நெடுஞ்சாலையில் பயணித்தபோது, உங்களின் கண் இரப்பைகள் போன்ற மென் பனித்துளிகள் எல்லாவிடத்தின் மேலும் விழுந்துகொண்டிருந்தன! அந்த ஞாபகம்தான் எத்தனை துல்லியமாய் இருக்கிறது. உங்களின் இதயத்தைப் போன்ற வெண்மைக்குள் பொதிந்திருக்கிறது அந்தத் தருணத்தின் ஞாபகம் ...”

ooo

ஹென்றியின் விரல் தானாக நகர்ந்தது. மெல்ல மேலேறி புருவத்தை வருடிக்கொடுத்து கண்ணைத் தொடும்போது அந்தப் பள்ளத்தில் விரல் சட்டென சரிவது போலிருந்தது. அங்கேயே நின்றது. ஹென்றி அப்படியே கிடந்தான். எல்லா அசைவும் இயக்கமும் நின்று போயிருந்தது. அவள் பக்கம் திரும்பவேயில்லை.

ஹென்றி விழித்தபோது அறையின் கூரையிலிருந்து கீழிறங்கிய பிரும்மாண்டமான கண்ணாடி சன்னல் வழி அடர்ந்த உறைபனி சரசரவென விழுந்துகொண்டேயிருப்பதைப் பார்த்தான்.

ooo

ஷீலா, வின்சென்ட்டின் மணிக்கட்டை அழுத்திப் பிடித்தாள்.

“வின்சென்ட்.. அன்று ஹென்றியுடன் பாலத்தில் நின்றேனே ... அதைப் போலவே ...”

அவளுடைய குரல் தேய்ந்தது. வின்சென்ட் மண்டியிட்டவாறே அவளுடைய முழங்கையைத் தடவிவிட்டான்.

“என்ன ?”

“ஆமாம், வின்சென்ட்! இந்த ஒரு கணத்திலிருந்து எல்லாமே மாறிவிடப்போகிறது. இத்தனை காலம் கழித்து எதற்காக

ஹென்றியை நீ திடீரென்று சந்திக்க வேண்டும் ... எதற்காக நான் உன்னை திடீரென்று ஒருநாள் சந்தித்தேன் ... எல்லாரும் ... எல்லாமும் மாறி ..."

ஷீலாவின் குரல் பதறியது.

"ஷீலா ...!"

"வின்சென்ட் ... நான் ஹென்றியுடன் சந்தோஷமாக இருப்பதாகவே நினைத்திருந்தேன். ஆனால் உன்னைச் சந்தித்த பிறகு எனக்குள் எதுவோ ஒன்று மாறிப்போனது. ஒரு நெருடல், இடறல் ஏற்பட்டுவிட்டது. இப்போது அந்த வாழ்க்கையின் ஞாபகம்கூடத் தெளிவாக இல்லை. கசப்பாய் குற்றவுணர்ச்சி மட்டுமே மிஞ்சியிருக்கிறது. உன்னைச் சந்திக்காமல் இருந்திருந் தால் ... ஆமாம் ... அப்படித்தான் இருக்க வேண்டும்!"

ஷீலாவின் முகம் பாறைபோல இறுகியிருந்தது. அவளுடைய முகம் ஒரு நுட்பமான ஆனால் திருத்தமான அசைவுடன் அவன் பக்கத்திலிருந்து இருள் நிரம்பிய ஜன்னல் பக்கம் திரும்பியது.

மண்டியிட்டு அமர்ந்தவிதமாகவே சற்று முன்னகர்ந்து வின்சென்ட் அவளை அணைத்துக் கொண்டான். அவள் நெஞ்சத்தின் படபடப்பு அவன் நெற்றிப் பொட்டில் அறைந்தது.

அவள் முகத்தை நிமிர்த்தி கன்னத்தைச் சில்லிட்ட விரல் களால் பற்றினான்.

"ஷீலா ... ஒன்று சொல்லட்டுமா ... நான் ஏன் ஹென்றியை பார்த்ததும் துடித்துப்போய் அழைத்து வந்தேன் தெரியுமா ... அது இத்தனை நேரம் என் உள்ளுணர்வில் வார்த்தைகள் இல்லாமல் இருந்தது. அவன் என்னுள்ளில் கிளறிவிட்டது ஏக்கத்தைத்தான். எந்த விதத்திலோ, எந்தக் காலத்திலோ, எந்த விபத்திலோ, நான் இழந்துவிட்ட உன்னை ... முதன் முதலில் ஹென்றியுடன் பார்த்திருந்த அந்த ஷீலாவை மீட்கத்தான் அவனை இங்கே ..."

"எதையுமே நிச்சயமாக சொல்லுவதற்கில்லை ஹென்றி" என்று மெல்ல உச்சரித்தாள் ஷீலா. வின்சென்ட் அதை கவனிக்க வில்லை.

ooo

வின்சென்ட் அறையோரத்தில் இருந்த ஸிடி ப்ளேயரில் இசைத்தட்டைப் பொருத்தி இயக்கினான். வால்ட்ஸ் இசை அறையெங்கும் பெருகியது. ஷீலாவின் கக்கத்தில் கையைக் கொடுத்து நிமிர்த்தினான். கோப்பையில் வைனை எடுத்து

வந்து ஷீலாவின் கையைப் பற்றி வைத்தான். அவள் மெல்ல அருந்தினாள். வின்செண்ட் அவள் கண்களையே உற்றுப் பார்த்தான். அவளை மெல்ல இருக்கையிலிருந்து கைத்தாங்கலாய் எழுப்பினான். இன்னொரு கையை அவள் பின்னால் கொண்டு போய் அடிமுதுகைப் பற்றிக்கொண்டான். ஒவ்வொரு அடியாக அவளை நகர்த்தி அறைக்கு நடுவில் அவளைக் கொண்டுவந்தான்.

ஹென்றி குளியலறையிலிருந்து வெளிவந்தபோது ஹாலில் தணிந்த வெளிச்சத்தில் வின்செண்டும் ஷீலாவும் அணைத்தபடி மெதுவாக நடனமாடிக் கொண்டிருந்தார்கள்.

ஹென்றி வந்ததை வின்செண்ட் கவனித்திருக்கவில்லை. அவனுடைய முதுகு ஹென்றி பக்கம் திரும்பி இருந்தது.

ஷீலா ஹென்றியைப் பார்த்துக்கொண்டேயிருந்தாள். ஒரு கணத்தில் அவளுடைய கரம் ஹென்றியின் திசை நோக்கி நீண்டிருந்தது.

வெளியில் பெய்யும் பனி கண்ணாடி ஜன்னலைத் தாண்டி அறைக்குள் வந்துவிட்டாற்போல அவள் உடல் மெல்ல நடுங்கியது.

○○○

ஹென்றி அதிகாலையில் எழுந்து பார்த்தான். படுக்கையிலும் அறையிலும் யாருமே இல்லை. இரவு அவள் வந்ததைக் கூட இப்போது அவனால் உறுதியாகச் சொல்ல முடியவில்லை. ஆனால் பள்ளத்தில் சரிந்த அவன் விரல் நுனி மட்டும் துடித்துக் கொண்டிருந்தது.

ஹென்றி சன்னல் அருகே போய்ப் பார்த்தான். பனிப்பொழிவு முற்றிலுமாக அடங்கியிருந்தது. இருண்டிருந்த மேகங்கள் எல்லாம் கலைந்து போயிருந்தன. மிக மங்கலான ஆனால் நிச்சயமான ஒளி சூழலில் ஊன்றியிருந்தது. தரையில் கொட்டிய பால்போல பூமி மீது எங்கும் பனி படர்ந்திருந்தது.

ஹென்றி அந்த இருட்டிலேயே கோட்டையும் காலணியையும் சத்தமின்றி அணிந்து வீட்டு வாசலுக்கு வந்தான். வீட்டுக்குள் எந்தச் சலனமும் இல்லை.

ஷீலாவைக் கேட்க நினைத்து மறந்துபோன கேள்வி அப்போது ஹென்றிக்கு ஞாபகத்தில் வந்தது. சான் பிரான்ஸிஸ்கோவின் மூடுபனி உனக்கு ஞாபகத்தில் இருக்கிறதா என்பதற்கு அவள் என்ன சொல்லியிருப்பாள்? கொலரடோ வானம் உதிர்த்து தரையில் உறைவதும் அதே மூடுபனிதான் என்றிருப்பாளா?

ஷீலா அவனை நோக்கிக் கரத்தை நீட்டினாள். நேற்றிரவு அவளுடைய அசைவுகளில், நடனத்தில் இயல்பற்ற தன்மையும் தயக்கமும் இருந்தது. அவர்கள் மூவரும் அந்த வீட்டை நகர்த்திக் கொண்டு அந்த இரவுக்குள்ளே பனித்துனிகளைத் தொடர்ந்து எங்கேயோ இழுத்துக்கொண்டு போவதுபோல இருந்தது அவர் களின் நடன அசைவு.

கண்ணுக்கு எட்டின தூரத்திலிருந்து வாசல்படி வரை உறைபனி ஏறியிருந்தது. எந்தத் தடங்களும் அற்று.

இருளுக்கும் ஒளிக்கும் இடையில் இருந்த வீட்டின் முன் னால் நின்று இரு கைகளையும் நீட்டினான் ஹென்றி.

அந்தப் பொழுதில், எல்லாம் அமைதியாகவும் அசைவற்றும் இருக்கும் நேரத்தில் ஒரு நடனம் சத்தமற்றும் லயம் பிசிறாமலும் நிகழ்ந்து கொண்டிருப்பதை உணர்ந்தான். எல்லோருமே . . . ஹென்றி, வின்சென்ட், ஷீலா, அவனை யூட்டாவிலிருந்து அழைத்து வந்த ட்ரக்காரன், பாலத்துக்கடியில் படுத்திருந்த வீடற்ற ஆசாமி, சான்பிரான்ஸிஸ்கோவில் ஷூக்களை மாலை யாக அணிந்தவன் . . . இந்தப் பனி அடரும் பூமி விரிந்து பரந்து பனியற்று, பாலையாகவும் புல்வெளியாகவும் கல்லாக வும் மண்ணாகவும் காடாகவும் மலையாகவும் உயர்ந்து சரியும் மண்ணுடன் உறவுகொள்ளும் ஒவ்வொருவரும் ஒரே சமயத்தில் பார்வையாளராகவும் பங்கேற்பவனாகவும் சேர்ந்து நிகழ்த்தும் நடனம் அது.

அங்கே எழுந்த காற்று எதிர் மரத்தின் கிளைகளில் தேங்கி யிருந்த பனிக் கட்டிகளை இழுத்துக் கீழே தள்ளியது. அவன் உள்ளங்கையில் கையில் ஒரு துளிப் பனி மிதந்துவந்து உட்கார்ந் தது.

ஹென்றியின் காலடிகள் பனியில் பள்ளங்களை உருவாக் கின. அன்று கிறிஸ்துமஸ் தினம் என்பது திரும்பிப் பார்க்காது வெகுதூரம் போனபிறகு அவனுக்கு நினைவுக்கு வந்தது.

மின்மினிகளுக்கு நடுவில்

அவன் அந்தக் காட்டுக்குள் நுழைந்தது தற்செயலான ஒன்றுதான். வழிகாட்டியும் மற்றவர்களும் கவனிக்காத சமயத்தில் அவர்களை விட்டு விலகிக் காட்டின் கருப்பைக்குள் நழுவியதும் தற்செயல்தான்.

சில நாட்களாகவே காடு அவனுக்குள் ஒரு கொழுந்தாகப் பற்றி எரியத் தொடங்கியிருந்தது. அந்தக் காட்டின் புகைப்படத்தைப் பார்த்ததும் மனதுக்குள் அழைப்பின் குரல் கேட்க ஆரம்பித்தது. கணங்கள் உருண்டோட, குரல் தீட்சண்யம் பெற்று தீவிரமடைந்தது.

அவன் காட்டுக்கு ஒரு சுற்றுப் பயணியாகவே வந்தான். அப்படித்தான் அந்த இடத்துக்கு வரமுடியும். பல்வேறு இடங்களில் காவல்காரர்கள் துப்பாக்கிகளுடன் காவல் காத்துவந்தார்கள். வனத்துறை இலாகாவின் வழிகாட்டியின்றி காட்டுக்குள் யாரும் நுழைய முடியாது. காரணம், சந்தன மரங்களும் மிருகவேட்டையும். ஊர்களின் வாலோ தலையோ காட்டைத் தொடும் இடங்களில் வேலி போட்டிருந்தார்கள் அல்லது செக்போஸ்ட் வைத்திருந்தார்கள்.

அவனையும் அவனைப்போல வந்திருந்த சிலரையும் வனத்துறையைச் சார்ந்த வழிகாட்டி அழைத்துச் சென்றான். மிகப் பெரிய காடு என்றும் அதற்குள் வாரக்கணக்காக அலைந்தாலும் அதன் விஸ்தீரணத்தை அறிய முடியாது என்றும் அந்த ஆள் எச்சரித்திருந்தான். அவனுடைய எச்சரிக்கையில் காட்டில் உலவும் புலிகளும் யானைக் கூட்டங்களும் காட்டெருமைகளும் இடம்பெற்றன. அவர்கள் காட்டுக்குள் நுழையும்போது மழை நிதானமிழந்து அடிக்க ஆரம்பித்திருந்தது.

அவனும் மற்றவர்களைப் போல மழைக்கோட்டையும் அட்டைகள் காலில் தொற்றிக்கொள்ளாமலிருக்க மூக்குப்பொடி தெளித்த உறையையும் அதன்மேல் உறுதியான காலணியையும் அணிந்திருந்தான். ஐந்தாறு மணி நேரம் நடக்க வேண்டியிருக்க லாம் என்று வழிகாட்டி சொல்லியிருந்தான். அதற்கேற்றபடி அவனுடைய தோள் பையில் நொறுக்குத்தீனிகள், பாட்டிலில் தண்ணீர் ஆகியன இருந்தன. அந்த நடைப்பயணத்தின் குறிக் கோள் காட்டை மழையில் பார்ப்பதுதான். அதிர்ஷ்டமிருந்தால் மிருகங்களைப் பார்க்க முடியும்.

அமெரிக்காவிலிருந்து விடுமுறையில் இந்தியா வந்து சில நாட்களே ஆகியிருந்தன. கல்லூரியில் இவன் படித்த காலத்தில் கூடப் படித்தவன் – இப்போது கவிஞனாக அறியப்படுபவன் – வெளியிட்டிருந்த கவிதைத் தொகுப்பின் அட்டையில் இந்தக் காட்டின் முகத்தைப் பார்த்தான். இவனுக்கும் கவிதைக்கும் காத தூரம். மனைவியும் குட்டிப் பெண்ணும் நகரத்தின் பெரு வணிக வளாகத்தில் ஷாப்பிங் செய்துகொண்டிருந்தபோது அலுத்து, பக்கத்திலிருந்த புத்தகக் கடைக்குள் நுழைந்தவன் தன்னுடைய கல்லூரிக் காலத்து நண்பனைப் பார்த்தான். எத்தனையோ வருஷங்களுக்குப் பிறகு கல்லூரியில் பார்த்த பிறகு இப்போதுதான் அவனைப் பார்க்கிறான். ஆனால் அவனைப் பற்றி தொடர்ந்து கேள்விப்பட்டிருக்கிறான். அவன் கல்லூரிப் படிப்பைப் பாதியிலே நிறுத்திவிட்டு ஊர் ஊராய் அலைந்தவன். இந்தியாவின் அத்தனை புழுதியும் சேறும் அவன் உள்ளுக்குள் இறங்கி அற்புதமான கவிதைகளாக வெளியே வருகின்றன என்று அவனைப் பற்றிப் பேசிக்கொண்டார்கள். கடையில் கவிதைத் தொகுப்பை வாங்குபவர்களுக்குக் கையெழுத் திட்டுக் கொண்டிருந்தான். அட்டையில் காட்டின் புகைப்படம்!

புத்தகத்தைப் புரட்டியவனின் கண்ணில்பட்டது ஒரு சிறு குறிப்பாய் கவிஞன் எழுதியிருந்த சமர்ப்பணம். காட்டை அடையாளப்படுத்தி அதற்குக் கவிதைகளைச் சமர்ப்பித்திருந் தான். தவிரவும் காட்டை நண்பனாக வரித்து எழுதியிருந்தான்:

“என்னை ஒருமுறையே உன் இதயத்துக்குள் அனுமதித்தாய் உன் கவிதைகளை எழுத. ஒரு நாள் என் கவிதைகளையும் நான் எழுதுவேன்”

ஒளிரும் கண்களுடன் ஒரு மிருகம் போலவே கவிஞன் நின்றிருந்தான். கவிஞனைச் சுற்றிச் சாட்டையை சொடுக்கினாற் போல ஒரு அதிர்வு பரவியிருந்தது. கவிஞனை அணுகிப் பிறகு தன்னை அடையாளம் காட்டிக்கொள்ளாமல் தலையைத் தழைத்தபடி அங்கிருந்து நகர்ந்துவிட்டான். இவனுடைய இதயம் துண்டுதுண்டாகப் பிளந்துவிடும் போலிருந்தது.

படுத்தவுடன் தூக்கத்தில் ஆழ்ந்து போகக்கூடியவன், அந்த சில நாட்கள் தூக்கம் வராது தவித்தான். மனதுக்குள் ஒரு குரல் கேட்டுக்கொண்டேயிருந்தது. சகஜத்தன்மையைக் குலைத்த படி.

மனநோய்க்கான அறிகுறி என்று முதலில் தோன்றியது. மருத்துவரிடம் போகலாமா என்று யோசித்தான். மருத்துவர் கேட்கக்கூடிய எல்லாக் கேள்விகளையும் மனதில் உருவாக்கிப் பதிலளித்துப் பார்த்தான். உருகும் ஒவ்வொரு கணத்திலும் கொப்பளித்துக் கொண்டிருந்தது அழைப்பு.

அவன் எதற்காகவும் மெனக்கெட நேர்ந்ததில்லை. தங்கத் தாம்பாளத்தில் வைத்து வழங்கப்பட்ட வாழ்க்கை என்றில்லை. ஆனால் இளிக்கும் பித்தளையும் இல்லை. பள்ளிப்படிப்பு எளி தாக இருந்தது. எந்தச் சிக்கல்களிலும் சிக்கியதில்லை. பெற்றோர் கவலைகொள்ளும் விதமாக எந்தக் காரியத்தையும் செய்த தில்லை. தானாக ஒன்றையும் செய்ய முன்வராது, பெற்றோர் சொல்வதையும் ஆசிரியர்கள் சொல்வதையும் எந்தவித எதிர்ப்பும் கசப்புமின்றிச் செய்துவந்தவன் அமெரிக்காவிற்கு மேற்படிப்புக் காகப் போனான். அங்கேயும் வாழ்க்கை அப்படியே தொடர்ந்தது.

பெற்றோர்கள் பார்த்துவைத்திருந்த பெண்ணை, கல்யாணத் துக்கு முதல் நாள் இந்தியா வந்து பார்த்தான். கல்யாணம் செய்துகொண்டு அமெரிக்கா திரும்பியவனுக்கு வாழ்க்கை இன்னும் எளிதாகியது. குழந்தை பெற்றுக்கொண்டு மனைவியின் எதிர்பார்ப்புகளை நிறைவேற்றியபடி காலம் நகர்ந்தது. இவனுக்கு என்று எதைப் பற்றியும் அபிப்பிராயங்கள் இல்லாதது எல்லோருக் கும் வசதியாக இருந்தது. மனைவியிலிருந்து அலுவலக மேலாளர் வரை. இவனுடைய காரியங்கள் எல்லாமே பிறரின் கோரிக்கை களையும் தேவைகளையும் சார்ந்தே இருந்தன. நாற்பதாண்டுகள் கழிந்துவிட்டிருந்தன. கடந்த காலத்தின் சுமையோ அல்லது வரும் காலம் பற்றிய கரிசனமோ இல்லாத ஜீவனாய் மிதக்கும் போது அந்தப் புகைப்படத்தைப் பார்த்தான்.

மாற்றம் ஏற்பட்டுக்கொண்டிருப்பது அவனுக்குத் தெளி வாகப் புரிந்தது. ஆனால் அந்த மாற்றம் எங்கு அவனை இழுத்துச் செல்கிறது என்பதைத் தெளிவாகச் சொல்ல முடிய வில்லை. இப்படியொரு மாற்றத்தை, விளைவை ஒரு புகைப் படம் ஏற்படுத்தும் என்று அவனால் நம்ப முடியவில்லை. உள்ளே உருவான தவிப்பும் குறுகுறுப்பும் அவன் விரும்பும் படியே இருந்தன. அந்தக் குரல்..!

சவுக்குக் காட்டில் வீசும் காற்றுபோல் துவங்கிய அழைப்பில் அடிநாதமாக ஒரு ஓலம் இருந்தது. அதில் இருக்கும் துயரம்,

அவசரம் அவனுடைய இரவுகளைக் கொந்தளிக்க வைத்தது. இதுவரை அவன் சந்தித்திராத ஒரு துக்கம் அவனை அடைந்து விட்டாற்போல இருந்தது.

தூக்கத்தில் புரண்ட மனைவி அவனைச் சேர்த்து இறுக அணைத்தபோது மூச்சு முட்டியது. இத்தனை நாள்களாக அவனுக்குள் உறங்கியிருந்த வேறு ஒரு ஆள் விழித்துக்கொண்டு வெளியேற ஆவேசப்படுகிறான். அந்த ஆவேசத்தின் மூலத்தை, நெருக்கடியின் முகத்தை எங்கே, எவ்வாறு எதிர்கொள்ளப் போகிறான்? அவனுக்கு விதித்திருப்பது காற்றின் திசைமாற்றத்தில் களைத்துப்போகும் சராசரி இதயம் மட்டுமே!

அவனுடைய சம்பிரதாயமான வாழ்க்கை ஆவேசத்தில் எரிந்து சாம்பலாகப் போவது நிச்சயம் எனில் அச்சாம்பலில் இருந்து எந்த சக்தியும் அணைக்க இயலாத தணல் ஒன்று எத்திசைகளிலும் பொறிகளைத் தெறிக்கப்போவதும் நிச்சயம்.

வழிகாட்டியின் பின்னால் இரை தூக்கிச் செல்லும் எறும்புகள் போல எல்லோரும் சீரான வரிசையில் சென்றார்கள். பாதையென ஒன்று இல்லாமல் மரங்களின் நடுவேயும் பெய்ய ஆரம்பித்த பெருமழை நடுவிலும் ஒரு வழித்தடத்தை வழிகாட்டி உருவாக்கி அழைத்துச் சென்றான்.

மழைக்கோட்டுத் தொப்பியில் கற்களைப்போல நீர் விழுந்தது. சரேலென மழையின் திசை மாறி மறைக்கப்படாத முகத்தைத் தாக்கியது. இரு கைகளையும் முஷ்டியாக்கிக் கோட்டுப்பையில் நுழைத்துக்கொண்டு எல்லோரும் நடந்தார்கள். உயர்ந்த மரங்கள் விவேகம் கொண்ட மனிதர்கள் போலத் தோளிறக்கி எந்த அசைவும் அற்று மழையை ஏற்றுக்கொண்டன. மழையின் திரையில் மலைச் சிகரங்கள் இறுகிக்கொண்டே வந்தன.

இவன் இதுவரை தொடர்ந்து வந்த நேர்க்கோட்டுப் பாதை எப்படியோ இந்தக் காட்டுக்குள் வளைந்து நெளியும் மழைப் பாதைக்கு இழுத்து வந்திருக்கிறது.

வழியில் புதர்களுக்கு நடுவே தரையில் ஒரு மான் கொம்பு மட்டும் கிடந்தது. வந்தவர்களில் ஒருவன் மான்கொம்பைத் தலையில் பொருத்திக்கொண்டு முட்ட வருவதுபோலப் போக்குக் காட்டினான். எல்லோரும் சிரித்தார்கள். மறைவுகளில் காட்டுப் புல் இடையில் விரிந்த சிலந்தி வலையில் இரவில் இறங்கியிருந்த பனி பளபளவென மின்னியது. வானத்தில் மேகங்கள் கலைய, உக்கிரமான வெளிச்சம் கூடிவந்து பின் மேகங்களின் அடைசலில் தணிந்தது. பொழுது உக்கிரத்தையும் தணுப்பையும் மாற்றி மாற்றி ஏற்றுக்கொண்டது. ஈரமண் காலடியில் அழுந்திக் கணுக்கால் வரையில் சேறு ஏறியது.

சலசலவெனப் பேசியபடி வந்தவர்களைப் பேச வேண்டா மென்று வழிகாட்டி சைகை காட்டினான். அவர்களை அங்கேயே நிற்கச் சொல்லிவிட்டு அவன் பம்மிப் பம்மி முன்சென்று பார்த்துவிட்டு வந்தான். மெல்லிய குரலில் தூரத்தில் யானைக் கும்பல் ஒன்று இருப்பதாய் அறிவித்தான்.

குலுக்கலில் முதல் பரிசு கிடைத்ததுபோல அனைவரும் உற்சாகமடைந்தார்கள். ஒருவரை ஒருவர் பார்வையாலே மெச்சிக் கொண்டனர். எல்லோரும் இப்போது மிகுந்த கவனம் கொண்ட வர்களாகவும் எல்லாவற்றையும் சந்தேகத்துடனும் பரபரப்புட னும் பார்ப்பது போலவும் இருந்தது இவனுக்கு.

அவர்கள் ஒரு மேடான பகுதிக்கு வந்திருப்பதைக் கவனித் தான். அங்கிருந்து சரிந்த வெளியில் தூரத்தில் மரங்களுக்கு இடையில் ஐந்து யானைகள் இருந்தன. சிலேட்டுப் போலிருக் கும் பின்பக்கத்தைக் காட்டிக்கொண்டு யானைகள் தலையைத் தாழ்த்திக் காதுகளை விசிறியபடி நின்றுகொண்டிருந்தன. சற்றுக் கூர்ந்து கவனித்ததில் அந்த ஐந்தில் இரண்டு குட்டிகள் என்று புலப்பட்டது. குட்டி யானைகள் இருப்பது அனைவருக்கும் கூடுதல் சந்தோஷத்தை அளிக்க முகம் மலர்ந்து சிரித்துக்கொண் டார்கள்.

காமிராக்களை எடுத்துத் திருகித் தயார் நிலைக்கு வந்திருந் தார்கள். யானை ஒன்று தலையை அவர்கள் பக்கமாகத் திருப்பும் கணத்தில் படத்தை எடுத்துவிட முனைப்பாக இருந்தார்கள். வழிகாட்டி, இப்போது அந்தச் சரிவில் இறங்கி இடதுபுறமாக மெல்ல நடந்தான். யானைகளின் முழுத்தோற்றத்தையும் புகைப் படம் எடுத்துக்கொள்ள ஏதுவான இடத்தை நோக்கி வழிகாட்டி நகர்வதை ஊகித்துப் பின்னால் ஒற்றைத் திரியாக எல்லோரும் நகருவதை இவன் இருந்த மேட்டிலிருந்து நகராது பார்த்தான். அது மிகச் சரியான இடம்தான் என்பது அவர்கள் அங்கு சேர்ந்தவுடன் அவசரஅவசரமாகக் காமிராவை முடுக்கத் தொடங்கியதிலிருந்து தெரிந்தது. அப்போது அந்த யானைக் கூட்டத்திலேயே மிகப் பெரியதாயிருந்த யானை வாலைச் சுழற்றியடித்துத் திரும்பி அவர்களை நேரடியாகப் பார்த்தது. எந்த அசைவும் இல்லாமல் அவர்களைத் தன் பார்வையில் வைத்துக்கொண்டது. உற்சாகமும் பயமும் அவர்களுக்குப் பெருகுவதை இவனால் மேட்டிலிருந்து தெளிவாகப் பார்க்க முடிந்தது. மெதுவாக அங்கிருந்து வலதுபுறத்தில் மெல்ல நடந் தான்.

போகும் பாதையில் கவனமாகத் தனக்கும் அவர்களுக்கு மிடையே தூரத்தை உருவாக்கிக்கொண்டு போனான். தன் இயக்கத்தை யாரும் பார்த்துவிடக் கூடாது என்ற குறிக்கோ

ளுடன் பக்கவாட்டில் நகர்ந்தான். அவனுடைய காலடிச் சத்தம் இனி அவர்களைச் சேராது என்று உறுதிப்படுத்திக் கொண்ட பின் மழைக்கோட்டைக் கழற்றிக் கீழே போட்டுவிட்டு அங்கிருந்து ஓடத் தொடங்கினான்.

இதுவரை சாத்தியமாகியிருக்காத வேகம் அவன் கால்களுக்குக் கூடிவந்தது. வழியைத் தடுத்த பாறைகளைத் தாண்டி, மறித்த மரக்கிளைகளைக் கையால் ஒதுக்கித் தன் வழியை உருவாக்கினான். காட்டுக்குள் காற்று அள்ளியெடுத்துச் செல்லும் சருகு போல நகர்ந்தான்.

அவ்வப்போது பின்னால் காலடிகள் அவனை துரத்தி வருவது போன்ற சத்தம் கேட்டது. இன்னும் இனம்தெரியாத பெரிய சத்தங்களும் கேட்டன. தரை அதிர்ந்தது. தொலைவில் முழங்கும் வெடிச் சத்தம். இதயம் காதருகே வந்ததுபோல இரைச்சலிட்டுத் துடிக்கும் சத்தம். மிருக உறுமல்கள். ஓடும் காலடி பட்டுச் சிறு குட்டைகள் தெளித்துச் சிதறும் சத்தம். பறவை சடேரென எழும்பும் சத்தம். மேகங்களில் இடி அவிழ்ந்து உருளும் சத்தம். எதையும் பிரித்துச் சொல்ல முடியாமல் கலவையாய் மனம் போடும் கூச்சல்.

பயந்த மனம் உருவாக்கும் பிரமைகள் என்று புறக்கணித்து ஓடினான். நின்று திரும்பிப் பின்னால் பார்த்தால் முன் செல்லவே முடியாது என்ற பீதி வயிற்றில் உருண்டது.

காட்டுக்கு வரத் தீர்மானித்திருந்தபோது இப்படி நடுக் காட்டில் தப்பியோடுவோம் என்று எண்ணியிருக்கவில்லை. காடு விடுத்துக்கொண்டிருக்கும் அழைப்பை ஏற்றுக்கொள்ள வேண்டும் என்ற அழுத்தத்தைத் தவிர வேறு எந்தத் திட்டங்களும் இருக்கவில்லை. இப்போது அந்தக் குரல் வேறுவிதமான பாதையில் அவனைக் கூட்டிச் செல்கிறது. இதுவரை அவன் வாழ்ந்த வாழ்க்கையின் தடயங்கள் தேய்ந்துகொண்டே வருகின்றன.

மனைவி, குடும்பம். அவனுக்குள் அவர்களின் இடம்தான் என்ன? அவனுடைய உள்ளுணர்வு காட்டின் ஒரு பகுதியாய் ஆகிவிட்டிருக்கிறது என்றால் அவனுடைய வாழ்வுடன் தங்களை இணைத்துக் கொண்டவர்களின் ஸ்திதி?

கண்பார்வையெங்கும் எங்கும் பரவியிருக்கும் மரங்கள், செடிகொடிகள், காட்டுப் பூக்கள், சத்தைகள், சருகுகள், மழை தனியாய் நடந்த ஈரத்தடங்கள், மிருகக் காலடிகள், மண்ணும் தாவரங்களும் ஒன்றையொன்று தழுவியெழுப்பும் முனகல்கள், நெருக்கியடித்து நிற்கும் மலைத் தொடரை முட்டி மோதும் காற்றின் ஓசை, புதர்களுக்கிடையில் சரசரவென நகரும் சிறு மிருகங்கள் – இவையெல்லாம் அவனுக்குள்ளே அவனறியாத

வகையில் வசித்து வந்திருக்கின்றன. அந்த உலகம் வெகுகாலமாக அவனுடைய அங்கீகாிப்புக்காகக் காத்திருந்திருக்க வேண்டும். அல்லது தக்க சமயத்தில் தங்களை வெளிப்படுத்திக் கொள்வதற் காகக் காத்திருந்திருக்க வேண்டும். அது ஒரு குரலாக, அழைப்பாக, தீவிரமாக வெளிப்பட்டிருக்கிறது. அவனை வெளியே இழுப்பது போல இழுத்து இன்னும் ஆழமான அடர்ந்த நிழல்கள் கவிந்த, துலங்காத ஒரு உள்ளுலகத்திற்குக் கூட்டிச் செல்கிறது.

அவனுக்கும் காட்டுக்கும் என்ன உறவு இருக்க முடியும்? அவன் நகரத்தில் வளர்ந்தவன். மனிதன் ஒரு காலத்தில் காட்டில் வசித்திருக்கிறான். அவனுக்கு இந்தச் செடிகளின் பெயர் என்னவென்று தெரியும். ஈரமாய், ஒரு மாபெரும் சுவர்போல எழும்பும் இந்த வாசனை ... இது எங்கிருந்து வருகிறது என்று தெரிந்திருக்கும். இந்த முனகல் சத்தம் எங்கிருந்து வருகிறது என்று தெரிந்திருக்கும். காட்டில் எப்படி உயிரைக் காத்துக்கொள்வது, எதை உண்பது, எதை விடுப்பது ... இவை எல்லாவற்றையும் கற்று ... காட்டை வென்ற பின்பே மனிதன் நகரத்தை உருவாக்கினான். வெகு காலத்திற்குப் பிறகு, காட்டின் வாசனை பூண்டோடு ஒழிந்துபோன பிறகு வந்தவன் இவன். பெயர் தெரியாத எந்தப் பூர்விக உறவு அவனை இழுக்கிறது?

அடுத்த செயல் என்னவாக இருக்க முடியும்? எத்தனை நேரம் காட்டுக்குள் ஓடுவது? ஒரு நாள், இரண்டு நாள் ... அதற்குப் பிறகு ... ஏதாவது ஒன்று நெகிழ்ந்து கொடுக்க வேண்டு மல்லவா. அந்தக் காலத்தில் குடும்பத்தை விட்டுவிட்டு சன்னி யாசம் வாங்கிக்கொண்டு போய்விடுவது போலவா!

சிறு சிறு நீர்ப்பரப்புகளை கடந்து ஓடினான். களைப்பு தாக்க மரத்தில் சாய்ந்து ஆசுவாசப்படுத்திக்கொண்டான். அவன் கால்கள் நடுங்கின. இயக்கம் அடங்கும்போது அவன் இதயம் அதிவேகமாய்க் கூக்குரலிட்டது. அந்தக் கூக்குரல் காட்டின் உட்புறமெங்கும் நிறைகிறது. காட்டுக்கு உட்புறம் என்றும் வெளிப்புறம் என்றும் உண்டா? தன்னுடைய உடல்தான் காட்டின் உட்புறமோ? தன் இதயத்தின் அழைப்பைக் கேட்டுத் தான் உடல் பரிதவித்ததோ! ஆனால் இதயத்தையும் உடலையும் எப்படி பிரித்துப் பார்ப்பது! அப்போது அவன் இத்தனைக் காலம் வெறும் உடலாக, இதயமற்ற இருப்பையே கொண்டிருந் தானா! கண்கள் எரிந்து முகத்தில் தீப்பற்றினாற்போல இருந்தது. யோசனைகளில் அவன் மூளை காந்துவதுபோல் இருந்தது.

கண்ணுக்கெட்டிய தூரம் வரை காட்டில் அரவம் இல்லை. காற்றின் சலசலப்பு எப்பொழுதாவது எழுந்தது. மழை நின்று போனதைக் கவனித்தான். மீண்டும் நடந்தான்.

ஒரு சிற்றோடையை அடைந்திருந்தான். லேசான தளுக்குடன் நீர் ஓடியது. வழுவழு கற்கள் கரையில் கிடந்தன. கற்களை எடுத்து நீரில் எறிந்தான். களுக்கென்ற சத்தம் காட்டின் அமைதியில் கொப்பளித்தது. நீரில் வானத்தின் ஜீவன் இறங்கியிருந்தது. எப்போதாவது ஒன்றிரண்டு மழைத்துளிகள் ஓடையில் விழுந்து சிறு வட்டமாய் விரிந்து மறைந்தன. ஆடையைக் களைந்து நீரில் இறங்கினான். குளிர்ந்த நீரில் உடல் நடுங்கி பின் நீரை முழுமனதுடன் வரவேற்றது.

அவன் இந்த நாற்பதாண்டுகள் வாழ்ந்திருப்பதற்கான அடையாளங்கள்தான் என்ன? பெற்றோர், மனைவி, குடும்பம் இவற்றைத் தவிர வேறு சாட்சியங்களை அவனால் காட்ட முடியுமா? அவர்களைக் கணக்கிலெடுத்துக் கொள்ளாவிட்டால் அவன், தன் காலத்தை எப்படி நிரூபிக்க முடியும்? நினைவைப் புரட்டிப் போன வருடம் இதே நாளை நினைவுகூரப் பார்த்தான். நினைவு புல் முளைக்காத தரிசு நிலமாய்க் கிடந்தது. ஓடையில் மறையும் மழைத்துளி போலவே காலத்தின் காலடிச்சுவடுகள் அடையாளமற்றுப் போயிருக்கின்றன.

வரலாற்றின் ஒரு துர்க்கனவில்தானே அவனுடைய காலமும் இடமும் நிலை பெற்றிருக்கிறது. மகத்தான அழிவின் தூசிகூடப் படியாத வானத்தின் கீழே அவன் எத்தனையோ தருணங்களைக் கழித்திருக்கிறான்! காலத்துக்கும் அவனுக்கும் உள்ள உறவை உறுதிப்படுத்தும் நினைவுகளை பட்டியலிட்ட பிறகும் நிரப்ப முடியாத வெறும் பக்கங்களாகவே அவன் மீந்திருக்கிறான்.

சான்ஃப்ரான்ஸிஸ்கோவில் ஒரு கூட்டத்தைப் பார்த்த ஞாபகம் இப்போது எழுந்தது. இருபது முப்பது பேர் இருக்கும். நடைபெற்றுக்கொண்டிருந்த யுத்தத்திற்கு எதிர்ப்புத் தெரிவிக்கும் அறிக்கைகளை எழுதி அவற்றைத் தூக்கிப்பிடித்துக்கொண்டு நகரத்தின் மைய சாலையில் போனார்கள். ஒவ்வொருவருக்கும் ஏதேனும் ஒரு அங்கஹீனம் இருந்தது. பாதிப்பேர் சக்கர நாற்காலியில் இருந்தார்கள். அவர்களுக்கு முன்னும்பின்னும் காவல்துறையினர், ஊர்வலம் செல்பவர்களைவிட அதிக எண்ணிக்கையில், எந்த அசம்பாவிதமும் நடைபெறாதிருக்க விதவிதமான ஆயுதங்களை வைத்துகொண்டு வந்தார்கள். காவலர்களின் உடல்வாகு கண்ணைப் பறிக்கும் விதமாக இருந்தது. அவர்கள் அணிந்திருந்த மிடுக்கான உடை, வைத்திருந்த ஆயுதங்கள், ஓட்டிய வாகனங்கள். நகரத்தின் போக்குவரத்து ஸ்தம்பித்து பாதசாரிகள், வண்டியோட்டிகள் எல்லோரும் காவலர்களையே பார்த்தார்கள். நடுவில் ஊர்வலம் போனவர்களை யாருமே கவனிக்கவில்லை.

அவன் ஓடையை விட்டு வெளியேறி நடந்தான். குளிர்ந்த அவன் கால்விரல்களில் காட்டுமண் உறுத்தலுடன் ஒட்டிக்

கொண்டது. அந்த ஸ்பரிசம் அவனுக்கு மிகுந்த நெருக்கமாய் இருந்தது. ஷூக்களைக் கரையிலேயே விட்டுவிட்டிருக்கிறான்.

வெறும் கால் மண்ணைத் தொட்ட காலம் எங்கேயோ பின்னால் இருந்தது. எல்லாமே இப்போது பின்னால்தான் இருந்தது. அவனே அவனுக்குப் பின்னால் இருந்தான். இந்தக் கணம் கூட அவனுடன் உள்ள தொடர்பை அறுத்துக்கொண்டு பின்னால் நழுவுகிறது. அதைப் பற்றிக்கொள்ள அவனும் பின்னால் பாய்கிறான். அதற்குப் பின்னால் அதுபோலவே இன்னொரு அவன் வேறொரு கணத்தைப் பிடிக்க ஓடிக்கொண்டிருக்கிறான். ஒருவேளை, ஒருவேளை, இந்தக் காடு முழுக்க வெவ்வேறு 'அவன்'கள் நிறைந்திருக்கிறார்களா!

அடுத்த அடி சறுக்கியது. அந்த இடத்தின் முனை குறுகி சரேலென்று இறங்கியது. சுற்றிலும் மரங்களும் செடிகளும் அடைசலாக நெருக்கி இண்டு இடுக்கில் கொஞ்சமாய் வானம் நுழைந்தது. விழத் துவங்கிவிட்ட பொழுதின் மங்கலான வெளிச்சம் இடைவெளிகளில் தோன்றி மறைந்தது. சரிவில் இறங்கி நடக்கும்பொழுது மிகுந்த கவனத்துடனே காலடிகளை வைக்க வேண்டிவந்தது. நீர் இறங்கியிருந்த மண் அவனுடைய பாரத்தைத் தாங்க முடியாது வழிந்தது. தடுமாறிக் கீழே விழுந்தான். எழுந்தபோது தாழ்ந்த ஒரு மரக்கிளையில் மோதிக்கொண்டான். கண்ணில் பொறி பறக்க தலையைத் தேய்த்தபடி செய்வதறியாது நின்ற கணத்தில் காட்டின் அழைப்பு உக்கிரமாய் அவன் முகத்தை அறைந்தது. உடலில் ஆயிரம் ஊக்குகளாய் அது பொருத்திக்கொண்டு அவனை இழுத்தது.

இனி ஒரு கணமும் தாமதிக்க முடியாது. இனி எந்த யோசனைக்கும் இடமில்லை. எந்த யோசனையும் எதையும் விளக்கிவிடாது. தருக்கம், முரண்களின் நிலை, நியாயங்கள், அனுசரணைகள், காரணங்கள் இவை எதற்கும் இங்கு இடம் இல்லை. அந்தக் குரல் அவனுடைய இயக்கத்தையும் இருப்பை யும் மட்டுமே கோருகிறது. புரிதலை அல்ல.

உள்ளுணர்வு தந்த வரைபடத்தை ஏற்றுக் கால்கள் வெறி பிடித்து ஓடின. அவனுக்கு வழிவிட்டு விலகியோடும் சிறு மிருகங்களின் கண்கள் ஒரு கணம் ஒளிர்ந்து பின் மறைந்தன. அந்தச் சரிவு சமனாகாது இறங்கிப் போய்க்கொண்டேயிருந்தது. அவன் மண்ணில் விழுவதும் எழுவதுமாய் ஓடினான்.

எந்தக் கணமும் அழைப்பின் உச்சக்கட்ட உக்கிரத்தைத் தாங்க இயலாது அசைய முடியாது விழுந்துவிடுவான் போலிருந் தது. அப்படி நடந்தால் அவன் கைவிடுபவனாவான் அல்லது கைவிடப்பட்டவனாவான். அது எத்தனை கீழான நிலை!

முற்றிலும் இருண்டதொரு இடத்தைக் கடக்கும்போது அழைப்பின் ஓசைக்கு நடுவே அவன் முன் மின்னலாய் ஒரு கீற்று எழுந்தது: இந்தக் காடு தீவிரத்தின் முகம், உக்கிரத்தின் இதயம். ஆமாம், உக்கிரத்தின் இதயம்! அந்த உக்கிரத்தின் இருப்பு – அதுதான் அவனை அழைத்திருக்கிறது. ஓலமாய், பிளிறலாய், உறுமலாய்! அதற்கு செவிமடுக்காது மீதமிருக்கும் காலத்தை எப்படி கழிக்க முடியும்? காலத்தின் சாற்றையும் இருப்பின் சாற்றையும் ஒருசேர குடிப்பவனால் தீவிர, உக்கிர வாழ்வை மட்டுமே அடைய முடியும். உக்கிரமற்ற ஜீவனுக்குக் காலம் கழுத்தில் தொங்கும் இரும்புக் குண்டு!

கால் மண்ணில் வழுக்க, உடல் மண்ணில் விழுந்து உருண்டு புரண்டு போய்க்கொண்டேயிருந்தது. தோல் உடலைவிட்டு அங்கங்கே பிய்ந்து பச்சை ரத்தம் எங்கும். ரத்தத்தின் ஈரம்.

மெத்தென்ற ஒரு பரப்பின் மேல் விழுந்தவன் உடல் மெல்லச் சரிந்து மண்ணைத் தொட்டது. மூடிய கண்களுக்குள் மென்மையான இருள் தேங்கியது.

சாய்ந்துவிட்ட பொழுதின் குறை வெளிச்சத்தில் பக்கத்தில் கிடந்த கால்களைப் பார்த்தான். பின்வாங்கிப் பார்த்தபோது ஒரு யானை படுத்திருப்பது தெரிந்தது. உடல் முழுக்க ஈரச்சேறும் ரத்தமும் கலந்திருந்தது. அது தன்னுடைய ரத்தம் என்றே முதலில் நினைத்தான். சற்று உன்னிப்பாகப் பார்த்ததில் யானை உடலில் பல்வேறு ரத்தத் துளைகளை பார்த்தான். சரிவின் கீழே தொடங்கிய சமவெளியில் அவனும் யானையும் கிடந்தார்கள்.

இது சமீபத்தில்தான் நிகழ்ந்திருக்க வேண்டும். இல்லாவிட்டால் பிணந்தின்னிகள் எப்படி விட்டுவைத்திருக்கும்? ஒருவேளை இந்த யானையை காப்பாற்றத்தான் காடு அவனுக்கு அழைப்பு விடுத்ததா? அவனுடைய தாமதம் ஒரு யானையை பலிவாங்கிவிட்டதா. அவன் ஒற்றை ஆள்! நிராயுதபாணி.

அவனால் அந்த இடத்தைவிட்டு நகர முடியவில்லை. அங்கே எழுந்த வாசனை பிரட்ட எக்கி எக்கி வாந்தியெடுத்துச் சரிந்தான்.

களைப்பு. வெறுமை. எல்லா யோசனைகளும் அடங்கி வெறும் வலி மட்டுமே பிரதான உணர்வாய் இருந்தது. உடல் முழுவதும் ஒரே உணர்வு. ஒவ்வொரு அசைவும் பிரயத்தனமாக இருந்தது. வெளியே இருளும் ஒளியும் சரி பாதியாய்க் கலந்திருந்தன. எந்தச் சத்தமும் இல்லை. எந்தக் குரலும் இல்லை. வெறும் மௌனம். எப்போதாவது ஒரு சிறிய அரவம் கேட்டது. பறவையொன்று இடம் மாறும் சத்தம். கேட்ட அடுத்த கணமே

நிசப்தம் கவ்விக்கொள்கிறது. காற்றில் குளிர் ஏற ஆரம்பித்து விட்டது. மேலே மேகங்கள் மீண்டும் கருக்கத் தொடங்கிவிட்டன. முகத்துக்கு அருகில் பல்வேறு சிறு பூச்சிகள் பறந்தன.

கனவா, இல்லை காலம் விட்டெறியும் ஒரு நினைவுத் துண்டா? யானையின் உடல் இருந்தபடியே கிடந்தது. கனவில்லை. நிச்சயம். கொல்லப்பட்ட யானைக்குப் பக்கத்தில் அவன் கிடப்பது நிஜம் தான். இந்தக் காட்டில் தலைதெறிக்க ஓடி வந்தது, விழுந்தது எல்லாம்கூட அவனுக்குத் தெளிவாகவே இருந்தது. ஆனால் ஏன் அவன் இந்தக் காட்டுக்குள் நுழைந்தான்? எதைத் தேடி வழிகாட்டியை விட்டுவிட்டு ஓடினான்? அதைப் பற்றிய மங்கலான ஞாபகம் கூட அவனுக்கு இல்லை. அதைப் பற்றிய எண்ணங்கள் எழுவதும் உடன் சரிந்து விழுவதுமாக இருந்தன. நினைவை வசப்படுத்தி விளக்கங்களை அடையும் முனைப்பு பலகீனமாகவே இருந்தது. உள்ளுக்குள் வெவ்வேறு சாத்தியங்கள் தோன்றித் தோன்றி மறைந்தன. அவனுடைய உள்ளுணர்வு ஒவ்வொரு சாத்தியத்தின் பின்னாலும் ஓடத் துவங்கியது. அவனுக்குள்ளே எத்தனை சிக்கலான பாதைகள் அந்த ஒரு கணத்தில் முளைத்துவிட்டன. அவன் ஒவ்வொன்றிலும் அலைந்து திரியத்தானே வேண்டும். அவன் மீண்டும் கண்களை மூடிக்கொண்டான்.

அவன் விழித்து மண்ணில் புரண்டு மல்லாந்து படுத்தான்.

வெளியில் ஒரு ரீங்காரம் ஒலித்துக் கொண்டிருந்தது.

மின்மினிப் பூச்சிகள் அவனைச் சூழ்ந்து பறந்தன. ஆயிர மாயிரம். மிகப் பெரிய திரையை இருள் துணுக்குகளாலும் ஒளித் துணுக்குகளாலும் அந்த மின்மினிப்பூச்சிகள் இரவெங்கும் நெய்தன.

ஒரு கணம் ஒளி. மறு கணம் இருள்.

அதைத் தவிர அங்கே வேறு எதுவும் இல்லை.

இயந்திரம்

அந்த இயந்திரத்துக்குள் பலர் வட்டமாக அமர்ந் திருக்கிறார்கள். எத்தனை பேர் என்று தெரியவில்லை. உட்கார்ந்திருக்கும் இடம் பிரகாசமாக இருக்கிறது. ஒரு ரீங்காரம் அடிநாதமாய் ஒலிக்கிறது. எல்லோரும் ஒரே சமயத்தில் பேசிக்கொள்ளும் சத்தம் கேட்கிறது:.

"படவா, நீ இங்கே வரப்போறாயா இல்லையா. உன்னை என்ன செய்கிறேன் பார்"

"உங்கள் வரவு நல்வரவாகுக" இயந்திரத்திலிருந்து குரல் எழும்பியது.

○○○

"இந்த இயந்திரத்தின் பெயர் என்ன?"

"எல்லோரும் ஏமாறப் போவது நிச்சயம். ஏமாற்றம் மட்டுமில்லை. மிகப் பெரிய நெருக்கடி நமக்கு காத்திருக் கிறது"

"அய்யோ வீட்டில் விளக்குகளை அணைத்தேனா தெரியவில்லையே!"

"இங்கே கழிப்பறை உண்டா"

"இந்த இயந்திரத்துக்காக எவ்வளவு நாள் காத்திருந் தோம். நேற்று செத்துப் போனவர்கள் துரதிர்ஷ்டசாலிகள்."

"ஒரு தூசு உண்டா? உள்ளே என்ன சுகந்தம்!"

"எதையும் நம்ப மாட்டேன். எத்தனை பிரச்சாரங் களைப் பார்த்திருக்கிறேன்!"

"கடைசி நிமிஷத்தில் கார் சாவியைத் தொலைத்து விட்டு என் உயிரை வாங்கினாய்! இடம் கிடைக்குமோ கிடைக்காதோ என்ற அவதியுடன் வந்ததற்கு நல்ல வேளையாக இடம் கிடைத்துவிட்டது."

"உங்கள் வரவு நல்வரவாகுக" இயந்திரத்திலிருந்து குரல் எழும்பியது.

ooo

"ராத்திரியெல்லாம் ஒரே கனவு. அம்மா! திரும்பத் திரும்பக் கேட்கிறாள். என்னைக் கூட்டிக்கொள்ளக் கூடாதா என்று. செத்துப் போனவள் ஏன் என்னை இப்படிப் படுத்துகிறாள்!"

"இது ஒரு பெரிய சதி. சதிகாரர்களே, உங்கள் முகத்திரை கிழியும் காலம் வெகு தூரத்தில் இல்லை"

"அப்பா அப்பா எனக்கு எனக்கு ம் ம் . . . ஒரே போர்!"

"இப்போது மணி என்ன?"

"அம்மா, சாக்லேட் தாயேன் . . ."

"இரண்டு நாளாயிற்று தூங்கி. எப்படியெல்லாம் இருக்குமோ என்று ஒரே யோசனை தாங்கவே முடியவில்லை. இப்போது கண் அசந்துவிடாமல் நீதான் பார்த்துக்கொள்ள வேண்டும்"

"வெளிச்சம் குறைகிறதோ?"

"உங்கள் வரவு நல்வரவாகுக" இயந்திரத்திலிருந்து குரல் எழும்பியது.

ooo

"கடவுளே . . . உங்கள் கருணையே கருணை! உங்கள் கட்டளைதான் எவ்வளவு கடினமானது. எங்கள் இதயங்களின் இருள் உங்கள் ஒளியால் கலைந்துகொண்டே வருகிறது. பூரண ஒளி தரும் பூரணரே போற்றி போற்றி"

"பக்கத்து வீட்டு ஆள் வெளியில் என்ன ஆட்டம் ஆடினான்! அவன் கைவசம் எத்தனை யுத்திகள்? ஹா! பலிக்குமா? உள்ளே நுழையும்போது நீ அவன் காலைத் தட்டிவிடுவாய் என்று நான் எதிர்பார்க்கவே இல்லை தெரியுமா. உன்னை என்னவோ என்று நினைத்திருந்தேன். அந்த அற்பனுக்கு வேண்டியதுதான்!"

"இந்த இயந்திரத்திலிருந்து வெளியேற முடியுமா?"

"அம்மா அம்மா! உள்ளே ஒரே மழை அம்மா. இதோ பார் என்கிட்ட மட்டும்தான் குடை! உனக்குத் தர மாட்டேனே! ஹி . . . ஹீ . . ."

"நான் நினைத்ததைவிட இந்த இயந்திரம் சிறியதாகவே இருக்கிறது"

"நேற்றே எல்லோரையும் தொலைபேசியில் கூப்பிட்டுச் சொல்லிவிட்டேன். ஒருத்தரையும் பாக்கி வைக்கவில்லை.

பிறகு, எனக்குச் சொல்லவில்லை உனக்குச் சொல்லவில்லை என்று நான் அவர்கள் வாயில் இரைபட வேண்டும். அதுவும் என் மைத்துனி இருக்கிறாளே. இத்தனை நாள் பட்டது போதாதா! இனிமேல் . . .”

“நீ பாரேன் எப்படி போகப் போகிறது தெரியுமா . . . இனி ஒரு கணம்தான். அப்புறம் மேலே ஜிவ்வென்று வூ வூ . . .”

“வெளிச்சம் குறைந்து கொண்டுதான் வருகிறது”

“உங்கள் வரவு நல்வரவாகுக” இயந்திரத்திலிருந்து குரல் எழும்பியது.

ooo

நான்கைந்து சிறுவர்கள் சேர்ந்துகொண்டு “உங்கள் வரவு நல்வரவாகுக . . . உங்கள் வரவு நல்வரவாகுக . . . வரவு உங்கள் நல்வரவாகுக. நல்வரவாகுக வரவு உங்கள்” என்று கத்திக் கொண்டே சுற்றி சுற்றி ஓடுகிறார்கள்.

“அய்யா. என் இடுப்பை முறித்துவிடத்தான் இங்கே வந்தீரா? எத்தனை இடம் இருக்கிறது. கொஞ்சம் தள்ளி உட்காருங்களேன்”

“இன்னும் எவ்வளவு நேரமாகும் . . . ஒரு விவரமும் தெரிய வில்லையே”

“ச்சீ என்ன நாற்றம் . . . உவ்வே!”

“ஆதிக்க சக்திகளின் தாண்டவத்தைத் துண்டிக்கத்தானே போகிறோம்”

“யாராவது தயவுசெய்து சொல்லுங்களேன் . . . இது என்ன? இயந்திரமா, வாகனமா?”

“வெளியே எவ்வளவு பேர் காத்திருக்கிறார்கள். கொடுத்து வைத்தவர்கள்தான் நாம்!”

“எனக்கு ஒன்றுமே தெரியாது என்று அவன் நினைத்திருக் கிறான். நினைத்துக்கொள்ளட்டும்! பாடம் கற்பிக்கும் தருணம் வந்துகொண்டேயிருக்கிறது”

“காற்றில் மிதந்து மேகத்தைத் தாண்டி ஆகாயத்தைத் தாண்டி சந்திரனைத் தாண்டி போய் போய் . . .”

“நான் சொல்கிறேன் பார். வந்தபோது இருந்ததில் பாதி வெளிச்சம்தான் இப்போது இருக்கிறது”

“எப்படி இங்கே வந்தேன் . . . நான் தூங்கும்போது யார் என்னைக் கூட்டிவந்தார்கள்? என்னை ஒரு வார்த்தை கேட் காமல் . . .”

“தம்பி, தெரியுமா . . . இதற்கு சக்கரமும் கிடையாது இறக்கைகளும் கிடையாது. மனிதனால் புரிந்துகொள்ளவே முடியாது இதன் நியதிகளை. பொறுத்துப்பார். உன் வயதுக்குப் பொறுமை கடினமான ஒன்றுதான். ஆனால் வாழ்நாளில் சித்திக்கும் என்று யாரும் நினைத்துக்கூடப் பார்த்திராதது இது”

“அம்மா எனக்கு . . . எனக்கு . . . போகவேண்டும்”

“இந்த மாதிரியான உவகையை . . . நிம்மதியை . . .”

“உங்கள் வரவு நல்வரவாகுக” இயந்திரத்திலிருந்து குரல் எழும்பியது.

○○○

“நேற்றுவரை இகழ்ந்தவர்கள் இயந்திரத்தின் கதவுகளைத் தட்டிக்கொண்டிருக்கிறார்கள். அவர்களுடைய மூச்சு உருவாக்கும் நச்சுக்காற்றை நாம் சுவாசித்த காலம் முடிந்துவிட்டது”

“நீதிமான்களின் இருப்பிடம் . . . சேருமிடம் . . .”

“நீங்களும் உங்கள் தொழில்நுட்பமும் . . . என்ன வாழ்ந்தது உங்கள் மூளையால் . . . எல்லாமே அழிவுக்குத்தானே! விஞ்ஞானிகள் . . . அஹா . . . ஞானிகளாம்! வெளியே சூத்திரங்களை மாற்றி மாற்றிப் போட்டுப்பாருங்கள்!”

“உள்ளே நுழையும்போது பாதங்களை நன்றாக சுத்தம் செய்துகொண்டு நுழைந்தாயா இல்லையா?”

“உங்கள் வரவு நல்வரவாகுக” இயந்திரத்திலிருந்து குரல் எழும்பியது.

○○○

“அம்பலம். உங்கள் அந்தரங்கங்கள் எல்லாம் விரைவில் அம்பலமாகப் போகிறது. அப்போது என்ன செய்வீர்கள்? அப்போது என்ன செய்வீர்கள்”

“இது ஒரு விண்கலமா?”

“நிழல்கள் விழ ஆரம்பித்துவிட்டது”

“விலைபேசியவர்கள் எல்லாம் வெளியே!”

“பல வருஷமாக ஒரு மலர் என் கனவில் வந்துகொண்டிருக்கிறது. இந்த இயந்திரம்தான் மலர் வடிவில் வந்திருக்கிறது . . . கடவுளே நன்றி . . . நன்றி”

“உங்கள் வரவு நல்வரவாகுக” இயந்திரத்திலிருந்து குரல் எழும்பியது.

○○○

“வெளிப்படையாகச் சொல்லிவிடுகிறேன். உன்னைப் பற்றிய எல்லாக் குறைகளும் தீர்ந்துவிட்டன. இங்கே நுழைந்த உடனேயே உன்னை மன்னித்துவிட்டேன். உன் துரோகங்களின் தடயம் கூட மனதில் இல்லை இப்போது”

“அழிவின் பல்லிடுக்கில் நாம் சொருகியிருக்கிறோம் முட்டாள்களே! இதோ நம்மைத் துருத்தியெடுத்து விழுங்கப் போகிறது ராட்சத நாக்கு”

“உங்கள் வரவு நல்வரவாகுக” இயந்திரத்திலிருந்து குரல் எழும்பியது.

○○○

உன் விரல்கள் வாசிக்கின்றன
நம் கனவின் பாடலை
மேகங்கள் நகருகின்றன நடனம்போல
சிறுமியே உன் இயக்கத்தை நிறுத்தாதே
உன் பாவாடை சுழற்சியில் எழும்புகின்றன
பூக்களும் புற்களும் தரையை நீங்கி
நீலம் கண்ணில் நிறையும் தருணம்
இதோ

“இன்று காலை திடீரென அழுதேன். என் குழந்தையின் ஞாபகம் அதிகாலையில் வந்து . . . அவ்வளவு சின்ன வயதிலேயே உலகைப் பார்க்காமலே . . . கடவுள் பொய்யா . .! அய்யோ . . .”

“தயவுசெய்து என்னை வெளியே அனுப்பிவிடுங்கள். தெரியாமல் உள்ளே வந்துவிட்டேன். வெளியே போகும் வழி எங்கே . . . அய்யா . . . நீங்கள் சொல்லுங்களேன்! அண்ணா உங்களுக்குத் தெரியுமா . . . என் நாய்குட்டியைப் பிரிந்து நான் எப்படி . . .”

“இதைப்போல ஒவ்வொரு ஊரிலும் ஒரு இயந்திரம் வந்திருக்கிறதாம் . . . ஒன்றுபோல ஒன்று இல்லையாம்.”

“பொய்களை நம்பாதீர்கள் . . . இது உலோகத்தால் ஆனதல்ல . . . இது இயந்திரமே அல்ல . . . ஒரு கற்பனை . . . மாயை . . .”

“உங்கள் வரவு நல்வரவாகுக” இயந்திரத்திலிருந்து குரல் எழும்பியது.

○○○

“இதற்குப் பிறகு சரித்திரம் என்ன சொல்லப் போகிறது? . . .”

“அவர்களை அடிமைகளாய் இத்தனை நாள் நடத்தி வந்திருக்கிறோம் என்கிறார்கள். அதைப் பற்றி எனக்கு ஒரு வருத்தம் இல்லை. அதை ஒரு குற்றச்சாட்டாக வைப்பதை

நான் கடுமையாக எதிர்க்கிறேன். அவர்கள் அடிமையாக வாழ வேண்டியவர்கள் என்பதில் என்ன சந்தேகம்?"

"சேர வேண்டிய இடத்துக்குத்தான் சென்றுகொண்டிருக் கிறோம்"

"இனி தப்பிக்கவே முடியாது . . ."

"உங்கள் வரவு நல்வரவாகுக" இயந்திரத்திலிருந்து குரல் எழும்பியது.

○○○

"அந்தப் பன்றிகள் வசிக்கும் ஊருக்கு இது போயிருக்காது. அப்படி போயிருந்தாலும் மேலே விழுந்து அவர்களை மண் ணோடு மண்ணாய் உருத்தெரியாது ஆக்கியிருக்கும்"

"போயே போய்விட்டது வெளிச்சமெல்லாம் . . . பார் பார்"

"நகராமலே நகர்ந்துகொண்டிருக்கிறோமோ"

"இதற்கும் மேலே ஒரு மனிதனால் என்ன செய்ய முடியும்?"

"உங்கள் வரவு . . ." இயந்திரத்தின் குரல் உடைபடுகிறது.

○○○

"எனக்கு ரொம்ப குளிருகிறது"

"நல் . . ."

"முடியவே முடியாது. யார் வந்தாலும் யார் சொன்னாலும். அடக்கிப் பாரேன் என்னை!"

". . . வ்வ்வ்" இயந்திரத்தின் குரல் தேய்கிறது.

"யாராவது பதில் சொல்லுங்களேன். நான் ஏன் இங்கே இருக்கிறேன்? இப்போது என்ன செய்ய வேண்டும்?"

". . . வர . . ."

எங்கும் இருள் சூழ்கிறது. ஒரே கூச்சலாக இருக்கிறது. ரீங்காரத்திலிருந்து கூச்சலைப் பிரிக்க முடியவில்லை.

குழந்தைகள்

1

ஜார்ஜ் டாய்லட் மீது உட்கார்ந்துகொண்டிருந்தார். மோசமான வாசனை அறையில் வீசியது. ஹூம்ம்ம்ம் என்று குரலெழுப்பினார். அதில் ஒரு அவசரத்தன்மை கலந்திருந்தது. கழிப்பறைக் கதவு திறந்து முதியவள் உள்ளே நுழைந்தாள். அங்கே எழுந்த நாற்றத்தைத் தாங்க முடியாது அவள் முகம் சுருங்கியது. கையால் முகத்துக்கெதிரே விசிறிக்கொண்டாள். டாய்லட்டை தாண்டியிருந்த குளியல் பகுதியின் மேலிருந்த ஜன்னலை திறந்துவிட்டாள். 'பூ . . .' என வாயால் ஊதினாள்.

"ஜார்ஜி . . . என் ஜார்ஜி . . ." என சன்னக்குரலில் பாடுவதைப் போலக் கூப்பிட்டாள். ஜார்ஜ் மறுபடியும் ஹூம்ம்ம் என்று சத்தம் போட்டார். "ஆல்ரைட் ஜார்ஜி . . . இதோ உன்னை சுத்தம் செய்து விடுகிறேன் . . ." என்று குனிந்து டாய்லட் காகிதத்தைப் பிய்த்து அவரைத் துடைத்துவிட்டாள்.

"எங்கே . . . மெல்ல எழுந்திரு பார்ப்போம்" என்று அவர் தோளுக்கடியில் கையை விட்டு அவரை உயர்த்தினாள். அவர் மெல்ல தள்ளாட்டமாய் எழுந்து நின்றார். பாதங்களைச் சுற்றி விழுந்துகிடந்த உள்ளாடையும் பைஜாமாவும் காலைத் தடுக்க அவள்மேல் சாய்ந்தார்.

"பார்த்து . . . பார்த்து ஜார்ஜி . . . என்னைக் கீழே தள்ளிவிடப் போகிறாய் . . . ம் . . . ம் . . . இதோ பிடித்துக் கொள். நான் கீழே விழுந்துவிட்டால் உனக்கு யார் இனிப்பு தோசைகள் சுட்டுத் தருவார்கள் . . . ஸ்ட்ராபெர்ரிகளோடு . . . ம்ம்ம்ம்"

சத்தமாகச் சப்புக்கொட்டினாள். ஜார்ஜி அவள் தோள்மேல் சாய்ந்தார். அவரை மெல்ல நகர்த்தி குழாய் மேடையில் சாய்மானமாக நிறுத்தினாள். அவருடைய உள்ளாடையையும் கால் சட்டையையும் பாதத்திலிருந்து இடுப்புவரை உயர்த்தி நாடாவால் கால்சட்டையைக் கட்டினாள்.

ஹூம்ம்ம் . . . என்றார்.

ஜார்ஜின் முகத்தையே பார்த்தாள். அவருடைய கண்களும் அவளை இமைக்காது பார்த்தன.

"ஹூம்ம்ம் . . . அம்மா . . ." என்று கூப்பிட்டார்.

அவள் உடல் தளர்வுற்றது. நீண்ட பெருமூச்சு விட்டாள்.

"ஜார்ஜ் . . . என் செல்லமே . . . என் இதயத்தை உடைத்துக் கொண்டே இருக்கிறாய்!" என்று மெல்ல தனக்கு மட்டும் கேட்கும்படி முனகினாள்.

2

ஜென்னி: எனக்குத் தலையை வலிக்கிறது. சாத்தானின் சமையலறை போல வெயில் வெளியே சுடுகிறது. அம்மா, ஏர்கண்டிஷனரை போடாமல் எப்படி இந்த வீட்டுக்குள் இருக்கிறாய்?

அம்மா: ஜென்னி, சாத்தானைப் பற்றி என்ன பேச்சு, வரும்போதே . . .

ஜென்னி: வெளியில் மட்டுமல்ல வீட்டுக்குள்ளேயும் சாத்தான் இருக்கும்.

அம்மா: தயவுசெய்து வந்தவுடன் ஆரம்பிக்காதே. அப்பாவுக்கு ஹலோ சொன்னாயா. ஜார்ஜ் . . . யார் வந்திருக்கிறாள் பார் . . . ஜென்னி!

ஜென்னி: ஹலோ அப்பா

அம்மா: ஜார்ஜ், நீ இன்று என்னை என்னவென்று கூப்பிட்டாய் . . . ஜென்னிக்கு கொஞ்சம் சொல்லிக்காட்டேன் . . .

ஜென்னி: அம்மா!

அம்மா: ஜார்ஜி . . . நான் யார் . . . சொல்லு பார்ப்போம் . . .

ஜென்னி: என்னம்மா இது!

அம்மா: நீ இருந்திருக்க வேண்டும். இன்று காலை ஜார்ஜ் என்னை அம்மா அம்மாவென கூப்பிட்டபோது!

ஜென்னி: எனக்கு குடிக்கச் சில்லென எதாவது கொடு. இந்த வீடு சான்ஃபிரான்சிஸ்கோவில் இருக்கிறதா இல்லை நெவாடா பாலையில் இருக்கிறதா? உடம்பெல்லாம் எரிகிறது.

அம்மா: நீங்கள்கூட அவ்வளவு பாசத்துடன் என்னை அம்மாவெனக் கூப்பிட்டதில்லை . . .

ஜென்னி (கேலியாக): எலிஸா அழைத்திருப்பாளே அம்மா அப்பா என்று கொஞ்சிக் கொஞ்சி. ஏன் இன்னும் அருமையாகக் கூட. உங்கள் செல்லமாயிற்றே.

அம்மா (துணுக்குற்று): ஜென்னி, நானும் ஜார்ஜும் உங்களிருவரையும் ஒரே அளவுக்குத்தான் நேசித்தோம். அதில் எந்த பாரபட்சமும் கிடையாது. இருவரும் எங்களின் இரு கண்கள்!

ஜென்னி (எகத்தாளமாக): ஹா! அப்பாவால் மட்டும் பேச முடிந்தால் . . . உன் மூக்கை உடைத்திருப்பார் இத்தனை நேரம்.

அம்மா: ஏன் இப்படியெல்லாம் பேசுகிறாய்? இப்படி இருப்பவரைப் பார்த்து எப்படி இரக்கமற்று . . . ச்சே!

ஜென்னி: அவரை எல்லா விதத்திலும் ஏமாற்றி விட்டவள் தானே நான். மிகச்சிறிய வயதிலேயே! ஞாபகமிருக்கிறதா? என்னுடைய முதல் பியானோ அரங்கேற்றத்தை?

அம்மா: ச்சீ . . . எத்தனை சிறியவள் நீ அப்போது. எல்லோருக்கும் முன்னால் வாசிக்கும்போது பாதியில் அழத்து வங்கியதையா சொல்லுகிறாய்?

ஜென்னி: அப்பாவின் முகத்தை நீ அப்போது பார்த்தாய் தானே! அது ஒரு தொடக்கம் மட்டுமே அம்மா. அதன் பிறகு எத்தனை தோல்விகள். அவர் முகத்தில் கரியைப் பூசிக் கொண்டேதான் இருந்திருக்கிறேன். ஒரு சமயத்திற்குப் பிறகு நான் வேண்டுமென்றேகூட . . .

அம்மா: ஜென்னி . . .

ஜென்னி (ஜார்ஜ் அமர்ந்திருக்கும் பக்கம் போய்): அப்பா, அப்பா . . . உன் செல்ல மகள் எலீஸா வந்திருக்கிறேன். இதோ பார். நான் ஜென்னியில்லை. எலீஸா. எனக்கு ஹலோ சொல்லு பார்ப்போம்.

அம்மா: ஜென்னி, தயவுசெய்து . . .

ஜென்னி: மிஸ்டர் ஜார்ஜ் எவ்வளவு அதிர்ஷ்டக்காரர் தெரியுமா அம்மா . . . எலீஸாவின் சரிவை அவரால் தாங்கி

யிருக்கவே முடியாது. அதற்குள்ளாகவே அதிர்ஷ்டம் அவர் மூளையை ஏதோவொரு காலத்திற்குப் பின்தள்ளி உறைய வைத்துவிட்டது. அவர் விரும்பும் நாடகக் காட்சிகள் மட்டுமே அவர் மனக்கண் முன்னால் அரங்கேறிக்கொண்டிருக்கும் . . . இது எத்தனை வசதி!

அம்மா: எவ்வளவு கஷ்டத்தைத் தருகிறது தெரியுமா உன் பேச்சு? எலீஸா எத்தனையோ கஷ்டங்களை அனுபவித்து இப்போதுதான் மீண்டிருக்கிறாள். மருத்துவமனையிலிருந்து இப்போதுதான் வெளியே வந்திருக்கிறாள். அவள் உன் தங்கை என்பதை ஞாபகத்தில் வைத்துக்கொள். நீதானே அவளுக்கு இப்போது கை கொடுத்துத் தூக்கிவிட வேண்டும்!

ஜென்னி: அவள் கோலத்தை அப்பா பார்த்தும் என்ன பிரயோஜனம்? மருத்துவமனை என்றெல்லாம் சொல்லி அவளை வியாதிக்காரியாகக் காட்டாதே! ஒரு குடிகாரிக்காக நான் ஏன் பரிதாபப்பட வேண்டும்? சாத்தானின் கரங்களைப் பிடித்துச் செல்பவளுக்கு என்னால் ஒன்றும் செய்ய முடியாது. பிரார்த்திக்கக் கூட முடியாது.

அம்மா: அய்யோ! மீண்டும் சாத்தான்! . . .

ஜென்னி: அவளுடைய துணிகள், சாமான்களை வெளியே எறி! எத்தனை தடவைதான் உனக்குச் சொல்லுவது! சாத்தானின் கறை படிந்தவற்றை நீ ஏன் வீட்டுக்குள் இன்னமும் வைத்துக் கொண்டிருக்கிறாய்?

அம்மா: ச்சீ . . . நிறுத்து போதும். உன் தங்கையைப் போய் சாத்தான் என்று . . . ஏன் இத்தனை கசப்பு குரூரம்? உன்னுடைய சர்ச், குடிப்பவர்களை சாத்தான் என்று சொல்லட்டும் ஆனால் நீ சொல்லிக்காட்ட வேண்டாம். எத்தனையோ முறை அங்கேயிருந்து ஆட்கள் இங்கே வந்தாயிற்று. நான் ஒருத்தனைக்கூட உள்ளே அனுமதிப்பதில்லை. உன்னுடைய சர்ச்சை வீட்டு வாசலுக்கு வெளியே வைத்துக்கொள்.

ஜென்னி: எல்லாவற்றையும் மூடி மறைத்துக்கொண்டிரு அம்மா. அதில் என்ன உனக்கு திருப்தி? நீயும் அப்பாவைப் போல ஆகிவிட்டாயா! கடைசியில் உங்கள் இருவருக்குமே நான்தான் எல்லாவற்றையும் செய்ய வேண்டும் . . . அப்பாவை அதையாவது ஞாபகத்தில் வைத்துக்கொள்ளச் சொல்.

அம்மா: நீ பேசுவதைக் கேட்டால் அவர் மனம் உடைந்து விடுவார் தெரியுமா . . . அன்பை எளிதில் வெளிக்காட்டத் தெரியாதவர் அவர். அவர் தலைமுறையே அப்படித்தானே! அதுவும் அவர் வியட்நாம் போரிலிருந்து திரும்பிய பிறகு அவர் பேசுவதுகூட வெகுவாகக் குறைந்துவிட்டது . . .

ஜென்னி: ஆனால் எலீஸாவைப் பார்த்தால் மட்டும் முகம் பொங்கியதே அது எப்படி . . .

அம்மா: ஜென்னி, என் செல்லமே . . . நீ இல்லாமல் எங்களால் என்ன செய்ய முடியும் சொல்லேன். அப்பாவால் பேச முடிந்தால் அவரும் இதையேதான் சொல்லுவார்.

ஜென்னி: ஆமாம்! இப்போது அவருடைய மலம் அள்ளிப் போட நான் வேண்டுமே . . .

அம்மா (ஜென்னியை அணைத்துக்கொள்கிறாள்): ஜென்னி, என்னவோ ஆகிவிட்டது உனக்கு இன்று. உடம்பு சரியில்லையா. பேசாமல் சிறிது நேரம் படுத்துக்கொள்ளேன். இப்படி வா. இந்த வெராந்தாவில் சற்று காற்றாட உட்கார்.

ஜென்னி: . . .

அம்மா: அழாதே ஜென்னி . . . கடவுளே . . .

3

அப்பாவென ஓடிவரும் சிறுமிகள். பூமிக்கடியில் பிரம்மாண்டமான மிருகம் உறுமியபடி உருளுகிறது. சிறுமி தரையில் புரண்டழுகிறாள். ஹோவென அருவி மலையிலிருந்து விழுந்துகொண்டிருக்கிறது. சுவர்கள் அதிர்கின்றன. எல்லோரும் கை தட்டுகிறார்கள். தெருவோர ரெட்வுட் மரத்தை இரு கைகளால் சுற்றி அணைத்தபடி நிற்கிறாள் பெண். கடற்கரையில் நாய் அலைகளுக்கிடையில் தாவித் தாவி ஓடுகிறது. அடிவயிற்றில் முகம் புதைந்து மெல்லச் சரிகிறது. மேசைக்கடியில் ஒளிந்துக் கொள்ளுங்கள் என்கிறது பெண் குரல். நிறைய பேர் நின்று, அழும் சிறுமியைப் பார்க்கிறார்கள். சூரியன் கடலின் விளிம்பில் மெல்ல இறங்குகிறது. “கொல்லு அவனை விடாதே” என்றொரு மனிதன் கத்துகிறான். பெருங்கூட்டத்தின் தலையில் ஒரு வண்ணக்கோளம் வெடித்து நட்சத்திரங்களாகச் சிதறுகிறது. சிறுமியின் கன்னத்தில் ஓங்கி ஒரு அடி. கை விண்விண்ணென்று எரிகிறது. நாய், நாக்கை ஹ ஹ என்று தொங்க விட்டுக்கொண்டு காத்திருக்கிறது. தரை அலைபோல எழும்பியடங்குகிறது. ஜார்ஜ் என்று பெண் கடிந்துகொள்கிறாள். தெரு காலியாகக் கிடக்கிறது. யாரையும் காணோம். இருட்டு. அய்யோ. மூன்லைட் சோனாட்டா பியானோவில் பெருகுகிறது. தோளில் ஒருத்தி சாய்ந்திருக்கிறாள். கால் துண்டிக்கப்பட்டு ஒருவன் தரையில் கிடக்கிறான். அய்யோ யாராவது காப்பாற்றுங்களேன். அம்மா ஜார்ஜி பார்ஜி என அள்ளியணைக்கிறாள்.

ஹூம் . . .

அப்பாவென ஓடிவரும் சிறுமிகள் . . .

4

மேரி குழாயைத் திறந்த சில கணங்களில் புல்வெளியில் சுருண்டிருந்த நீண்ட ரப்பர் குழாய் தன் சோம்பலையும் சிக்கலையும் களைந்து விரைத்தெழுந்து திரும்பியது. வாயிலிருந்து நீர் கொட்டத் துவங்கியது. மேரி குழாயை எடுத்து இடது பக்கத்தில் இருந்த ரோஜாச் செடி வரிசைக்கு முதலில் நீரூற்றி னாள். மங்கிவரும் வெளிச்சத்தில் பளபளப்புக் குறைந்த கண்ணாடி போல இருந்தது நீர். அடுத்து புல்வெளியின் வலது பக்கத்தில் இருந்த செம்பருத்திகளுக்கு, ஹைட்ராஞ்சியாவிற்கு, ஃபூஷியா விற்கு, டாலியாக்களுக்கு நீரூற்றினாள். பீச்சியடிக்கும் குளிர்ந்த நீர் மேரியின் காலில் தெறித்தது.

வானத்தில் வாத்துகள் இரட்டைத் திரியாகப் பறந்தன. ஃபிக் மரங்கள் கனியத் துவங்கியாயிற்று. செர்ரி மரங்கள் இலைகளை இழக்கத் துவங்கி விட்டன. ஆப்பிள் மரங்கள் இரண்டிலும் பறிக்கப்படாமல் பல கனிகள் தொங்கின. இந்த மரங்கள் எல்லாம் மேரி தன் கைப்பட வைத்தவை. மரங்கள் பூத்துக் குலுங்கப் பல வருடங்கள் ஆகிவிடுகின்றன. அவளுக்கு ஒவ்வொரு மரத்தையும் சின்னஞ்சிறு செடியாகப் பார்த்த ஞாபகம் தெள்ளத்தெளிவாக இருக்கிறது. எத்தனையோ வெயில் காலங்களையும் நிலவதிர்வுகளையும் உறைபனிக் காலங்களையும் கடந்து அவை வளர்ந்திருக்கின்றன. ஒரு காலத்தில் நீர் ஊற்றும் வேலையை மட்டும் தான் அவை அவளுக்குக் கொடுத்திருக் கின்றன. ஆழமாக இறங்கிவிட்ட வேர்களுக்கு பூமி தன்னிட மிருக்கும் நீர்ச்சுனைகளைக் காட்டிவிட்டது; இப்போது மரங் களுக்கு அவள் நீரூற்ற வேண்டியதில்லை. ஒவ்வொரு முறையும் அவற்றைப் பார்க்கும்பொழுது அவளுக்குள் ஒரு ஏக்கம் உண்டா கும். மேரி சின்னஞ்சிறு பூச்செடிகளையும் தோட்டத்தில் வரிசையாக நட்டுவந்தாள். பூச்செடிகளைப் போர்த்தி வளர்க்க வேண்டும். கோடையில் நீர் அளித்தும் மண்ணுக்கு உரம் கொடுத்தும் செடிக் கொல்லிகளை அப்புறப்படுத்தியும் உறைபனி குளிர்காலத்தில் செடிகளைக் கருக்கிவிடாதிருக்க பிளாஸ்டிக் உறைக் கவசம் அணிவித்தும் ... எத்தனை பராமரிப்பை அவை கோருகின்றன. செடிகள் சற்று உயரமாக வளர்ந்தவுடன் அவள் கிளைகளை வெட்டி உயரத்தைக் குறைத்துவிடுவாள். மீண்டும் ஒவ்வொன்றும் துளிர் விடுவதற்கான காரியங்களை அவள் ஆற்ற வேண்டும்.

5

ஜார்ஜ், உனக்கு ஞாபகம் இருக்கிறதா. ஒரு இலையுதிர் கால குளிர் இரவில் புல்வெளியொட்டிய மரப்பலகைகளால்

ஆன இந்த 'டெக்'கில் நீயும் நானும் படுத்திருந்தது. பனித்துண்டம் போல நிலா கீழ்வானத்தில் தொங்கியது. உன் கழுத்தில் விழுந்த நிலவின் ஒரு துண்டை முத்தமிட்டேன். உனக்கு ஞாபகம் இருக்கும்! இருக்க வேண்டும்! உன் ஞாபகங்களை இழந்து விட்டாய் என்று டாக்டர் சொல்லுவதை நான் மறுக்கிறேன் ஜார்ஜ். நாற்பது வருடங்களுமா அழிந்துவிடும். எப்படி ஜார்ஜ்? அவை என்னிடம் ஒரு பாதி நிலவுபோல இருக்கிறதே. நீ ஞாபகங்களை எப்படி இழந்தாய் ஜார்ஜ்? கோடையிலிருந்து நகர்ந்து இலையுதிர்காலத்துக்கு வந்துசேரும் மரங்கள் ஒரு இரவில் மொத்த இலைகளையும் இழந்துவிடுவதைப் போலவா? அவை இலைகளை பூமிக்குத்தானே அளிக்கின்றன! இலைகள் எங்கேயும் சேராமல் காற்றில் மறைந்துவிடுவதில்லையே! நீ இழந்த ஞாபகங்களை நான் பெற்றுக்கொண்டால் என்னுடைய பாதி முழுமைபெறும் இப்போது.!

எலீஸாவும் ஜென்னியும் ... அவர்கள் எத்தனை பெரியவர் களாகிவிட்டார்கள் ஜார்ஜ். குழந்தைகளின் காலம் அளவற்ற தென ஏமாந்துவிடுகிறோம். திடீரென அவர்கள் நம்மால் அடையாளம் காண முடியாத அன்னியர்களாகிவிடுகிறார்கள். ஜென்னி நம் வீட்டுப் பக்கத்தில் இருந்துமே எப்படி மாறி விட்டாள். அவளுக்கு இப்படியொரு குறையிருக்குமென எனக்கு ஏன் தோன்றாமல் போயிற்று? எலீஸா எத்தனையோ சாதித்துக் காட்டினாள். பியானோ இசையில், பொருளியல் துறையில். ஆனால் கடைசியில் எதிலும் நிறைவடையாமல் மனம் பிறழ்ந்து குடிக்கத் துவங்கிவிட்டாள். ஜென்னியோ எங்கும் போகாமல் கல்யாணமும் செய்துகொள்ள முடியாமல் தடுமாறுகிறாள். இவர்களுக்கு நான் என்ன செய்ய வேண்டும் ஜார்ஜ்? எப்படி சரி செய்வது? போன மாதம் இருவரும் வந்திருந்தார்கள். இதோ இங்கேதான் இந்த டெக்கில் உள்ள கரியடுப்பில் மாமிசத் தைச் சமைத்தேன். உள்ளுணர்வு சொல்லிக்கொண்டேயிருந்தது "நாமெல்லோரும் சேர்ந்திருப்பது இதுதான் கடைசி தடவை" என்று. உன்னை இதே மாதிரி இந்த சாய்வு நாற்காலியில் அமர்த்திவைத்திருந்தேன்.

எத்தனையோ கோடைக்கால மாலைகளில் நீ இந்தக் கரியடுப்பில் சமைத்திருக்கிறாய்.

சிறு வயதில் எலீஸாவும் ஜென்னியும் இந்தப் புல்வெளியில் குழாய் நீரை ஒருவர் மேல் ஒருவர் பீச்சியடித்தபடி ஓடியாடுவார் கள். மாலையின் இறுதி ஒளியில் நீர்த்துளிகளை அணிந்து புல்வெளி பிரகாசிக்கும். மாமிசம் நெருப்பில் கருகும் வாசம் எங்கும் எழும்பும். அப்போது உன் முகத்தில் ஒரு அற்புதமான நிறைவு நிலவும். அதை நான் கவனித்திருக்கிறேன்

ஜார்ஜ், ஒரு கையில் பியர் பாட்டிலும் இன்னொரு கையில் மாமிசத்தைத் திருப்பும் கரண்டியுமாக நீ நிற்கும் காட்சி இன்னமும் மனக்கண்ணில் நிற்கிறது. வாழ்க்கை அவ்வளவுதான் என்று தோன்றியிருக்கிறது. இதற்குமேல் எந்த உயரிய நிலையும் கிடையாதென்று எண்ணியிருக்கிறேன். நான்கு புள்ளியில் நின்றிருந்தோம். புள்ளிகளை இணைத்தவாறு. அதற்கும் மேலான வாழ்க்கையைக் கேட்கவில்லை. எப்போதாவது சர்ச்சுக்குப் போகும்பொழுது எதை வேண்டியும் பிரார்த்தித்ததில்லை. நன்றி மட்டுமே சொல்லியிருக்கிறேன்.

எலீஸாவும் ஜென்னியும் மிக மோசமாக அன்று சண்டை போட்டுக்கொண்டார்கள். எலீஸாவின் கை நடுங்கிக்கொண்டேயிருந்தது. அவளை பாஸ்டனிலிருந்து வரவழைப்பதற்கு மிகுந்த பிரயத்தனப்பட வேண்டியிருந்தது. நாம் அவளை அந்த நிலையில் பார்ப்பதை அவள் விரும்பவில்லை. வேண்டாவெறுப்பாகத்தான் வந்தாள். அவளை நான் அழைத்திருக்கக் கூடாது. அவள் வளர்ந்து விட்டாளல்லவா. உனக்கென்ன கஷ்டம் என்னிடத்தில் சொல்லேன் பெண்ணே என்று ஆறுதல் சொல்லவே அழைத்தேன். அவள் பலவீனமான நிலையில் இருப்பதை நாம், குறிப்பாக, ஜென்னி, பார்ப்பதை அவள் விரும்பவில்லை என்பதை அப்புறம்தான் புரிந்துகொண்டேன்.

இந்த இரண்டு வருடங்களில் எலீஸாவின் நிலை கீழிறங்கிப் பாதாளத்தைத் தட்டிய காலத்தில்தான் ஜென்னி அந்தப் புது சர்ச்சில் இணைந்துகொண்டாள். எலீஸாவைப் போன்றவர்களைச் சாத்தானின் உபசாரகர்கள் என்று உயர்ந்தவொரு மேடையில் நின்று கண்டிக்கத் துவங்கினாள். அவளுக்காக இரவு முழுக்கப் பிரார்த்திக்கிறேன் என்றெல்லாம் சொல்லுவாள். மறுநாளே எலீஸா என் பிரார்த்தனைக்குத் தகுதியற்றவள் என்று இகழ்வாள்.

உண்மையில், உன்னுடைய இந்த நோய் எனக்கு ஆசுவாசத்தையே அளிக்கிறது. அவர்கள் இருவரைப் பற்றிய எண்ணங்களை மனதிலிருந்து அகற்றிவிட ஒரு கருவியாக இருக்கிறது. உன் நிலையை வைத்து அவர்கள் இருவரையும் எப்படியாவது இணைத்துவிடலாம் என்றுதான் நினைத்திருந்தேன். அதில் என்ன தவறு? ஆனால் இருவரும் மிக மோசமாக நடந்துகொண்டார்கள். அடித்துக்கொள்ளாத குறை. எலீஸா ஜென்னி மீது குடித்துக்கொண்டிருந்த சோடாவை வீசியெறிந்தாள். ஜென்னி கையில் ஒரு சிலுவையை எடுத்து “சாத்தானே ஓடிவிடு” என்று எதேதோ மந்திரங்களைக் கத்தினாள். இவற்றுக்கு நடுவில்

உன்னைப் போலவே செய்வதற்றிருந்தேன். ஆனால் உன் செயலின்மை எத்தனை சவுகரியமானது. அடுப்பில் மாமிசம் பற்றி எரிந்தது.

ஜார்ஜ், நான் எவ்வளவு அதிர்ஷ்டம் செய்திருக்கிறேன். என் பேச்சையெல்லாம் நீ மட்டும் தான் கேட்கிறாய்.

என் தோளில் சாய்ந்துகொள். உன்னை இறுக அணைத்துக் கொள்கிறேன். எங்கே என்னை அம்மாவென கூப்பிடு.

ஓ ... உனக்குப் பசிக்கிறதா ... இதோ பார். இங்கே இதை பற்றிக்கொள். உதடுகளை இங்கே ... இங்கே வை. ம்ம்ம் ... அப்படித்தான் செல்லமே!

கேட்ட கதை

"அப்பா கதை சொல்லுப்பா" என்று கேட்டாள் அவனிடம். அவன் படுக்கையில் சோம்பேறித்தனமாக கிடந்தான். அவள் பக்கத்தில் ஒண்டிக்கொண்டு படுத் திருந்தாள்.

"கதையா ... நேத்திக்கு சொன்னேனே" என்றான் சலிப்புடன்.

"ஆமாம் இன்னிக்கும் ஒண்ணு சொல்லு" என்று அழுத்தமாகச் சொன்னாள்.

அவள் முகம் பரபரவென்று இருந்தது. அவளை ஏமாற்ற அவனுக்கு மனம் வரவில்லை.

"சரி ... என்ன கதை?"

"நீயே சொல்லு ..."

"நீ ஏதாவது சொல்லு. அதை வைச்சு கதை சொல்ல றேன்"

அவளுக்கு புரியவில்லை.

"அப்படீன்னா" என்றாள்.

"கதை எங்கேயாவது ஆரம்பிக்கணும் இல்லை?"

"ஆமாம்"

"எங்கே ஆரம்பிக்கறதுன்னு சொல்லு."

அவள் கண்ணை உருட்டி யோசித்தாள்.

"சரி, ஒரு ஊரில் ஒரு பூனை இருந்தது" என்றாள்.

"பூனை கதையா" என்று இழுத்தான்.

"ஆமாம்"

"பூனையும் எலியும் வர்ர கதையா ஒரே போர்!" என்று முகத்தைச் சுளித்துக்கொண்டான்.

“அப்பா! சொல்லு.”

அவன் யோசித்தான். அவனுக்கு சுத்தமாக ஒன்றும் தோன்றவில்லை. மனைவி வர மாட்டாளா என்று பார்த்தான். அவள் அடுக்களையில் பாத்திரம் தேய்த்து டிஷ் வாஷரில் போட்டுக் கொண்டிருந்தாள்.

“ஒரு ஊரில் ஒரு பூனை இருந்தது” என்று ஆரம்பித்தான்.

அவள் “ம்ம் சொல்லு” என்றாள். அவள் முகத்தில் தூக்கம் வரும் அறிகுறி ஒன்றும் காணோம்.

“சரி, இன்னைக்கு ஸ்கூல்ல என்ன பண்ண?” என்று கேட்டான்.

“மிஸ் படம் வரைய சொன்னாங்க.”

“என்ன படம்?”

“ஒரு பார்க்”

“பார்க்கா. வரையறது ரொம்பக் கஷ்டமாச்சே!”

“இல்லியே ஒரு சறுக்குமரம் ஸீஸா ஊஞ்சல். அவ்வளவு தானே”

“யாரு விளையாடினா அந்த பார்க்ல?”

“மெலிஸ்ஸாவும் பிலிப்பும்”

“ரெண்டு பேர்தானா?” என்று கேட்டான்.

அவனுடைய நான்கு வயதுப் பையன் முன்னறையில் இருந்து ஓடி வந்தான். அப்பா என்று அவனுக்கும் பெண்ணுக்கும் இடையில் படுத்துக்கொண்டான்.

“அது சின்ன பார்க் அப்பா” என்றாள் பெண்.

“சரி, சரி என்ன விளையாடினா?”

“பிலிப்பால அவளுக்கு ரொம்ப கஷ்டம். மெலிஸ்ஸா அழ ஆரம்பிச்சுட்டா.”

“அடடா. என்ன ஆச்சு?”

“அவளை நீ என் பிரண்டில்லன்னு சொல்லிட்டான்”

பையன் இப்போது அவன் படுத்திருந்த தலையணையைத் தலைக்கடியில் இருந்து உருவப் பார்த்தான். சும்மா இருடா என்று அவன் அதட்டினான்.

“சரி, அதனால என்ன? அவளுக்கு வேறு யாரும் கிடையாதா”

"இல்லை அப்பா. அவளுக்கு அமெரிக்காவில் அவனை விட்டா வேறு யாரும் ப்ரெண்ட் கிடையாதே!"

"அப்படியா! உனக்கு நெறய ப்ரண்ட்ஸ் இருக்காங்க இல்லை . . . மீரா, அக்ஷரா . . ."

"ஆமாம், அவளோட வீட்டையெல்லாம் போட்டு உடைச்சுட்டாங்க!"

"என்ன! எங்கே! . . . யாரு பண்ணா?"

"யாரோ" பெண் அசைவற்று மேலே கூரையைப் பார்த்த படியே பேசினாள்.

பையன் இப்போது அவளுடைய தலைப்பின்னலைப் பிடித்து இழுத்தான். அவள் அவனைத் தள்ளிவிட்டாள்.

"எப்படி ஆச்சு? யாரு சொன்னா?" அவன் அவசரமாகப் பையனை அவளிடமிருந்து இழுத்துக்கொண்டு கேட்டான்.

"இதெல்லாம் முன்னாடி நடந்தது அப்பா. அவளோடு வீடு வேற ஊர்ல"

"ஒஹோ"

"அதனால் மெலிஸ்ஸா எல்லாத்தையும் போட்டுட்டு இங்க ஓடிவந்திட்டா. அவளோட பிலிப்பும் வந்திருக்கான்"

"அவனும் அந்த ஊர் சண்டையாலதான் இங்க வந்திருக் கானா?

"ஆமாம் ஏன் சண்டை போடறாங்க?"

"யாரு?"

"அவங்க ஊர்ல?"

"என்ன சண்டைன்னு தெரியலையே? எவ்வளவோ சண்டை நடந்துண்டு இருக்கே!"

"மெலிஸ்ஸாவுக்கும் ஏன் சண்டைன்னு புரியல. ஆனா அவளோட அப்பா அம்மா அந்த சண்டையில செத்துப் போயிட்டாங்க"

"என்னம்மா இது! அய்யோ. அவ எப்படி இங்க வந்தா? அம்மா என்கிட்டே இதெல்லாம் ஒண்ணுமே சொல்லலியே!"

"அப்பா மெலிஸ்ஸாவை நான்தான் கூட்டிண்டு வந்தேன்!"

"டேய் என் காலை விடு . . . வலிக்கிறது. என்ன!"

"ஆமாம்! அவள் ரொம்ப பாவம். பிலிப் அவகிட்ட நீ என் ப்ரெண்ட் கிடையாதுன்னு சொல்லிட்டான்"

“ச்சே! அவன் யாரோட விளையாடுவானாம்?”

“என்னோட”

“உன்னோட எப்படி விளையாட முடியும்?”

“ஏன்?”

“சரி, அவன் இப்ப எங்க இருக்கான்?”

“அந்த படத்துல தான்”

“அப்போ அவன் எப்படி உன்னோட விளையாட முடியும்?”

“நானும் அந்த படத்துக்குள்ளே போயிடுவேனே”

“அப்போ மெலிஸ்ஸா என்ன பண்ணுவா?”

“அழுவா!”

“ஏன்?”

“நான் பிலிப்போட விளையாடும்போது அவளுக்கு கஷ்டமாயிருக்கும்’

“உனக்கும் கஷ்டமாயிருக்கும் இல்ல...”

“ம்ஹூம்”

“இருக்காதா. உன்னால மெலிஸ்ஸா இன்னும் ஜாஸ்தியா கஷ்டப்படறாளே”

“சரி... அவளை படத்துலேயிருந்து அழிச்சிட்டேன்னா?”

“அப்ப நீ என்கிட்ட வரும்போது பிலிப்புக்கு போரடிக்குமே அவன் கஷ்டப்பட மாட்டானா?”

“சரி விளையாடி முடிச்சிட்டு அவனையும் அழிச்சிடறேன்”

“அப்போ அந்த பார்க்ல யாருமே இல்லியே அந்த சறுக்கு மரம் ஸீஸாவுக்கு எல்லாம் போரடிக்காதா?”

“அதையும் அழிச்சிட்டா?”

“சரி.”

“...”

“நான் இப்போ கதை சொல்லட்டுமா”

முகத்தைத் திருப்பி வைத்துக்கொண்டாள். அவளிடமிருந்து எந்தச் சத்தமும் வரவில்லை.

கறை

திரையரங்கத்தில் கிரி மீது இருள் கவிந்தது. மத்தியில் இருந்து கிளம்பிய வெம்மை அருகாமையில் வந்து விட்ட ஒரு காட்டு மிருகத்தின் மூச்சுக்காற்றாய்ப் பரவியது.

கிரியின் கண்ணுக்குள் இருள் கெட்டியான திரவமாய்ப் பரவிப் பார்வையைக் குலைத்தது. அவனுக்குள் சற்றே அடங்கியிருந்த படபடப்பு மீண்டும் தொடங்கியது. பொறுமை தொலைத்த பார்வையாளர்களின் விசில் பாம்புகள் அரங்கத்துக்குள் சீறியெழுந்தன. படத்தைப் போடச்சொல்லியும் மின்விசிறிகளை முடுக்குமாறும் கட்டளையிட்டன. ஜெனரேட்டரின் சத்தம் கிளம்பிய சமயத்தில் பளீரென வெளிச்சம் திரையில் படர்ந்தது. இருள் இப்போது ஒரு மெல்லிய திரையாய் மாறி விளாவத் துடிக்கும் வெளிச்ச விரல்களை எதிர்ப்பின்றித் தனக்குள் அனுமதித்தது. திரையில் காட்சிகள் இடம்பெயரத் துவங்கின. அவனுக்கு அதிகம் பரிச்சயமில்லாத மொழியில் குரல்கள் உரத்துக் கத்திக்கொண்டிருந்தன. எந்த இதத்தையும் கொண்டிராத அந்தச் சத்தம் நடுமண்டை பிளப்பதையே குறிக்கொளாய் வைத்துக் கபாலத்து மீது விழும் மழுங்கினதொரு ஆயுதத்தின் தாக்குதல் போலவே இருந்தது. யாரோ ஒருவன் கதவைத் திறந்து அரங்கத்துக்குள் நுழைந்தான். திறந்த கதவிலிருந்து கத்தி போல இறங்கிய வெளிச்சம் சிறு கணத்தில் காணாமல் போனது.

கால்களை இறுக்கி கிரி உட்கார்ந்திருந்தான். அந்த வரிசையில் வேறு யாருமில்லை. யாராவது வரக்கூடும் எனக் காத்திருந்தான். எல்லா இருக்கைகளிலும் தணிந்த இருள் மட்டுமே தேங்கியிருந்தது. அவன் மனதில் போட்டிருந்த கணக்குப்படி இன்னும் சில நேரம் அவன் பொறுத்திருக்க வேண்டும். அவன் நுழைந்தபொழுது

காலி வாங்கியிருந்தது அரங்கம். பின் வரிசைகளில் ஒன்றைத் தேர்வு செய்து அமர்ந்திருந்தான். வீட்டிலிருந்து கிளம்பும் பொழுதே, இன்னமும் அதற்கு முன்பிலிருந்தே மனம் வெகு தடவை ஒத்திகை பார்த்திருந்த காய் நகர்த்தல்கள். காலை உணவை அள்ளிப் போட்டுக்கொண்டு அம்மாவிடம் வாய்க்கு வந்ததொரு காரணத்தை முனகிவிட்டு பஸ் ஏறியிருந்தான். பள்ளி இறுதி வருடத் தேர்வுகள் முடிந்து விடுமுறை ஆரம்பித் திருந்தது. அந்தத் தெருவை வந்தடைந்தபொழுது காலைக் காட்சி தொடங்கச் சரியாகப் பதினைந்து நிமிடங்களிருந்தன. ஒரு அசாதாரணமான வெக்கை காலைப் பொழுதிலேயே துவங்கியிருந்தது. எங்கும் மனிதர்கள் அலைந்துகொண்டிருந் தார்கள். குதித்தோடும் பந்துகள் போலத் தலைகள் மேலும் கீழும் எழுந்து அமுங்கின. ஒரு அழுகல் நாற்றமும் உலர்ந்த சிறுநீர் நாற்றமும் மாறி மாறி வீசின. ஒரு அசாதாரணமான போதையை அந்தப் பொழுது தன்மேல் ஏற்றுவதை கிரி உணர்ந்தான்.

படத்தின் சத்தத்தையும் மீறி அவன் காதுகளை அவ்வப் போது ஒரு சீண்டல் தீண்டுகிறது. அவன் கவனத்தைத் திசை திருப்பவெனக் கிளம்பிய அழைப்பு. திசை உடைந்த இருள் சுழலுக்குள்ளேயிருந்து கொப்புளமாய்க் கிளம்பி வெடிக்கிறது. ஸ்திரமாய்ப் பதியாது வழுக்கி விழும் அவன் பார்வையை எக்காளமிடுகிறது அந்தக் குரல். விபரீதம் கசியும் குரலின் தொனி சற்றே உயர்ந்து, தொலைந்து தொலைந்து போகும் அவன் பார்வைக்குத் தன் திசையை அறிவிக்கிறது. தனக்குப் பின் வரிசையில் வலதுபுறத்தில் கை நீட்டினால் தொட்டுவிடக் கூடிய தூரத்தில் உட்கார்ந்திருப்பவளைப் பார்த்தான். கன்னங் களில் வெளிச்சம் அழுகிப்போயிருந்தது. நெற்றியில் பிரதானமா யிருக்கும் பெரிய பொட்டில் ஒரு வெளிச்சப் புள்ளி மின்னுகிறது. கிரியைப் பார்த்துச் சிரித்தாள்; சத்தமின்றி. நாக்கால் உதடு களை மேலும் கீழும் உரசிக் காட்டினாள். சட்டெனத் திரையி லிருந்து எழும்பிய வெளிச்சம் அவளை முழுவதும் அலம்பி அவள் உருவம் தெளிந்தது. நடுத்தர வயது, தலையில் அள்ளி முடிந்த கொண்டையில் ஒரு பூச்சரம். முலைகளுக்கு நடுவே ஒதுங்கியிருந்த சேலை. கால்களை அகலமாய் விரிப்பதுமாய் சேர்ப்பதுமாய் ஆட்டிக்கொண்டிருந்தாள். கண்ணால் ஜாடை செய்து பக்கத்தில் வரும்படி அழைத்தாள். புருவத்தை உயர்த்தியும் நெரித்தும் அவள் முகத்தில் காட்டிய சங்கேதக் குறிகள் விகார மாய் இருந்தன. அவனுக்கு அருகில் முன் நகர்ந்து ஜாக்கெட்டைக் கீழிறக்க அவளுடைய இடது முலை வெளியே தொங்கியது. கிரி உடனே தலையைத் திருப்பிக்கொண்டான். ஒரு கேலிச் சிரிப்பு மெல்ல எழுந்தது. தாழ்ந்த குரல் கிசுகிசுப்பாய்த் துடித்தது.

கிரியின் உடல் முழுவதும் ஒரு விரைப்பு ஏற்பட்டிருந்தது. இது அவன் எதிர்பாராதது. இந்தத் தந்திரத்தைச் சமாளிக்கக் கூடிய தயாரிப்புகள் அவன் மனதிற்கும் உடலுக்கும் அப்பாற் பட்டது. இவள் பிரயோகிக்கும் லாகிரிகளிலிருந்து அவன் மூளையை எப்படிக் கழற்றியெடுக்க முடியும்? ஏற்கெனவே அவன் உடலில் திகிப்பு நாட்கணக்காய் இந்த நாளை எதிர் பார்த்துக் கூடிவந்திருக்கும்பொழுது, தீர்க்க முடியாத ஜ்வாலை யின் நாக்குப் பிளவுகளை அவனை நோக்கி வீசுகிறாள். அவன் அங்கிருந்து நகர்ந்தபொழுது எதிர்பார்ப்புடன் அவனைப் பார்த்து சிரித்தவள் அவன் விலகிப் போவதைக் கண்டதும் முகத்தை இறுகிக்கொண்டாள். அலட்சியம் அவள் முகத்தில் கூடியது. காலால் ஓங்கித் தரையை உதைத்தாள். கிரியின் காலுக்கடியில் பூமி அதிர்ந்தது.

வரிசையாக இருந்த இருக்கைகளின் ஓரத்தில் வெளியே செல்லும் கதவருகே நின்ற கிரியின் கால்கள் நடுங்கின. இருட்டுக் களிமண் எங்கும் வழிந்து மூச்சடைப்பது போலிருந்தது. அவன் மூளைக்குள் சுழலும் சக்கரங்கள் பேரிரைச்சல் போட்டன. இச்சையின் இழைகள் எல்லாப் பொறிகளையும் பின்னிச் செயல்பாட்டை தடுமாற வைக்கின்றன. அரங்கத்துக்குள் முடிச்சாகவும் சிண்டு சிடுக்காகவும் அமர்ந்திருந்த கூட்டத்தைத் தவிர்த்து தனியர்களை அவன் பார்வை உரசியது. அவனுக்குள் எத்தனையோ கணக்குகள், வரிசைப்படுத்தல்கள் உருவாகி அழிந்தன. இருளைத் துளைத்த வெளிச்சம் தழுவுகையில் உயிர் பெற்றும் மீண்டும் உடன் இருளில் கரைவதுமாய் முகங்கள் மனப்பாறைகளில் அறைந்தொடுங்கும் அலைகளாய் வந்து போயின. ஒரு கரம் கைப்பற்றியிழுத்துச் சரியான இடத்தில் தன்னை அமர்த்திவிட்டால் இந்த நெருக்கடியைத் தோற்கடித்து விடலாம். காரியம் கைகூடப் பற்றிக்கொள்ள ஒரு இழை, ஏதுவான ஒரு அழைப்பு கிட்டினால் போதும். ஆனால் மனம் சுண்டிப்போடும் நாணயமோ பல முகங்களைக் கொண்டது. தரையீர்ப்பை எதிர்த்து அந்தரத்தில் சுழல்கிறது. அவன் எந்தத் திசை நோக்கி இப்போது முதல் அடியை வைக்க வேண்டும். அவனை எதிர்கொண்டு அணைத்திழுக்கும் காந்த அலைகள் எங்கிருந்து எழும்புகின்றன. விபச்சாரியின் தொங்கிய முலை மனக்கண்ணை மோதுகிறது. தொண்டைக்குழியில் ஒரு பாறாங் கல்லாய்ச் செருகிக்கொண்டதை உமிழவும் முடியவில்லை, விழுங்கவும் முடியவில்லை.

தனக்குள்ளே வலிந்து கிளப்பிக்கொண்ட ஒரு உத்வேகத் துடன் பக்கவாட்டில் நீண்ட வரிசையின் கோடியில் ஒற்றையாய் அமர்ந்திருந்த உருவத்தைக் குறிவைத்து முன்னகர்ந்தான். காலி

இருக்கைகள் அவன் தொடைப்புறத்தை இடித்தபடி இருந்தன. ஒரு கையால் முன்வரிசை இருக்கைகளின் முதுகைப் பிடிமானம் கொண்டு இருளில் அடி வைத்தபடி நகர்ந்தான். செருப்பிலிருந்து நீண்ட கால்விரல்கள் தரையில் விழுந்திருந்த பழத்தோலிகளை யும் காகிதக் குப்பைகளையும் ஈரக்கறைகளையும் தீண்டுகையில் அருவருத்தான். போக வேண்டிய தூரம் அளவில்லாதது போலிருந்தது. கால் பெருவிரல் ஏதோவொரு இடத்தில் மோதிச் சுளீரென வலியை உண்டாக்கியது.

நிழலுருவமாய்ப் பக்கத்தில் அமர்ந்திருந்தவனை வேவு பார்த்தான் கிரி. கிட்டத்தட்ட தன் வயதொத்தவன் போலவே இருப்பதாகப்பட்டது. இருட்டில் எதையும் நிச்சயமாகச் சொல்ல முடியவில்லை. இருக்கைகள் இடையே இருந்த பொது கையிருக் கையில் கை வைத்திருந்ததைக் கவனித்தான். அவனுடைய கை உள்ளிறங்கி மடிமேல் கிடந்தது. மெதுவாகத் தன் கையை யும் கிரி அந்த கையிருக்கையின் மேல் வைத்தான். ஒரு புள்ளியில் லேசான தொடுதல் நிகழ்ந்தபோது கிரியின் தொடைகள் நடுங்கின. திரை அள்ளித் தெளிக்கும் பிரகாசத்தைக் கொண்டு பக்கத்திலிருப்பவனின் முகபாவத்தைக் கணிக்க முயன்றான். அளவிற் குறைந்த வெளிச்சமும் இருளும் எல்லாவற்றின் பரிமாணத்தையும் லட்சணங்களையும் பிசகாகவே காட்டியது. ஒரு லாவகம், ஒரு நெளிவு கைகூடாது தவித்தான். எங்கும் வியர்வை பெருகுவது போலிருந்தது. எந்தக் கணமும் தான் மிகப் பெரிய ஈரத்துளியாக மாறி கீழே தேங்கும் இருளில் சொட்டி மறைந்துவிடக்கூடும் என்ற அச்சம் கிரிக்குப் பெருகியது.

முதல்முறை தன் பக்கத்தில் அமர்ந்திருந்தவன் எவ்வளவு ஸ்திரமான அடிகள் வைத்து முன்னேறினான். தயக்கத்தின் வாசனையைக்கூட அறிந்திராதவன்போல. வெற்றியின் கொட்டு மேளத்தைக் காதில் கேட்டபடி அதற்கேற்றாற்போல் இயக்கத்தை அமைத்துக்கொண்டவனாய் பறிக்கப்போகும் கனி ஏற்கெனவே, காற்றில் விழும் பாதையை உருவாக்கிக்கொண்டதாகவும் தான் கைகளை விரித்தால் மட்டும் போதும் என்ற நிச்சயத்துடன் கிரியை அணுகினான். கிரியின் உடன்பாடு குறித்து எந்தச் சந்தேகத்தையும் அனுமதிக்காத செருக்குடன் அவன் விரல்கள் தீண்டி ஆக்ரமித்தன. இயல்பான கம்பீரத்துடன் தன்னை வெளிப்படுத்தி ஓரிரு கணத்துக்குள் எல்லாவற்றையும் அவ னுடைய கட்டுப்பாட்டுக்குள் ஸ்தாபித்திருந்தான். அவன் கை களில் எரிந்த சுடரில் மெழுகாக உருகிச் சொட்டுவதைத் தவிர கிரியால் வேறென்ன செய்ய முடிந்தது. பிறகு, எத்தனை பொழுதுகள் கழிந்துவிட்டன இச்சையின் வாசனையை மட்டும் முகர்ந்தபடி. சதா ஒரு தத்தளிப்புடனும் தணியாத தாகத்

துடனும் நாட்கள் நகர்ந்தன. அதற்குப்பிறகு எத்தனை முறை இந்த அரங்கத்துக்கு கிரி வந்து காத்திருந்திருக்கிறான். அவன் மீண்டும் வரவேயில்லை. அவனுடைய நிழலாக, அந்த அனுபவத்தின் நிழலாக இந்த அரங்கத்திலேயே தான் உறைந்துவிட்டதாக கிரி எண்ணிக்கொண்டான். கிரிக்கு ஒரு முனையிலிருந்து இன்னொரு முனைக்குச் செல்லும் உந்துதலை அளித்ததோடு அவன் பாத்திரம் முடிந்துவிட்டது. மனம் நினைவிலிருந்து மீட்டித்தரும் அனுபவத்தின் துளிகளை நக்கிச் சுவைக்க நீளும் பொறிகளின் நாக்கு அந்த பிரயத்தனத்தின் இறுதியில் விரயத்தையே சந்தித்து விம்முகிறது. இனி, தனியாக அரங்கத்தின் இருட்டுப் பாதைக்குள் செல்லவேண்டும்.

கிரி இடதுகாலை லேசாக நகர்த்தி பக்கத்திலிருப்பவனின் காலை உரசினான். அவனுடைய கால் தொடுதலைப் பொருட்படுத்தாது இருந்த இடத்திலேயே கிடந்தது கிரிக்குத் திருப்தியை தந்தது. திரையிலிருந்து மிகப் பெரிய ஒலிப் பிரளயம் எழத் தொடங்கியது. கிரி பக்கத்திலிருப்பவனை நோக்கித் திருப்பினான். அவனிடம் எந்த அசைவுமில்லை. முகம் திரையை நோக்கியே இருந்தது. புது மாதிரியான விபரீதமும் கிளர்ச்சியும் கடைவாயில் ஒழுகிற்று. அந்தக்கணத்தில் தான் திரும்ப முடியாதவொரு புள்ளிக்குச் சென்றுவிட்டதாக தோன்றியது கிரிக்கு. அந்த அரங்கத்துக்குள் இரண்டு விதமான இருள் அடுக்குகள் உருவாகியிருந்தன. எல்லா சப்தங்களையும் குடித்து அடர்ந்த கூடுபோல் இருள் அவனைச் சுற்றி பின்னியபோது ஒரு துல்லியமான அமைதியையும் பரிசுத்தத்தையும் அவன் பெற்றான். அவன் பிரக்ஞை வெறும் உடலை மட்டும் அவ்விருக்கையில் கிடத்திவிட்டுப் பிரிந்து மிதந்தது. அதை உற்றுப் பார்த்துக்கொண்டேயிருக்கும்போது அதுவும் அவனை உற்றுப் பார்ப்பது தெரிந்தது. ஒரு குமிழிபோல் மிதக்கும் அதற்கு முன்னால் அவன் ஒரு அன்னியனாய் மாறினான்.

OOO

குதிக்கும் நிழல்களின் நடுவே அமர்ந்திருக்கும் அந்த அறிமுகமற்ற மனிதன் பக்கத்தில் அமர்ந்திருக்கும் முதிர்சிறுவன் என்ன ரகசியத்தை இழைத்துக் கொண்டிருக்கிறான்? அவன் அடுத்து என்ன செய்யப்போகிறான்? கூடி வரவிருக்கும் கணங்கள் அவனை எங்கே இழுத்துச் செல்லப் போகின்றன? இருவரையும் பின்னும் ஒரு மெல்லிய இழை காற்றற்ற வெற்றிடத்தில் மெல்ல நடுங்குகிறது.

சிறுவன் மெல்லக் கரத்தை கையிருக்கையில் வைக்கிறான். ஒரு மெல்லிய தொடுதல் நிகழ்கிறது. அந்த மனிதனுடைய

முகபாவத்தைத் தீர்மானமாக அனுமானிக்க முடியவில்லை. அவன் அந்தச் சிறுவனைவிட நன்கு வயதேறியவன். வெளியேறும் இளமையின் கால் தடங்கள் அவன் முகத்தில் பதிந்திருக்கின்றன. அவன் மென்மையானவா? ஒரு இதமான அசைவை நிகழ்த்துவானா? அந்த மனிதன் எங்கிருந்து வந்திருக்கிறான்? அந்த அரங்கத்திலிருந்து வெளியேறும்பொழுது எங்கு செல்வான்? அவனுடைய தசை நாண்களை முறுக்கேற்றும் கனவு என்ன? இந்த முதிர்சிறுவன் அவனைத் தொடுகையில் எதைத் தேடுகிறான். அங்கு நடந்தேறும் நாடகத்தின் மர்மம் எப்போது வெளிப்படப் போகிறது? சிறுவனின் கரத்தை அவன் பற்றிக்கொள்வானா? சிறுவனின் கரம் அந்த மனிதனின் இருக்கைக்குள் நுழைகிறது. மெல்ல அவன் கவனிக்காதபடி. பிறகு அந்த மனிதனின் தொடை மீது அது உரசுகிறது. இருவரும் உறைந்துபோய் அமர்ந்திருக்கிறார்கள். உரசும் கரம் மெல்ல மேல் நகர அந்த மனிதன் திரும்பி சிறுவனை முறைக்கிறான். அவன் முகம் இறுகுவது தெரிகிறது. சிறுவன் எதையும் செய்ய இயலாதவனாய் கையை விலக்கிக் கொள்ளாமல் அமர்ந்திருக்கிறான். அந்த மனிதன் சிறுவனின் கையைப் பிடித்து முறுக்குகிறான். சிறுவன் வலியில் துடிப்பது தெளிவாகத் தெரிகிறது. அந்த மனிதன் அவனுடைய கையை விட்டுவிடாமல் பிடித்துக்கொண்டே இருக்கையிலிருந்து எழுந்து கொள்கிறான். சிறுவனுடைய முகத்தில் பளாரென அறைகிறான். சிறுவன் நிலைகுலைந்து இருக்கையிலிருந்து வழுக்கித் தரையில் விழுகிறான். அரங்கில் ஆங்காங்கே விளக்குகள் முளைக்கத் தொடங்குகின்றன. ஆட்களின் கவனம் திரையிலிருந்து விடாது அடிக்கும் மனிதன்மேலும் எதையோ சொல்லி மன்றாடும் சிறுவன்மேலும் திரும்புகிறது. அந்த மனிதனோ கொஞ்சமும் நிறுத்தாமல் சிறுவனைத் தள்ளிவிட்டபடியும் அடித்தபடியும் இருக்கிறான். சுருண்டு சுருண்டு விழும் சிறுவனுடைய கன்னத்தில் ஈரமாய்த் தரைக் குப்பைகளும் அசிங்கங்களும் ஒட்டியிருக்கின்றன. இப்போது அவனைப் பார்க்கவே அருவருப்பாய் இருக்கிறது அல்லவா. எத்தனை ஈனமான குரலில் அவன் அழுகிறான். அவனுடைய பச்சாதாபம் எவ்வளவு கேவலமாக இருக்கிறது. எத்தனை கீழ்மை அவனுடைய மூளையிலிருந்து ஒழுகியிருக்கிறது. அந்த மனிதன் அணிந்திருக்கும் கனத்த காலணியால் சிறுவனின் குரல்வளையை மிதிக்க வேண்டும். அப்போது அந்த ஈனக்குரலை ஒரு மிதியில் அறுத்துவிடலாம்.

சிறுவன் இப்போது ஓடுகிறான். இருக்கைகளுக்கிடையே தடுமாறித் தடுமாறி விழுந்தெழுந்து. அந்த மனிதனும் விடாது துரத்துகிறான். திரையரங்கக் காவலாள் வெளிக்கதவொன்றைத் திறந்து உள்ளே விசாரிக்க வருகிறான். ஆட்கள் சிலர் பக்கத்தில்

வருகிறார்கள். காவலாள் சிறுவன் ஓடிவிடாதிருக்கக் கையால் பிடித்து நிறுத்துகிறான். அந்த மனிதன் சொல்வதைக் கேட்ட கும்பல் சிறுவனை சூழ்கிறது. ஒருவன் சிறுவனின் காதைத் திருகிறான். தலையில் ஓங்கிக் குட்டுகிறான். கன்னத்தில் அறைந்து சட்டைக் காலரைப் பற்றி சிறுவனை உயர்த்துகிறான் வேறொரு வன். பெரிய பொட்டும் கண்ணை உறுத்தும் உதட்டுச் சாயமும் அணிந்த ஒரு பெண்மணி சிறுவனின் முகத்தில் தூவென உமிழ்கிறான். முகத்தில் இருந்து எச்சில் சட்டையில் சொட்டு கிறது. திறந்த கதவு வழி உள்பாய்கின்ற வெளிச்சத்தில் சிறுவ னுடைய தொடையருகில் கால்சட்டையில் விரிந்திருக்கும் ஈரக்கறை ஒருபொழுதும் இமைக்காத உக்கிரக் கண்ணாய்ப் பளபளக்கிறது.

கனம்

ரத்தம். தொட்டால் கையில் ஒட்டிக்கொள்ளும் விதத்தில் நிஜமான ரத்தம். படுக்கை விரிப்பின் வெளிர் நீல வண்ணம் செக்கச்செவேலென்று மாறியிருக்கிறது. டேவிட் உற்றுப் பார்த்தான். லிஸா ரத்தத்தின் கண்போல் படுக்கையில் சுருண்டிருக்கிறாள். அவள் நெஞ்சிலிருந்து சுனையின் ஊற்றுக்கண் போல் ரத்தம் பொங்குகிறது. டேவிட்டுக்குத் தலைவலி நெற்றிப் பொட்டில் மின்னல் வரிகளாய்ப் பெருகுகிறது. ரத்தத்திற்கு வாசனை உண்டா. மூச்சுக் காற்றைச் சிறைப்படுத்தி நாசியை வலுவாகத் தாக்குகிறது ஒரு வாசனை. காலடியில் நிலம் நகரக் கண்ணை மூடி உட்கார்ந்தால் சற்று ஆறுதல் கிடைக்கும் போலிருக்கிறது. கண்ணுக்குள் புதைமணலாய்க் குழையும் இருளில் ஒரு குரல், அப்போது முளைக்கும் செடிபோல மெல்ல உயருகிறது. மனதுக்கு இதமாக இருக்கும் அந்த அழைப்பு ஏதோவொரு விதத்தில் நெருக்கடியையும் ஏற்படுத்த, டேவிட் உடலை ஒடுக்கிப் படுக்கையின் ஓரத்தில் தன்னைச் சுருக்கிக்கொள்கிறான்.

– டேவிட்!

– டேவிட்! என்ன ... ஏன் இங்கே படுத்திருக்கிறாய்? உடம்புக்கு என்ன?

டேவிட்டின் கன்னத்தில் குளுமையான ஸ்பரிசம். படுக்கையறை ஜன்னல் திரை வடித்து உள்ளனுப்பிய மெல்லிய வெளிச்சம் லிஸாவின் முகத்தில் பளப்பளப்பைக் கூட்டியது. வெயிலை ஏற்றுக் காற்றில் அலையும் சோளக் கதிர்களாய் அவளின் மென்மஞ்சள் கூந்தல் அலைவு கொண்டது. டேவிட் தலையைத் திருப்பிப் படுக்கையைப் பார்த்தான். விரிப்பு நேர்த்தியாகப் படுக்கையின் பரப்பை

மூடியிருந்தது. மேகங்களற்ற இளநீல வானத்தின் முகத்தைப் போல படுக்கை இருந்தது.

– டேவிட். நான் உனக்காக கராஜில் காத்துக்கொண் டிருந்தேன். நாம் போக வேண்டாமா. ஒன்றும் சொல்லாமல் நீ இங்கே வந்து படுத்தால் . . . என்ன . . ?

முகத்தை வருடும் அவள் கைவிரல்களை டேவிட் கெட்டி யாகப் பிடித்துக்கொண்டான். பயமாக இருக்கிறது லிஸா. கண்ணுக்கு முன்னே பிணங்கள் தோன்றுகின்றன. படுக்கையில். அலுவலக ஆவண அறைகளில். கழிப்பறைகளில். போக்குவரத்து சிவப்பு சிக்னல் பச்சையாக மாறுவதற்குக் காத்திருக்கும்போது அருகிலிருக்கும் வாகனங்களுக்குள். பூங்கா மர நிழல்களில். ஒரேயொரு கணத்தில் வெளி சட்டென மாறி பிணத்தின் தோற்றம் மிதந்து என் கண் முன்னால் வந்துவிடுகிறது. ஒரே கணத்தில் அது மறைந்து நிதர்சன உலகம் மலர்ந்துவிடுகிறது. ஒரு காலை இந்த உலகிலும் இன்னொரு காலை எலும்புக் கூடுகள் உறைந்திருக்கும் நிழலுலகத்திலும் வைத்து நான் நடந்து எங்கே போய்க்கொண்டிருக்கிறேன் ?

– டேவிட். ஏன் பேசாமல் இருக்கிறாய்.

– லிஸா. எனக்கு திடீரெனத் தலை வலிக்கிறது. நீ மட்டும் போய்விட்டு வருகிறாயா ?

டேவிட், லிஸா இருவரும் தங்களுடைய நண்பனொரு வருடைய வீட்டுக்கு மதிய உணவுக்காகப் போக வேண்டி யிருந்தது.

– வெறும் தலைவலிதானா.

– லிஸா என்று அவளுடைய கைவிரல்களைப் பற்றி முத்த மிட்டான் டேவிட்.

– நான் சிறிது நேரம் இளைப்பாறினால் சரியாகிவிடும். நீ போய்விட்டு வா. ஹென்றியிடம் நான் போனில் பேசிக்கொள் கிறேன்.

டேவிட் முன்னறையில் வந்து டி.வி முன் அமர்ந்திருந்தான். லிஸா கிளம்பிப் போயாயிற்று. வீட்டுக்குள் கண்ணுக்கு இதமான இருள் அங்கங்கே சேர்ந்திருந்தது. ஒரு நெருக்கடியின் தற்காலிக முடிவுக்குப் பிறகு, வீடு விடும் பெருமூச்சினால் எல்லாத் திரைச்சீலைகளும் அசைவதாய் டேவிட் நினைத்துக்கொண் டான். ஆளுயர ஜன்னல் வழி தெரிந்தது கோடையின் இளமதியப் பொழுது. இன்னும் கோடைக்காலம் முழுமையாகத் தன் இருப்பை உணர்த்த ஆரம்பிக்கவில்லை. வெளியேறும் வசந்த

காலத்தின் கால் தடங்கள் பதிந்திருக்கும் வீட்டுத் தோட்டத்தில் பரந்திருக்கும் ஒளி மென்மையான சருமத்தை அணிந்திருந்தது. சீராக வெட்டப்பட்டிருந்த புல்வெளியில், ஜொலிக்கும் பசுமை புல்வெளிக்குள் அளவற்றதாய் தினம் இறங்கும் நீரின் மகத்துவத்தை அறிவித்தது. புத்தம் புது ரோஜாக்கள் புல்வெளியின் இரு பக்கங்களிலும் வரிசையாகச் செடிகளில் பூத்திருந்தன. தேன்சிட்டு ஒன்று அவ்வப்போது செடிகளுக்கிடையில் வெயிலை வெட்டும் மின்னலைப் போலப் பறந்துகொண்டிருந்தது. எந்தச் செடிக்குப் போவது என்ற குழப்பத்தில் சில நேரம் புல்வெளியின் மீது அந்தரத்தில் ஊசிமுனைச் சிறகுகள் துடிக்க யோகத்தில் கிடந்தது. எப்பொழுதாவது ஒரு நீலத்தும்பி புல்வெளிமீது எல்லாத் திசைகளிலும் ஒரே சமயத்தில் போய்க்கொண்டிருந்தது.

டேவிட், தொலைக்காட்சியில் சானல்களை வரிசையாக மாற்றிக்கொண்டிருந்தான். அவனுடைய இதயத்துக்குள் அழுத்தம் குறையாமலிருந்தது. தன்னை மறக்கடித்துக்கொள்ளும் வகையில் ஒரு ஆசுவாசமான காட்சி வருமா என்று தேடினான். எதுவும் அவன் கவனத்தை ஈர்ப்பதுபோலத் தெரியவில்லை. சினிமா, விளையாட்டு, மதிய நேரத் தொலைக்காட்சித் தொடர்கள், செய்திகள் என ஒரேவிதமாக மீண்டும் மீண்டும் வந்தன. சானல் வரிசையில் இறுதி எண்ணுக்கு வந்துவிட்டான். நூற்றுக் கணக்கான சானல்கள் செயற்கைக்கோள் மூலமாக அவன் தொலைக்காட்சிப் பெட்டிக்குள் விழுந்துகொண்டேயிருக் கின்றன. காட்சியற்று வெறும் வெளிச்சக் கோடுகள் செதில் செதிலாய்த் திரையை வெட்டிக்கொண்டிருந்தன. தகரப் பரப்பில் விழும் மழைபோல ஒரு சத்தம் தொடர்ந்து எழுந்தது. டேவிட் அதையே உற்றுப் பார்த்துக்கொண்டிருந்தான். அடுத்து சானலுக் குப் போக மிகவும் அயற்சியாக இருந்தது. எதுவும் செய்ய விரும்பாதவனாக ஆகியிருந்தான். சிறிது நேரத்தில் தொலைக் காட்சித் திரையில் அடுத்தடுத்து வந்த வெளிச்சக் கோடுகள் முற்றிலுமாக அழிக்கப்பட்டு கரும் திரை படர்ந்தது. சத்தமும் நின்றது. ஒரு மனிதன் தோன்றினான். அவன் டேவிட்டையே உற்றுப் பார்த்தான். அவனுடைய தோற்றத்திலிருந்து அவன் அரபு நாட்டைச் சேர்ந்தவனாக இருக்கக்கூடும் என்று அனு மானித்தான் டேவிட். அந்த மனிதன் பேச ஆரம்பித்தான்:

– இங்கே பாருங்கள். என் கைகள் எப்படி நடுங்குகின்றன.

அவன் கையை உயர்த்திக் காட்டினான். மேலும் கீழுமாய் அவை ஆடின. சில கணங்களுக்குப் பிறகு அவன் கைகளை மார்புக்குக் குறுக்காகக் கட்டிக்கொண்டான்.

– யாரையும் சுட்டிக்காட்ட முடியவில்லை. யார் தவறு செய்கிறார்கள், யார் நீதியின் பக்கம் நிற்கிறார்கள் என்பது

எனக்குத் தெளிவாகத் தெரியவில்லை. ஆனால் அது இப்போது முக்கியமல்ல. நான் இன்று உயிரிழக்கத் தயாராய் இருந்தேன். ஒரு தயக்கம்கூட இருக்கவில்லை. மிகவும் விரும்பியே அந்தச் செயலை மேற்கொண்டேன். ஒரு உன்னதக் காரியத்துக்காக உயிரைக் கொடுப்பது வீரமான விஷயம். அப்படி ஒரு செயலைப் புரிந்தால் உயிர் பிரிந்த அடுத்த கணத்தில் சுவர்க்கத்தின் கதவுகள் படாரென்று திறந்துகொள்ளும். அது ஒரு முனை. இன்னொரு முனையில் இந்தச் சூழலின் உக்கிரத்தைத் எதிர்கொள்ளத் திராணியற்று உயிரை நீத்துவிடும் கோழைத்தனம். நான் அந்தக் கணத்தில் கோழையாகத்தான் இருந்தேன் என்பதை வெட்கமின்றி ஒப்புக்கொள்கிறேன்.

அவன் டேவிடின் வயதையொத்தவனாக இருக்கலாம். ஆனால் காலத்தின் பாதங்கள் படியாதவொரு தோற்றத்தையும் கொண்டிருந்தான். அவன் குரலில் எந்தவிதமான எதிர்பார்ப்பும் இல்லை. ஒப்புக்கொள்ளும் தன்மையும் இதற்குமேல் வேறு ஒன்றும் இல்லை என்ற தொனியும் இருந்தது.

– நான் அந்த டீக்கடையின் வாசலில் விழுந்திருந்தேன். அதன் இரும்பு ஷட்டர்மேல் முகத்தை அழுத்திச் சாய்ந்திருந்தேன். தலைக்கு மேலே கைகளைப் பிணைத்திருந்தேன். எந்தக் கணமும் ஒரு தோட்டா என் தலையின் பின்னால் ஒரு கண்ணைத் திறந்து என் மூளையைக் கொட்டிவிடும் என்று காத்திருந்தேன். உண்மையில், நான் அந்தக் கணத்தில் அந்தத் தோட்டாவை மிகவும் விரும்பினேன். என் இன்னல்களையெல்லாம் ஒரு சிதறலில் அழித்துவிடும் சக்தி அதில் இருந்தது. ஆனால் அந்த கணம் முடிவற்று நீண்டது. எனக்கு பின்னாலிருந்த கூட்டத்திலிருந்து ஆவேசமான குரல்கள் எழும்பிக்கொண்டிருந்தன. எந்த இடத்தில் அடித்தால் எனக்கு அதிகம் வலிக்கும் என்று ஒவ்வொருவனுக்கும் வெவ்வேறு அபிப்பிராயங்கள் இருந்தன. தங்கள் அபிப்பிராயமே சரியானது என்பதை நிரூபிக்க முனைந்த சிலர் ஒன்றும் பேசாமல் என்னைப் பின்னாலிருந்து தாக்கினார்கள். தொடைகளில் துப்பாக்கியின் கட்டையால் அடிக்கப்பட்டேன். நான் வெட்கமின்றி அழுதேன். என்னை விட்டுவிடும்படி கோரும் இறைஞ்சல்களாக அதை எடுத்துக் கொண்ட அவர்கள் மீண்டும் மீண்டும் வெவ்வேறு இடங்களில் அடித்தார்கள். அவர்களுக்குப் புரியவில்லை. என்னுடைய விருப்பமெல்லாம் நான் கொல்லப்பட வேண்டும் என்பதே.

– இரண்டு வாரங்களாக வெளியில் போகமுடிந்திருக்கவில்லை. வீரிட்டுப் பறக்கும் விமானச் சத்தங்கள் தொடர்ந்து கேட்டுக்கொண்டிருந்தன. குண்டுகள் நகரமெங்கும் இறங்கிக் கொண்டிருந்தன. தெருவில் டாங்குகள் உருண்டு போகையில்

வீட்டுக்குள் அதிர்வுகள் உருவாகின. எங்கோ கதவுகள் தட்டப் படும் சத்தம் சதா கேட்டுக்கொண்டேயிருந்தது. இந்தப் போர் ஒரு வருடத்துக்கு முன்பே முடிவு பெற்றுவிட்டதாக அறிவிக்கப் பட்டது.

வெற்றி பெற்றவர்கள் சதுக்கத்தில் சிலைகளை உடைத்து வானில் துப்பாக்கியால் சுட்டபடி கொண்டாடியபோது நானும் அங்கே குடித்துக் கூத்தாடியிருக்கிறேன். ஆனால் இந்த ஒரு வருடத்தில் எத்தனை அநியாயங்கள் நிகழ்ந்துவிட்டன. எத்தனை உயிர்கள் தினசரி பலியாகிக்கொண்டிருக்கின்றன. மிகுந்த அலுப்பாக இருக்கிறது. இப்போது யார் யாருடன் சண்டை போடுகிறார்கள் என்று தெரியவில்லை. ஊரடங்கு தொடர்ந்து ஒவ்வொரு நாளாக நீடித்துக்கொண்டிருக்கிறது. என்னுடைய இன அடையாளம் மிகுந்த தொந்தரவு தரக்கூடிய ஒன்றாக மாறிவிட்டதாகச் சொல்கிறார்கள். என்னுடைய மனைவி வேறு இனத்தைச் சேர்ந்தவள். அவளுடைய இனமும் என்னுடைய இனமும் ஒருவரை ஒருவர் வெட்டிக் கொல்கிறார்கள். என் னுடைய மைத்துனன், என் மனைவியின் தம்பி, ஒரு நாள் பட்டப்பகலில் துணிச்சந்தையில் கார் வெடிகுண்டு வெடித்து இறந்தான். என்னுடைய தாய்மாமன் வீட்டுக்குள்ளேயே செத்துக் கிடந்தான். அவன் நெற்றிப் பொட்டு நடுவில் தோட்டா துளை. இன்னமும் எத்தனையோ மரணங்கள் நிகழ்ந்தபடியே இருக் கின்றன. வெளிநாட்டுக்கு அகதியாகத் தப்பிச் செல்வதுதான் ஒரே வழியாகத் தென்படுகிறது. அதற்கும் ஆயிரம் போட்டிகள். பணத்தின் தேவை கையை மீறியதாக இருக்கிறது. நான் வேலை செய்து வந்த அருங்காட்சியகம் எப்போதோ சூறையாடப்பட்டு விட்டது. மூன்று மாதமாக மூடப்பட்டுக் கிடக்கிறது. இருக்கும் சேமிப்பு கரைந்துகொண்டே வருகிறது. இந்தச் சமயத்தில்தான் என்னுடைய பெண், அவள் சிறுமி, பதினொரு வயதுதான், சிரிக்கும்பொழுது அழகாக நீண்டு விரியும் கண்களைக் கொண்ட வள், அலறத்துவங்கினாள். அவள் பள்ளிக்கூடம் போய் நாளா யிற்று. வீட்டுக்குள்ளேயே பெரும்பாலும் அடைந்து கிடந்தவள், திடீரென்று வீல் வீலென்று தூக்கத்தில் கத்தத் தொடங்கினாள். முதலில் கெட்ட கனவென்று விட்டுவிட்டோம். மெதுவாக அவளுடைய கத்தல்கள் பகலிலும் கேட்க ஆரம்பித்தது. கண் களை மூடிக்கொண்டு கத்துவாள்.

ஏனென்று கேட்டால் உற்றுப் பார்ப்பாள். அவளுடைய சிறு இதயம் படபடவெனத் துடிப்பதை அப்போது உணர முடியும். பதில் பேசாது எங்கேயோ வெறித்துப் பார்ப்பாள். அவளுக்குப் பேய் பிடித்திருக்கலாமென நாங்கள் சந்தேகப் பட்டோம். வீட்டைச் சுற்றி எத்தனையோ பிணங்கள் விழுந்து

கொண்டிருக்கும்பொழுது எத்தனை பேய்கள் எங்களைச் சுற்றி அலைந்துகொண்டிருக்க வேண்டும்! சற்று நேரம் அசைவின்றி அவள் தூங்கும்பொழுது அவள் முகத்தையே உற்றுப் பார்த்துக் கொண்டிருப்பேன். எப்போதும் நிழலொன்று அவள் முகத்தை மூடியிருப்பதுபோல் தோன்றும். அவள் தூங்கும்போது அவள் முகத்தைப் பார்ப்பது எனக்கு மிகவும் பிடித்த ஒன்றாயிருந்தது முன்பு. வசீகரமான ஒளி அங்கே வீசுவதுபோலத் தோன்றும். இப்போது அவளைப் பார்க்கவே எனக்கு பயமாக இருந்தது. பக்கத்து வீட்டுக் கிழவி இரவில் வந்து ரகசியமாகக் காதில் உரசிப் போனாள். இவளுக்கு நிச்சயம் பேய்தான் பிடித்திருக் கிறது. "எனக்கு, அவள் கைகளைப் பிடித்துக்கொண்டால் உடம் பெல்லாம் நடுங்குகிறது. என்னுடைய கணவன் சிறிது காலம் இப்படிக் கிடந்திருக்கிறான். இவளைக் கூட்டிக்கொண்டு வெளியே போக வேண்டாம். எனக்குத் தெரிந்த ஒரு மந்திரிப்பவரிடம் சொல்லி அனுப்புகிறேன்" என்றாள்.

– மறுநாள் பொழுதடங்குமுன் ஒரு முதியவர் வீட்டுக்கு வந்தார். அவரைக் கோவிலில் பார்த்திருப்பது ஞாபகத்துக்கு வந்தது. அவர் எங்களிடம் எதுவும் பேசவில்லை முதலில். நேராக என் பெண்ணைக் கைப்பற்றி இழுத்துக் கண்ணோடு கண் வைத்துப் பார்த்தார். சதா முனகிக்கொண்டிருக்கும் வாயுடன் அவர் அவளைத் தன் மடிமேல் சரித்துக்கொண்டார். அவருடைய கையில் ஒரு குப்பியும் வண்ண வண்ண இறகுகளா லான விசிறியும் இருந்தது. முதலில் அவள் முகத்தின் மேலும் உடலின் மேலும் அந்த விசிறியால் தடவித் தடவிக்கொடுத்தார். என்னுடைய செல்ல மகள் எந்த சத்தமும் போடாது ஒடுங்கிக் கிடந்தாள் அவர் மடியில். என்னுடைய மனைவி தன் கண்ணை மூடிக்கொண்டு விசும்பியபடி கூடத்தின் மூலையில் அமர்ந்திருந் தாள். அவ்வப்போது அவர் என் மகளின் உடலின்மேல் அந்தக் குப்பியிலிருந்து எதையோ தெளித்தார். பிறகு, குனிந்து அவள் முகத்தின் மீது வாயைக் குவித்து ஊதினார். அவள் அப்படியே சுருண்டுகிடந்தாள். அவர் கிளம்புவதற்கு முன் என்னை அழைத்து "உன்னுடைய மகள் பிணங்களையே எங்கும் பார்க்கிறாள், அதனால்தான் இப்படி நடந்துகொள்ளுகிறாள். அவள் கண்முன் எதேனும் அசம்பாவிதம் நடந்ததா?" என்று கேட்டார். அவ ருடைய தாடிக்குள் ஒளிந்திருந்த உதடுகள் அசைந்து எழுப்பிய இந்தக் கேள்வியின் முன் நான் தடுமாறிப்போனேன். "நேரிடை யாக ஒன்றும் நிகழவில்லை என்றே நினைக்கிறேன். ஆனால் ஒரு மாதமாக வெளியிலிருந்து ஏகப்பட்ட சத்தம் . . . எங்கும் போகமுடியாது . . ." என்று குழறலாய் பதிலளித்தேன். அதற்கு அவர் "அவள் மீண்டும் மீண்டும் உங்களிருவரையே பிணங் களாகப் பார்க்கிறாள். அவளுக்கு நீங்கள் தைரியம் சொல்ல

வேண்டும். முடிந்தால் ஒருமுறை வெளியே கூட்டிப்போய் வாருங்கள். நான் மீண்டும் இன்னொருநாள் வந்து பார்க்கிறேன்" என்று சொல்லிவிட்டுப் போனார்.

– அவள் முகத்தில் கரிய நிழல் படிந்திருந்தது. இந்த உலகத்தில் தன் இடம் புரியாமல் தவிக்கும் ஒரு சிறுபெண்ணாக அவள் நின்றாள். நான் அவளிடம் ஓங்கி, உத்தரவாதமாக, எந்தச் சக்தியாலும் தகர்க்க முடியாத நிச்சயத்துடன் "நான் உன்னை விட்டுவிட்டு இறக்க மாட்டேன்" என்று கூறவே விரும்பினேன். ஆனால் என்னால் முடியவில்லை. அவளுக்கும் எனக்கும் நடுவில் ஒரு நிழல் விழுந்திருந்தது. அந்த நிழலின் இரு கரைகளில் நின்ற எங்களால் அதைக் கடக்க முடியவில்லை. என் மனைவி மண்டியிட்டுப் பிரார்த்தனை செய்யத் துவங்கியிருந்தாள். கசக்கி எறியப்பட்ட துணி மூட்டையைப் போல அவள் தரையில் கிடந்தாள்.

– அன்றிரவு என்னுடைய பெண் விடாது கத்தினாள். எத்தனையோ விதமாக அவளை ஆசுவாசப்படுத்தியும் அவள் கண்களைத் திறக்க மாட்டேன் என அடம் பிடித்தாள். கண்களைத் திறந்தால் வாய் அலறத் துவங்கும். பயங்கரங்கள் நடக்கும் வெளியுலகைவிட வீடு இன்னும் பயங்கரமான பிரதேசமாக மாறியிருந்தது. நான் அங்கிருந்து தப்பிக்கவே விரும்பினேன். இந்தப் போர் தொடங்குவதற்கு முன் எங்களுக்கு வாய்த்திருந்த வாழ்க்கைக்காக, அது எத்தனை அசௌகரியங்களையும் அநீதிகளையும் கொண்டிருந்திருந்தாலும், மனம் ஏங்கித் துக்கித்தது. இப்போது வாசல் கதவு தட்டப்பட்டு "நீ யார், எந்த இனத்தை சேர்ந்தவன்?" என்று துப்பாக்கிக் கும்பல் கேட்கும்பொழுது எந்த பதில் சரியானது, எந்த பதில் உயிரைக் காப்பாற்றும் எனத் தெரியாமல் தவிக்கும் நிலை. இதுவரை, கடவுள் புண்ணியத்தில், கதவுகள் தட்டப்படவில்லை. ஆனால் அது தட்டப்படும் நிச்சயத்தை மனம் சதா உருவாக்கி அலைக்கழித்துக்கொண்டிருக்கிறது. அவையெல்லாவற்றுக்கும் மேலாக இவளின் அலறல்கள்! திடீரென என் மனைவி ஓவெனக் கத்தினாள். அவளுடைய கையில் நான் தற்காப்புக்காக வைத்திருந்த கைத்துப்பாக்கி இருந்தது. அழுதபடியே அதை என் பெண்ணின் முகத்திற்கெதிரே நீட்டினாள். இதோ, இந்தப் பேயை நான் சுட்டுக் கொல்கிறேன். இதுதானே என்னைப் பிணமாக மாற்றப்போகிறது. அதையே நான் ஒழித்துவிடுகிறேன் என்று துப்பாக்கியை வீசி வீசிக் கத்தினாள். அவள் கண்கள் பைத்தியம் பிடித்தவளின் கண்களைப் போல விரிந்திருந்தன. மின் வெளிச்சம் எப்போதோ துண்டிக்கப்பட்டிருந்தது. மெழுகுவர்த்திச் சுடர் லேசான காற்றில் என் மனைவியின் முகத்தில் அசைந்து முகத்தை விகாரப்படுத்தியது.

நான் மிகவும் சோர்ந்திருந்தேன். சேர்ந்தாற்போல மூன்றிரவு களாகத் தூக்கம் இல்லை. இமைகள் அவ்வப்போது தாழ, என் பெண்ணின் அலறலில் விழிப்புற்று அதிர்ந்தபடியிருந்தேன். முதலில் என் கண்ணெதிரே நிகழ்ந்துகொண்டிருப்பதை ஏதோ ஒரு திரையில் பார்ப்பதுபோலவே இருந்தது. ஒரு பார்வையாள னின் ஆர்வத்தில் அடுத்து என்ன நடக்கப்போகிறது என்று எதிர்பார்த்துக் காத்திருந்தேன். சில வினாடிகளுக்குப் பிறகே நிலைமையின் தீவிரம் என்னைத் தாக்கியது. துப்பாக்கியை என் மகளுக்கு நேராகக் காட்டியபடி என் மனைவி ஏதேதோ உளறிக்கொண்டிருந்தாள், முகத்தில் கண்ணீருடன். என் மனைவி யின் மீது பாய்ந்தேன், என்ன மடத்தனம், என்ன பைத்தியக்காரத் தனம், கீழே போடு அது தோட்டாக்கள் நிரம்பியது என்று கத்தியபடி. அவள் என்னை எதிர்த்தாள், கையை மடக்காமல், கீழே துப்பாக்கியைப் போடாமல்.

– என் பெண் கண்களை இறுக மூடிக்கொண்டு அலறத் துவங்கினாள். அடுத்த சில கணங்களில் என்ன நடந்தது என் பதை என்னால் தெளிவாகச் சொல்ல முடியாது. ஒரு வாசத்தை, ஒரு ஸ்பரிசத்தை அந்தக் கணமும் என் உடல் தெளிவாக உணர்ந்துகொண்டது. நானும் என் மனைவியும் புரண்டதில், அவள் உடலின் வாசனையில் தொடுகையில் உள்ளுக்குள் ஒரு கிளர்ச்சி மொட்டுவிட்டதை என் உள்ளுணர்வு கண்ணோரத் தில் கவனித்ததும் ஞாபகத்திலிருக்கிறது. நான் அவளுடைய எதிர்ப்புச் சக்தியைக் கண்டு ஒரு கணம் மலைத்துப்போய் பிறகு, முரட்டுத்தனமாக அவள் கைகளிலிருந்து துப்பாக்கியைப் பிடுங்குகையில் துப்பாக்கி வெடித்தது. யாருடைய கையில் துப்பாக்கியின் விசை இருந்தது என்பதெல்லாம் தெளிவாகச் சொல்ல முடியாது. ஏதோ ஒரு கணத்தில் தலைசுற்றினாற்போன்ற மனநிலையில் நிகழ்ந்துவிட்டது. என்னுடைய மகள் ரத்த வெள்ளத் தில் கிடந்தாள். எல்லாமே தெளிவற்றதாய் கசங்கலாயிருந்த தருணத்தில் கண்ணாடிக்குப் பின்னால் நிகழும் காட்சியின் மௌனம் என்னைச் சுற்றியிருந்தது. அந்தச் சிறு அறையில் நான் ஒரு பார்வையாளனாய் நின்றபோது என் கண்ணில் எங்கும் பிணங்களே தெரிந்தன. என் மகள்மீது என் மனைவி விழுந்திருந்தாள்.

அவளுக்கு அந்தக் கணத்தில் உயிர் இருந்ததா என்று சொல்லத் தெரியவில்லை. உயிர் இருந்திருந்தாலும் இனி அவள் பிணம்தானே? அந்த இரு உடல்களையும் ரத்தம் ஒரு பாலமாக இணைத்திருந்தது. நான் வெளியே ஓடினேன். எத்தனை அபாயங் கள் நகரத்துக்குள் இருந்தாலும் அதைப் பற்றி ஒரு துளிக்கூட நினைப்பின்றி வெளியே ஓடினேன். பாலைக் காற்று வெம்மை யாக என்னைத் தாக்கியது. வானத்தில் மேகங்கள் பற்றியெரியும்

கட்டிடங்களிலிருந்து சுருண்டெழும் புகைபோல அடர்ந்திருந்தன. நிலவு அந்த இரவில்கூடத் தன் வெளிச்சத்தைத் தணித்துக் கொள்ளவில்லை. நான் தெருக்களின் நடுவே ஓடினேன். ஆங்காங்கே போராளிகளுடன் அமெரிக்க ராணுவம் மோதும் சத்தங்களும் வெடிகுண்டுகளின் வெளிச்சச் சிதறல்களும் கேட்டபடியிருந்த இரவில் என்னை நோக்கி வரவிருக்கும் துப்பாக்கிக் குண்டை நோக்கி ஓடினேன். அப்போது ஊர் எல்லையில் ஒரு கும்பலால் வழிமறிக்கப்பட்டேன். அவர்களைப் பார்த்தவுடனேயே எனக்கு தெரிந்துவிட்டது அவர்கள் என் இனத்தைச் சார்ந்தவர்கள் இல்லை என்பது. என்னை அவர்கள் விசாரித்தபோது என் உண்மையான பெயரையே அடையாளத்தையே தெரிவித்தேன். நான் வாழவேண்டிய காலம் இருந்திருக்கிறது.

இரவின் சரிவில் என் மனைவியுடன் கூடியபடி, அவளின் வெம்மையான சருமத்தை முகர்ந்தபடி இருந்திருக்கிறேன். என் பெண்ணை, அவள் சிரிக்கும் கண்களை, ரசித்தபடி அள்ளியெடுத்துத் தழுவியிருக்கிறேன். வெயிலில் மின்னும் நதியின் சருமத்தைப் பாலத்திலிருந்து பார்த்தபடி மாலைப் பொழுதுகளைக் கடத்தியிருக்கிறேன். ஆனால் இனி நான் இருக்கவேண்டிய உலகம் இதுவல்ல. இந்த தீர்மானத்துடனே மரணத்துக்குத் தயாராய் நின்றபொழுது நான் ஒண்டிநின்ற டீக்கடையின் சுருள் கதவு மெல்ல மேல் நகர்ந்தது. கும்பல் போட்டுக்கொண்டிருந்த சத்தத்தில் அந்த இரும்புக் கதவு மேலெழும்பும் சத்தம் யாருக்கும் கேட்கவில்லை. நான்கடி உயரத்துக்கு இடைவெளியை உருவாக்கி நின்ற கதவின் உள்புறமிருந்து ஒரு நிழல் மனிதன் என் கால்களைப் பற்றி இழுத்தான். நான் தரையில் விழுந்தேன். அடுத்த கணமே அவன் என்னைக் கடைக்குள் உள்ளிழுத்துக் கொண்டு கதவைச் சட்டென்று கீழிறக்கினான். பின்வாசல் வழியாக அவன் என்னை இழுத்துக்கொண்டு ஓடினான், குறுக்குத் தெருக்கள் வழியாக, அந்தக் கூட்டத்திற்கும் எங்களுக்கும் இடையில் தொலைவை உருவாக்கியபடி. அந்த இரவு முழுவதும் நாங்கள் ஓடிக்கொண்டேயிருந்தோம். நான் விட்டுவிடும்படி அவனைக் கெஞ்சினேன். அவன் கேட்கவேயில்லை. பிறகு நடந்ததெல்லாம் முக்கியமல்ல. நான் இன்னும் உயிரோடு இருக்கிறேன். வெறும் உயிரோடு மட்டும்.

தொலைக்காட்சித் திரை மெல்லக் கறுப்பாகி அந்த மனிதனின் தோற்றம் மெல்லக் கரைந்தது. தொலைக்காட்சித் திரையெங்கும் குழந்தை கிறுக்கிய கோடுகள் போலக் கசங்கலான வரிகள் வெளிச்சமாய் பரவின. டேவிட் சற்று நேரம் தொலைக்காட்சித் திரையைப் பார்த்துக்கொண்டிருந்தான். அந்த இருள் திரையிலிருந்து மேலும் எவற்றையோ பெறக் காத்திருப்பவனைப் போல். பிறகு மிகவும் சிரமமான காரியத்தைச் செய்பவனைப்

போலத் தொலைக்காட்சியை நிறுத்தினான். கையில் ரிமோட் ஒரு ஆயுதத்தைப் போலக் கனத்தது.

ஜன்னல் வழியே பொழுதின் துல்லியம் கூடிவருவது தெளிவாகத் தெரிந்தது. அவன் இருக்கும் அறை அந்த மதிய வெளிச்சத்தில் தகதகவென மின்னியது. சுவர்கள், கண்ணாடிச் சன்னல்கள், கண்ணாடிக் கதவு இவற்றின் விளிம்புகள் அழிந்து ஒளியால் அமைக்கப்பட்ட வெளிபோன்று இருந்தது. டேவிட் தன் கைகளைப் பார்த்துக்கொண்டான். அப்பழுக்கற்ற வெண் சருமத்தில் பொன்னிற மயிர்கள் வரிவரியாக நீண்டன. எதையோ தொடுவதைப் போலக் கைகளை அந்தரத்தில் நீட்டினான். அவனுடைய விரல் நுனிகள் வெளிச்சத்தில் மெல்ல நடுங்கின.

அவனுக்கு செப் 11ஆம் தேதி ஞாபகம் வந்தது. அந்தத் தெள்ளத்தெளிவான கலிஃபோர்னியக் காலையில் அவன் அலுவலகம் செல்லக் கிளம்புவதற்கான ஆயத்தங்களை மேற் கொண்டிருந்தான். கையில் காலை உணவுடன் தொலைக்காட்சி முன்னால் வந்து உட்கார்ந்தவன் கண்ணில்பட்டது ‘அமெரிக்கா அண்டர் அட்டாக்’ என்ற வாசகம். சிவப்பு நிறத்தில் கொட்டை எழுத்துகளில் திரையின் அடிப்பகுதியில். திரையில் கட்டிடம் பற்றி எரிந்துகொண்டிருந்தது. திரும்பத் திரும்ப விமானம் கட்டிடத்தை மோதும் காட்சி ஓடிக்கொண்டேயிருந்தது. அன்று அலுவலகத்தில் வழக்கம் போலவே வேலை நடந்தது. நடந்த வற்றைப் பற்றி யாரும் எதுவும் பேசிக்கொள்ளவில்லை. ஏதோ ஒரு இறுக்கம் கூடியிருந்தது, அதைவிட மேலாக வேறொன்றும் பதற்றங்கள் இருக்கவில்லை. மத்தியானம் அலுவலகப் பணி குறித்த கூட்டங்கள் நடக்கும் கூடங்களில் ஒன்றில் பத்துப் பேர் கையில் பைபிளுடன் மேஜையைச் சுற்றி உட்கார்ந்து பிரார்த்தனையில் ஈடுபட்டிருந்தார்கள். ஒவ்வொருவரும் கடவுளை நா தழுதழுக்க வேண்டிக்கொண்டார்கள், இறந்தவர் களின் ஆத்மாவுக்காக. எல்லாருடைய பாவங்களும் தீர்வுற வேண்டுமென்பதாய். சிலர் கன்னங்களில் நீர் வழிந்தது. அவர்கள் எல்லோரும் டேவிட்டின் கூட வேலைபார்ப்பவர்கள்தான். ராஜர், டோனி, மரியா, கெல்லி. டேவிட் சிறிது நேரம் அங்கே உட்கார்ந்திருந்தான். அவனைப் பார்த்த டோனி “டேவிட் உன் வேதனையையும் பகிர்ந்துகொள். இந்தச் சமயத்தில் பிரார்த் தனைதான் நமக்கும் நம் நாட்டுக்கும் வலுவைக் கொடுக்கும். நம் துக்கங்களை ஏற்றுக்கொள்ளும் கர்த்தரிடம் நாம் நம் மனித குலத்தின் குற்றங்களுக்காகப் பாவமன்னிப்புக் கோருவோம். இறந்தவர்களும் நம் நாடும் இதைத்தான் நம்மிடம் எதிர்பார்க் கிறது” என்றான். அவன் குரலில் இருந்த ஏதோ ஒன்றை டேவிட் மனப்பூர்வமாக வெறுத்தான். அவனுக்கு குமட்டிக்

கொண்டுவந்தது. அவன் பேச முடியாமல் இருப்பதைப் பார்த்த ராஜர், “நம் பிதாவே டேவிட்டுக்காக நான் பிரார்த்திக்கிறேன். இன்று அவன் நம்மிடம் இருப்பதற்காக நான் நன்றி கூறுகிறேன்” என்று டேவிட்டை வலுவாக அணைத்தபடி பிரார்த்தித்தான்.

அந்த தினம் அவன் மறக்க முடியாத தினமாக மாறிவிட்டது. அன்று மாலைதான் அவன் லிஸாவைப் பார்த்தான். வேலை முடித்துவிட்டு வீட்டுக்குப் போக முடியாமல் பாரில் அவன் அமர்ந்திருந்தான். அது ஒரு மிகச் சிறிய பார். பார்களில் வழக்கமாக இருக்கும் அகன்ற தொலைக்காட்சித் திரையோ அதில் எப்போதும் ஓடும் விளையாட்டுக் காட்சிகளோ கிடையாது. அந்தச் சிறிய பாரில் எப்போழுதாவது ஜாஸ் இசைக் கலைஞர்கள் வந்து இசைப்பதுண்டு. புகழ்பெற்ற கலைஞர்கள் இல்லை, யாரும் கேள்விப்பட்டிராத கலைஞர்கள். டேவிட்டுக்கு அன்று அங்கேதான் போகமுடியும் என்று தோன்றியது. மெல்லிய இருளில் டேவிட் மைல்ஸின் ஜாஸ் இசையை ஒரு எதிரொலி போலக் கேட்டுக்கொண்டிருந்தபோது லிஸா அங்கு வந்ததைப் பார்த்தான். அந்த இருண்ட அறையிலும் அவளிருக்கும் இடத்தில் ஒரு பிரகாசம் ஏற்பட்டிருந்ததை டேவிட் கவனித்தான். அவள், அவனிருந்த மேஜையிலிருந்து இரண்டு மேஜை தள்ளி அமர்ந் திருந்தாள் தனியாக. தன்னையறியாமல் அவளை அடிக்கடி பார்த்தான் டேவிட். எதுவும் பேசுவதற்கு இல்லாமலும் அதே சமயத்தில் எல்லாமே பேசக்கூடியவளாகவும் அவள் இருந்தாள். ஆஃப்கானிஸ்தானில் அமெரிக்கப் படைகள் தாலிபானுடன் போரைத் துவக்கிய அன்று லிஸா அவனுடன் சேர்ந்து வாழத் துவங்கினாள். ஜியார்ஜ் புஷ் சத்தாம் ஹுசைனுக்கு 24 மணி நேரம் கெடு கொடுத்த நாளன்று டேவிட் அவளைக் கல்யாணம் செய்துகொண்டான்.

ஒரு நாள் போர் செய்திகளை இணையத்தில் தேடிக்கொண் டிருந்தபொழுது அவன் அந்த இணையதளத்திற்குப் போக நேர்ந்தது. அங்கேதான் அவன் முதன் முதலாக ஒரு மனிதன் கொலை செய்யப்படுவதைக் கொலை செய்தவர்கள் எடுத்த விடியோ காட்சியாகப் பார்த்தான். அந்தக் காட்சியிலிருந்து அவனால் கண்களை எடுக்க முடியவில்லை. அந்தக் காட்சிக் கோப்பைத் தன் கணினியில் ஏன் சேமித்துவைக்கத் தோன்றிற்று என்று பலமுறை யோசித்தும் அவனால் தெளிவான பதிலை அடைய முடியவில்லை. அக்காட்சியில் கொல்லப்படுபவன் ஒரு நாற்காலியில் உட்கார்ந்திருக்கிறான். நான்கு பேர் அவனைச் சுற்றி ஆயுதங்களுடன் நிற்கிறார்கள். கண்கள் மட்டும் வெளியில் தெரியும்படி விட்டுவிட்டு முகத்தைக் கோணிப் பையால் மூடிக் கட்டியிருக்கிறார்கள். கொல்லப்படுவனின் முகத்தில் எதையும்

நம்ப முடியாத தன்மை, நடப்பவற்றை சந்தேகக் கண்ணோடு பார்க்கும் தன்மை. கொலைகாரர்கள் அவனை மீண்டும் மீண்டும் எதையோ சொல்லச் சொல்லிக் கேட்கிறார்கள். அவன் பதிலளிப்பது தெளிவாகக் கேட்கவில்லை. ஆனால் அவன் எதையோ மறுப்பதுபோல இருந்தது. திடீரென காமிராக் கோணம் அவன் முகத்திற்கு வெகு அருகில் போகிறது. வாள் ஒன்று திரையின் நடுவில் எழும்புகிறது. அதைப் பிடித்திருக்கும் ஒரு கரத்தின் மணிக்கட்டுவரை தெரிகிறது. பிடித்திருப்பது யாரென்று தெரியவில்லை. அடுத்த கணத்தில் ஒரே வீச்சில் நாற்காலியில் அமர்ந்திருப்பவனின் கழுத்து வெட்டப்பட்டு தலை முழுவதுமாகக் கழுத்திலிருந்து பிரிந்துவிடாமல் அவன் மார்பு மேல் ஊசலாடுகிறது. உரத்த கோஷங்கள் கேட்க, ஒரு நியாயத் தீர்ப்பு உணர்ச்சிகரமாக வழங்கப்படுவதுபோல யாரோ ஒருவன் ஓங்கிய குரலுடன் பேசுகிறான். பேச்சின் சில பாகங்களில் கோஷங்கள் உயர்கின்றன.

டேவிட் இந்தக் காட்சியை மீண்டும் மீண்டும் கணினியில் பார்த்தான். தன் கணினியில் சேமித்துவைத்துக்கொண்டதால் அவனுக்குத் தோன்றும் பொழுதெல்லாம் பார்க்க முடிந்தது. ஒவ்வொரு முறையும் அதைப் பார்த்த பிறகு அவனுக்குக் குடலைக் கரிக்கும். கழிப்பறையில் ஓவென்று வாந்தியெடுப்பான். இருந்தாலும் இந்தக் காட்சியை அவனால் பார்க்காமல் இருக்க முடியவில்லை. ஒருநாள் வெறுப்பில் கணினியை எட்டி உதைத்தான். அடுத்த கணமே அது சேதமடைந்துவிட்டதோ எனப் பயந்து அதை அள்ளியெடுத்துக்கொண்டான். இந்தச் சமயத்தில்தான் அவன் முன்னால் பிணங்கள் தோன்ற ஆரம்பித்தன. லிஸாவுடனான அவனுடைய வாழ்வு வேறு கதிக்குப் போகத் துவங்கியது. அவன் கவனமெல்லாம் போர்ச் செய்திகளைத் தொலைக்காட்சியிலும் கணினியிலும் பார்ப்பதிலேயே போனது. லிஸா இரவில் படுக்கப் போன பிறகு வெகுநேரம் விழித்திருப்பான். சில சமயம் தொலைக்காட்சி முன்பே சோஃபாவில் அயர்ந்து உறங்கிவிடுவான். அவர்கள் கூடுவதும் குறைந்துகொண்டேவந்தது. ஒருநாள் அவளைப் புணர்ந்த பிறகு தான் ஒரு ரத்தக்குளத்தில் நிர்வாணமாகப் படுத்திருப்பதாக அவன் உணர்ந்தான்.

லிஸா அவனுக்குள் நிகழும் மாற்றங்களைச் சற்றேனும் கவனித்திருக்க வேண்டும். அவன் என்றுமே கலகலப்பாக இருந்தவனல்ல. பல நாட்கள் அவர்களிருவருக்கிடையில் உரையாடல்களுக்குப் பதிலாக மௌனங்கள் நிகழ்ந்திருக்கின்றன. ஆனால் அவனுக்குள் சில காலமாக இருந்துவரும் கொதிப்பு அவளை ஏதோ ஒரு விதத்தில் தீண்டியிருக்க வேண்டும். சட்டென அவளும் சுருங்கிப்போனது டேவிட்டுக்கும் தெரியும்.

ஆனால் கையை நீட்டி அவள் கூந்தலைக் கோதிவிடக்கூட முடியாத இயலாமை அவனை வரித்திருந்தது.

ஒரு நாள் மாலை பூங்காவில் கால்நடையாக இருவரும் போனபொழுது புல்வெளியில் சிறுமிகள் கால்பந்தாட்டம் ஆடிக்கொண்டிருந்ததைப் பார்த்த லிஸா அங்கே நின்றாள். டேவிட் அவள் நின்றதை அறியாது தனக்குள் மூழ்கித் தொடர்ந்து நடந்துகொண்டிருந்தான். சட்டென்று புறப்பட்ட இளமாலைக் காற்றில் குளிரத் தொடங்கியபோது நினைவுக்கு வந்தவனாய்த் தலையை நிமிர்த்தியபோதே அவள்கூட வராததைக் கவனித்தான். திரும்பிப் பார்த்தபொழுது தூரத்தில் லிஸா அவனையே பார்த்த படி நின்றிருந்தாள்.

டேவிட் தான் ஒரு மனநல நிபுணரைக் கலந்தாலோசிக்க வேண்டுமோ என்று எண்ணினான். ஆனால் எதுவும் தன்னால் உருவாக்கப்படாத பொழுது தான் ஏன் எதற்கும் பொறுப்பேற்க வேண்டும் என்ற பிடிவாதம் அவனுக்குள் மேலோங்கியிருந்தது. டேவிட்டின் அப்பா வியட்நாம் போரில் பங்குகொண்டவர். அந்தப் போர் முடிவுக்கு வந்த பிறகு அவரால் குடும்பத்துடன் வாழ முடியவில்லை. போர் முடிந்த சில மாதங்களுக்கு அவர் கண்களில் ஒரு தொலைவு இருந்ததை டேவிட் கவனித்திருக் கிறான். ஆனால் அவர் போரைப் பற்றி ஒருமுறைகூடப் பேசிய தில்லை. விவாகரத்து பெற்ற பிறகு சிலமுறை டேவிட்டைத் தேடி வந்திருக்கிறார். ஆனால் போருக்கு முன்னால் இருந்த அப்பா திரும்பி வரவேயில்லை.

தொலைக்காட்சியில் டேவிட் பார்த்த காட்சிகள் எந்த நிலையத்திலிருந்து ஒளிபரப்பப்பட்டன என்று தெளிவாகத் தெரியவில்லை. அந்த சேனலை டேவிட் பார்த்ததே கிடையாது. மீண்டும் மீண்டும் அந்த சேனலுக்குப் போய்ப் பார்த்தான். அங்கே ஒன்றுமே இல்லை. தான் உண்மையாகவே அதைப் பார்த்தோமா என்று சந்தேகம் வந்தது அவனுக்கு. அந்த மனித னின் முகம் தெள்ளத்தெளிவாக மனதில் தோன்றியது. கண்களை மூடிக்கொண்டான்.

அவன் கேட்ட சொற்களும் வரிசை குலையாமல் மனதில் ஓடிக்கொண்டேயிருந்தது. இத்தனை தெளிவை அவனால் எப்படிக் கற்பனை செய்திருக்க முடியும்? அவன் பெருமூச்சு விட்டபடி கண்களைத் திறந்தான். ஜன்னலுக்கு வெளியே புல்வெளியில் நிழலாடியது. ஒரு குரல் கேட்பதுபோல இருந்தது. டேவிட் ஜன்னலுக்கு அருகில் சென்றபோது புல்வெளியின் நடுவில் ஒரு சிறுமி அமர்ந்திருப்பதைப் பார்த்தான். வெளிச்சத்தை உறிஞ்சிக் குடித்த புல் ஒவ்வொன்றும் ஒரு இலைபோலவும்

அதன் நடுவில் பூத்த மலர்போலவும் அவள் இருந்தாள். முழங் காலிட்டு அமர்ந்திருந்தவளின் கன்னங்கரேல் கூந்தல் காற்றில் லேசாக அலைந்துகொண்டிருந்தது. அவன் ஜன்னலைத் திறந் தான். கண்களைத் திறந்து அவனைப் பார்த்தபடியே அமர்ந் திருந்தாள். அவள் எந்நேரமும் அலறக்கூடும் என்று நினைத் தான். ஆனால் அவள் ஒரு சிறிய புன்னகையுடன் அவனையே பார்த்துக்கொண்டிருந்தது அவனுக்கு ஆசுவாசத்தை அளித்தது.

அவனுக்கு வெளியில் செல்ல வேண்டும் என்ற அழுத்தம் கூடியது. வாசலுக்கு வந்தான். வெளிவாசல் புல்வெளியில் செர்ரி மலர்கள் மரத்தில் ஒளிப்பூக்களாக ஒளிர்ந்தன. வானத்தில் வாத்துக் கூட்டமொன்று பறந்துகொண்டிருந்தது. அந்த அற்புத மான மதிய ஒளிப்பொழுதைத் துண்டிக்கும் இருள் துணுக்கு களைச் சேகரித்துக்கொண்டபடி வீடுகள் வரிசையாக நின்றன. அவன் உள்ளுக்குள் நிறையும் இருளுக்கும் வெளியில் பொழியும் ஒளிக்கும் எந்த தொடர்பும் இல்லாதது போலிருந்தது. தான் இருப்பது எங்கே என்ற கேள்வி எழுந்தது.

அவனை யாரோ அழைப்பது போலிருந்தது. தெரு நடுவில் ஒரு வயதான பெண்மணி நின்றாள்.

மிகுந்த பதற்றத்துடன் அவனை அழைத்தாள்.

– பக்கத்தில்தான் என் வீடு. என் மகனை காரிலிருந்து வீட்டுக்குள் தூக்கிச் செல்ல வேண்டும். உதவ முடியுமா?

அடுத்த தெரு நோக்கிக் கையைக் காண்பித்தாள். அவள் ஆடைகள் கசங்கியிருந்தன. முகத்தில் வியர்வை அரும்பியிருந்தது.

– என் மகன் . . . அமெரிக்க மரின். ஒன்றரை வருடமாக ஈராக்கில் . . . கிருஸ்துமஸ்ஸுக்கு விடுப்பில் இங்கு வருவதாக இருந்தான். இரு மாதம் முன்பு அவன் ரோந்து சென்றபொழுது பாக்தாதில் ஒரு கார் குண்டுவெடிப்பில் . . .

அவள் பேச முடியாது நிறுத்தினாள். வெயிலில் அவளுடைய கண் இரப்பைகள் பளபளத்தன.

– இங்கே ராணுவ மருத்துவமனையில்தான் சிகிச்சை அளித்துவந்தார்கள். நான்தான் அவனை வீட்டிலேயே வைத்துக் கொள்ளலாமெனக் கெஞ்சி அழைத்து வந்துவிட்டேன். ஆனால் அவனை வீட்டுக்குள் எப்படி கொண்டுபோவதென்பதை யோசிக் காமல் முட்டாள்தனம் செய்துவிட்டேன்

அடுத்த தெருவில்தான் அவள் வீடு. காருக்கு வெளியே ஒரு சக்கர வண்டி நின்றிருந்தது. இருபது வயதுக்குள்தான்

இருக்க வேண்டும். அவள் அவனை காரிலிருந்து இறக்க முயன் றிருக்க வேண்டும். அவனுடைய உடல் கார் இருக்கைக்கும் கார் கதவுக்கும் இடையில் சிக்கிக்கொண்டிருந்தது. அந்தப் பையனின் முகத்தில் வெறுப்பு மண்டிக் கிடந்தது. அவன் அம்மாவைப் பார்த்துக் கத்தினான்.

– எதற்காக என்னை இப்படி துன்புறுத்துகிறாய். நான் உன்னைக் கேட்டேனா வீட்டுக்கு அழைத்துப்போ என. என்னைப் பார். கிழடே ... உன் மூளையில் குப்பைதான் இருக்கிறது.

அவன் அம்மா "கண்ணா கண்ணா ... இதோ இந்த நண்பர் இப்போது எனக்கு உதவி செய்வார். நீ கவலைப்படாதே." என்று அவனருகே பதற்றத்துடன் சென்றாள். அவள் முகம் சிவந்திருந்தது. டேவிட் காருக்குள் குனிந்து கைகளை அந்த இளைஞனின் முதுகுக்கும் இடுப்புக்கும் அடியில் நுழைத்து மெல்லத் தூக்கினான். அவன் அம்மா அவனுடைய தோள் களைப் பற்றிக்கொண்டாள். அந்த உடலைத் தூக்கிச் சக்கர வண்டி அருகே திரும்பியபொழுது டேவிட்டின் கரங்கள் கனம் தாங்க முடியாமல் ஒரு கணம் சட்டெனக் கீழே தாழ்ந்தன. டேவிட்டுக்கு மூச்சு வாங்கியது. தன் ஆரோக்கியத்தின் மீது அதிகம் கவனம் செலுத்தாதவன் அவன். அவன் கைகளில் அந்த இளைஞனின் உடல் வழுக்க, முதுகைச் சரித்துத் தன் தொடைகளின் மீது அவனை ஏந்திக்கொண்டான். அவன் மேல் அந்த இளைஞனின் கனம் இறங்கியது. டேவிட்டால் அடுத்த அடி எடுத்து வைக்க முடியவில்லை. நரம்புகளும் தசைகளும் விண்விண்ணென்று தெறிக்க கண்ணில் இருள் சூழும் போல இருந்தது. இந்தக் கனத்தை வெகுநாளுக்கு தன்னால் இழக்க முடியாது என்று நினைத்தான் டேவிட். அவன் கால்களுக்குக் கீழே கறுக்கும் பூமி மெல்ல உள்வாங்கிக் கொண்டிருந்தது.

காலமும் நெருப்புத்துண்டங்களும்

தோளில் தொங்கும் பையுடன் அவன் பள்ளிக் கூடத்திற்கு கிளம்பினான்.

தெரு முனையில் ஆறுமுகத்தின் வாடகை சைக்கிள் கடை. பக்கத்தில் பிள்ளையார் கோயில். அங்கேதான் சதுர்த்திக்கு நாடகம் போடுவார்கள். சிவனுக்கும் நக்கீரனுக்கும் நடக்கும் விவாதம்தான் போன சதுர்த்தி யிரவு போட்ட நாடகம். கோவிலைத் தாண்டிச் சற்றே சரியும் தெருவில் இறங்கினால் அங்குசாமியின் கடை. வண்ண வண்ண மிட்டாய்களும் பட்டர் பிஸ்கெட்டு களும் இருக்கும். அங்குசாமியின் பையன் பெருமாளும் அவனும் முதலாம் கிளாஸில் சேர்ந்து படித்தார்கள். ஆனால் ஸ்கூல் முழுவதுமே முஸ்லீம்களாக இருக்கிறார் கள் என்று பெருமாளை வேறு பள்ளியில் சேர்த்துவிட்டார் அங்குசாமி. பெருமாள் ஸெயிண்ட் மேரீஸுக்குப் போய் விட்டான். கான்வெண்ட். அவனுக்குக் கூட அந்தப் பெயர் பிடித்திருந்தது. கான்வெண்ட் பள்ளிகளின் பெயர் கள் எல்லாமே சொல்லுவதற்கே நன்றாக இருந்தன. ஸெயிண்ட் ஜோஸப். ஸெயிண்ட் இக்னேஷியஸ். அப்புறம் அங்குசாமி கடைக்குப் பக்கத்தில் முதலியார் வீடு. அங்கே தானே முதன்முதலாக டி.வி வாங்கினார்கள். ஒளியும் ஒலியும் பார்க்க நாலணா, ஞாயிறு சாயந்திரம் படம் பார்க்க எட்டணா. அம்மா சில படங்களுக்கு அவனை அனுப்ப மாட்டாள். கல்யாணராமன் படம் ரொம்பவும் பிடித்திருந்தது. சில சமயங்களில் அவர்கள் வீட்டில் சாப்பாட்டுக்கடை முடிந்திராவிட்டால் டி.வி பார்க்க வரும் பையன்களை வெளியிலேயே நிறுத்திவிடுவார்கள். கேட்டுக்குப் பக்கத்தில் நின்று சன்னல் வழியே டி.வியைப் பார்க்க வேண்டும். அதற்கு ஒன்றும் காசு கிடையாது. ஆனால் உள்ளே நுழையும்போது காசு கொடுத்துவிட வேண்டும். அதற்கு அப்புறம் ஒரு குட்டையைத் தாண்டிப்

போக வேண்டும். வீடு கட்டிக் குடிவந்தபோது அந்தக் குட்டையில் நிறைய தண்ணீர் இருந்தது. அதற்குள்ளே அவன் இறங்கிவிட்டான். தலைக்குமேலே தண்ணீர் போக பயந்து தத்தளித்தான். யாரோ வெளியில் இழுத்துவிட்டார்கள். அம்மா முதுகில் ஓங்கிச் சாத்தினாள். அதற்கப்புறம் அந்தக் குட்டையில் தண்ணீர் நிரம்பியதேயில்லை. மழைக்காலத்தில் குட்டையில் தண்ணீர் கொஞ்சம் தேங்கினால் அவனும் குமாரும் இன்னும் சில பையன்களும் மீன் பிடி விளையாட்டு விளையாடுவார்கள். குமார் வீட்டிலிருந்து ஒரு வேட்டியைக் கொண்டுவருவான். அதைத் தண்ணீரில் முக்கி ஊஞ்சல்போல ஆட்டினால் சில சமயம் தவளைக் குஞ்சுகள் மாட்டும்.

குட்டையைக் கடக்கும்போது கொஞ்சம் கவனமாக இருக்க வேண்டும். அது வண்டி போகும் தெரு என்றாலும் தரையில் எப்போதும் முட்கள் இருக்கும். எங்கிருந்து அந்த முட்கள் வருகின்றன என்று தெரியவில்லை. வாரத்திற்கொரு முறை யாவது காலில் ஒரு முள் குத்திவிடுகிறது. முன்னங்காலை மட்டும் ஊன்றி நடந்து பள்ளிவரை போவது கஷ்டம். ஓடி விளையாட முடியாது. "பார்த்து வரக்கூடாதா எனக்கிருக்கும் வேலை போறாதுன்னு இதுவுமா" என்று அவனைப் பார்த்து அம்மா கத்தியிருக்கிறாள். அவளுக்கு வேலை அதிகம். ஆனால் தெருவில் முள்ளை முளைக்க வைத்திருப்பது அவனா. அது போலத்தான் பள்ளியில் பெரிய டீச்சர் பீஸ் கேட்கும்போது சங்கடமாய் நிற்க வேண்டிவருவதும் எவ்வளவு சொன்னாலும் புரியவில்லை. அம்மாவையா கேட்கிறாள் பெரிய டீச்சர். அம்மா பள்ளிக்கு வந்தால்தானே. பெரிய டீச்சர் நல்ல உயரம். சின்ன டீச்சர் அதுபோல உயரமில்லையென்றாலும் ரொம்பவும் குள்ளமுமில்லை.

அந்தத் தெருவில்தான் அப்ஸராவின் வீடு இருக்கிறது. விகடன், குமுதத்தில் கதைகளுக்கு அவர் வரைந்த படம் வந்திருக்கிறது. அம்மாவுக்குத் தெரியாமல் ரகசியமாகத்தான் குமுதம் படிக்க வேண்டும். விகடன் படிப்பதில் இந்தப் பிரச்சினை இல்லை. அப்பாவுக்கும் படம் வரைவதில் இஷ்டம்தான். அப்பாதான் ஒருநாள் இந்த வீட்டைக் காட்டினார். அந்தப் பெயரே எத்தனை இஷ்டமாக இருக்கிறது. அப்ஸரா! ஆனால் ஒரு ஆள் எப்படிப் பெண் பையரை வைத்துக்கொள்ள முடியும்? அம்மா சொல்கிறாள் சிலசமயம், "சுஜாதா நன்றாக எழுதுகிறான்" என்று. அப்போது பெண் பெயரில் பத்திரிகைகளில் எழுதுபவர்களும் படம் வரைபவர்களும் ஆண்கள். ஆண் பெயரில் எழுதுபவர்கள் பெண்களா? இப்படி மாற்றி வைத்துக்கொண்டால் எத்தனை குழப்பம்! அப்ஸராவை ஒருமுறை பார்த்திருக்கிறான். வீட்டு வாசலில் நின்று ரோடு போட வந்த ஆளிடம் ஏதோ

சண்டை போட்டுக்கொண்டிருந்தார். இறங்கிருந்த ஜல்லி லோடுக்குப் பக்கத்தில் நின்ற ஆள் அவரைக் கொஞ்சம் வேகமாகத்தான் திட்டிக்கொண்டிருந்தான். அவரைப் பார்த்தால் ஓவியர் என்று அவனுக்குத் தோன்றவில்லை. ஆனால் ஓவியர் என்றால் எப்படி இருக்க வேண்டும் என்பதும் தெரியாது.

அடுத்த முனையில் அந்தத் தெரு இரண்டாகப் பிரியும். இடது பக்கம் பள்ளிக்கு வழி நீளும். வலது பக்கம் போனால் மேடு. ஒரு விடுமுறை நாளில் சும்மா அந்த இடத்துக்குப் போய்ப் பார்த்தபோது வேறொரு ஊருக்கு வந்துவிட்டதுபோல் இருக்கும். ஒரு மாதிரி தித்திப்பான வாசனை வரும். அம்மா சாந்து வைத்துக்கொண்டால் திறந்திருக்கும் சாந்து புட்டியி லிருந்து வருமே அதுபோல. அங்கே நெயில் பாலீஷ் தயாரிக் கிறார்கள் என்று காதர் சொல்லியிருக்கிறான். ஆனால் நெயில் பாலீஷை எல்லாம் அம்மா போட்டுக்கொள்ள மாட்டாள். கல்யாணத்துக்குப் போனால் மருதாணி. அவனும் இட்டுக் கொள்ள வேண்டும். கொஞ்சம் சங்கோஜமாக இருந்தாலும் அம்மாவிடம் முகம் சுளித்துக்கொண்டாலும் இட்டுக்கொண்டு ரகசியமாய் கையைப் பார்த்துக்கொண்டேயிருப்பான். சீக்கிரம் பத்த வேண்டுமே! ராத்திரி பூராவும் தூக்கம் வராது. அப்புறம் தூங்கிய பிறகு கை காய்ந்து காலையில் நீர் விட்டு அலம்பும் போது கெட்டித்த மருதாணி பிய்ந்து வரும். விரல்களில் சொர சொரப்புக்கு அடியில் இருக்கும் வழுவழுப்பையும் தேய்த்து அலம்பினால் ஒவ்வொரு விரல் நுனியும் பூப்போல மின்னும். அம்மா உள்ளங்கையை இழுத்துப் பார்ப்பாள். நெயில் பாலீஷில் அப்படியெல்லாம் சந்தோஷம் இருக்குமா என்று தெரியவில்லை. அம்மா நெயில் பாலீஷ் போட்டுக்கொள்ள மாட்டாள்.

அதையும் தாண்டிப் போனால் கொஞ்சம் பயமாக இருக்கும். குடிசைகள் இருக்கும். ரிக்ஷா மீது சாய்ந்தும் படுத்துக்கொண்டும் பீடி பிடித்துக்கொண்டிருப்பார்கள் ஆட்கள். ஆண்கள் கண்கள் சிவந்திருக்கும். தெருவில் சிறு சிறு பையன்கள் ஓட்டை டிரவுச ருடன் கோலி விளையாடுவார்கள். அப்படியே நடுத்தெருவில் ஒரு கும்பலாய் ஆட்கள் உட்கார்ந்து சீட்டாடுவார்கள். பெண்கள் குழாயடியில் சூழ்ந்துகொண்டு ரப்பர் குடங்களில் தண்ணீர் நிரப்புவார்கள். அங்கே இரு பக்கமும் வீடுகள் கூடிக்கூடி இருக்கும் நட்ட நடுவில் ஒரு கிணறும் மேடையும்கூட. அங்கே பெண்கள் துணி துவைப்பார்கள். தரையெல்லாம் தண்ணீர் சிந்தி ஓடும். பெண்கள் மோசமான வார்த்தைகள் எல்லாம் சொல்லிச் சண்டை போட்டுக்கொள்வார்கள். குடிசை வாசலில் உட்கார்ந்திருந்த ஆட்கள் அதை வேடிக்கை பார்ப்பார்கள். கெட்ட கெட்ட வார்த்தைகள் பெண்கள் வாயிலிருந்து வரும்

போது நெஞ்சு திக் திக் என்று அடித்துக்கொள்ளும். அவனையே அவர்கள் எல்லாரும் பார்ப்பதுபோலக்கூட இருக்கும்.

ஆனால் பள்ளிக்குப் போகும் வழி இவ்வளவு மோசமாக இருக்காது. முஸ்லீம்களின் வீடுகள் துவங்கிவிடும். இங்கேயிருந்து எலக்ட்ரிக் ட்ரெயின் ஸ்டேஷன் வரை எல்லாம் அவர்கள். தெரு பெயரெல்லாம்கூடச் சட்டென மாறிவிடும். வடிவேல் நகர், பழனியப்பன் தெரு, ஆனந்தா காலனி இதெல்லாம் போய் ரஜாக் தெரு, ஹனீப் காலனி, சாதிக் நகர் என்று ஆகி விடும். பெயர் மட்டும் இல்லை, அங்கே வரும் வாசனைகூட. அவன் வீடு இருக்கும் தெருவில் நிறைய சமயங்களில் விபூதி வாசனை வருவதைக் கவனித்திருக்கிறான். முதலியார் வீடு இருக்கும் இடத்தில் எப்போதும் முறுக்கு வாசனை வரும். முறுக்குச் சாப்பிட அவனுக்கு மிகவும் பிடிக்கும். ஆனால் அம்மா தீபாவளியின்போது மட்டும்தான் அதைச் செய்கிறாள். இந்த இடத்தில் வரும் வாசனை அவனுக்கு என்னவென்று தெரியாது. அவனுக்கு ஒரு சந்தேகம் இருக்கிறது. அது மாமிச வாசனைதான் என்று நினைக்கிறான். ஆனால் அதைக் கேட்கப் பயமாக இருக்கிறது. அப்பாவுடன் ஸ்டேஷனுக்குப் போகும்போது இந்த வழியாகத்தான் அழைத்துச் செல்வார். அந்த மேடு ஏறி நெயில் பாலீஷ் வீடுகள் வழியாகக்கூட செல்லலாம். ஆனால் அப்போது அந்தச் சண்டைபோடும் பெண்கள் இருக்கும் வீடுகள் வழியே போக வேண்டும். இரண்டில் இந்த வழியே தேவலை என்று அவனுக்கும் தோன்றியிருக்கிறது. ஆனால் அந்த வழியில் தான் வேடிக்கை பார்ப்பதற்கு நிறைய இருக்கிறது. திக் திக்கென்று நெஞ்சு அடித்துக் கொண்டாலும்.

இங்கே வீடுகள் எல்லாம் அழுக்காகத்தான் இருக்கிறது. தெரு ஓரத்தில் பாத்தி கட்டியதுபோல் குப்பைக் கூளம் வரிசை யாகக் கிடக்கிறது. மழை பெய்தால் ரோடொன்று இருப்பது போலவே இருக்காது. சைக்கிளில் வருபவர்கள் ஓட்ட முடியாது தள்ளிக்கொண்டு போவார்கள். அப்பாவின் சைக்கிளைத் தள்ளி வந்திருக்கிறான். அப்பா அவனை சைக்கிள் ஓட்ட அனுமதித்த தில்லை. அவனுக்குக் குரங்கு பெடல் வரும் என்று அவருக்குத் தெரியாது.

"அது ஒன்றும் தெரியாத ஜென்மம்" என்று அம்மா அடிக்கடி சொல்கிறாள். அது எப்படி ஒன்றும் தெரியாது அவர் ஆபிஸுக்குப் போக முடியும்? அவனைக்கூட அவர் ஆபிஸுக்கு கூட்டிப் போயிருக்கிறார். அப்போது அவனுக்கு ஓட்டலில் பூரிக்கிழங்கு வாங்கிக் கொடுத்தார். அம்மா அது மாதிரி பூரிக்கிழங்கு பண்ணியதேயில்லை. கையில் அந்த வாசனை நாள் முழுக்க இருந்தது!

கவுஸ் வீட்டைத் தாண்டிதான் பள்ளிக்குப் போக முடியும். கவுஸ் வீட்டு வாசல் கதவுக்குப் பின்னால் திரை தொங்கும். கவுஸ் வீட்டில் எல்லாச் சன்னல்களிலும் திரை தொங்கும். அவனுடைய வீட்டில் திரைகள் கிடையாது. சன்னல்களில் துருப் பிரியும் கம்பிகளும் கதவும்தான். கவுஸ் வீட்டுத் திரைகள் கொஞ்சம் அழுக்காக இருந்தாலும் ஜிகினாவும் பூக்களுமாய் இருக்கும். தெருவில் வண்டி வேகமாகப் போனால் காற்றில் வாசல் திரை உள்வாங்கும். அவன் கவுஸ் வீட்டுக்குப் போனது அம்மாவுக்குத் தெரியாது. அவனுக்கு கொஞ்சம் படபடப்பாகவே இருந்தது. எதற்கு என்று தெரியாத படபடப்பு. அதேபோல வீட்டுக்குப் போனபிறகு அம்மாவிடம் கவுஸ் வீட்டுக்குப் போனதையும் சொல்லவில்லை. கவுஸ் வீட்டில் ஒரு இனிப்பையும் தின்றிருக்கிறான். அவன் கவுஸ் வீட்டுக்குப் போனதை விடவும் அங்கே அவன் தின்றிருக்கிறான் என்பதை அவளால் ஜீரணிக்க முடியாது.

ஆனால் கவுஸைப் போல அல்ல நாசர். மிகவும் பொல்லாத வன். அவன் வீடுகூடப் பக்கத்தில்தான் இருக்கிறது. நாசர் மூன்று வருடங்களாக ஒரே வகுப்பில் இருக்கிறான். அவன் படிக்கும் வகுப்புதான். நாசர் பெரியவனாக இருப்பதால் அவனையே கிளாஸ் மானிட்டராக வைத்துவிட்டார் பெரிய டீச்சர். நாசருக்கு இவனைப் பார்த்தாலே பிடிக்காது. அந்தக் கிளாஸில் அவன் மட்டும்தான் முஸ்லீம் அல்லாதவன். அது அவனுடைய தப்பா? நாசர் அவனை எப்போதும் கிள்ளுகிறான். இதையெல்லாம் அவன் யாரிடம் சொல்லுவது? அம்மா மட்டும் அவனை இந்தப் பள்ளியில் சேர்க்காது ஸெயிண்ட் மேரீஸில் சேர்த்திருந்தால் நாசரிடம் அவன் இந்தப் பாடு படத் தேவையில்லை. நாசர் அடிப்பது மட்டுமில்லாமல் இவன்தான் பேசி ஓடினான், கத்தினான் என்று டீச்சரிடம் பொய் சொல்லி மாட்டிவிடுகிறான். பிறகு முட்டி போட வேண்டி வந்துவிடுகிறது. ஐந்தாவது படிக்கும் இவன் இதை யெல்லாம் எப்படிச் சொல்லி அழ முடியும்? அம்மா தன் பாடே பெரும்பாடாக இருக்கிறது என்கிறாள். அதுதான் அப்பாவை ஒண்ணும் தெரியாத ஜென்மம் என்கிறாள். இவன் அப்படியில்லை என்று காண்பிக்க வேண்டாமா?

நாசரின் தங்கை ஆயிஷா நான்காம் வகுப்பில் இருக்கிறாள். அவளுக்கு இவனை ரொம்பப் பிடிக்கும். அவள் ஒருத்திக்காகத் தான் இவன் சும்மா இருக்கிறான். அவளுடைய முகம்தான் எத்தனை வெளுப்பாக இருக்கிறது. அவளைத்தான் கல்யாணம் பண்ணிக்கொள்வது என்று முடிவு எடுத்தாயிற்றே. அப்போது நாசர் இவனுக்குக் கும்பிடு போட வேண்டியிருக்கும். அப்போது நாசரை எட்டி உதைத்துவிடலாம்.

ஆயிஷா எத்தனை நல்லவள்! இவனுக்கு ஒரு நாள் வீட்டிலிருந்து எடுத்து வந்த முட்டைக் குழம்பு சாதம் கொடுத்தாள். அதற்குத் தொட்டுக்கொள்ளச் சிறிய பிளாஸ்டிக் கவரில் ரத்தக் கலரில் ஊறுகாய். மிகவும் ருசியாகத்தான் இருந்தது. ஆனால் நாசர் பார்த்துவிட்டான். அன்று நிறைய கிள்ளு வாங்க வேண்டியிருந்தது. ஆயிஷாவுக்கு இவன் எடுத்துப் போகும் தயிர் சாதத்தைக் கொடுக்க என்னவோ போலிருந்தது. அதுவும் புளித்துப் போன தயிர் ... ஊறுகாயும் இல்லாது. அவளுக்குக் கொடுக்க ஒரு நாள் பூரி எடுத்துப் போக வேண்டும் என்று அம்மாவிடம் கேட்டுக்கொண்டிருக்கிறான். அம்மா "பூரிதானே, உன் கன்னத்தில் தருகிறேன்" என்றாள்.

ஆயிற்று! இந்த அம்மன் கோவிலைத் தாண்டிவிட்டால் அப்புறம் பள்ளிதான். அம்மன் கோவில் எல்லா முஸ்லீம் வீடுகளுக்கும் நடுவில் இருக்கிறது. யார் போவார்கள்? ஆனால் கோவிலில் எப்போதும் கூட்டம். கோவில் எதிரில் மிகப்பெரிய தீ மிதிக்கும் இடமிருக்கிறது. ஒரே ஒருமுறை அப்பாவின் தோளில் இருந்துகொண்டு தீ மிதியைப் பார்த்திருக்கிறான். அந்த இடம் முழுவதும் குங்குமமும் மஞ்சளும் தேங்காய்ச் சில்லுகளும் சிதறியிருந்தன. குமுட்டி வைத்துக்கொண்டு பொங்கல் பண்ணிக் கொண்டிருந்தார்கள். ஒரே புகை எங்கும். கொஞ்சம் இருட்டிய பிறகு அப்பா அவனைத் தூக்கிக் காண்பித்தார். சன்னதி எதிரே வெளியில் நெருப்புத் துண்டங்கள் நீள்செவ்வகப் பீடத்தில் தகதகவென ஜொலித்தன. லவுட் ஸ்பீக்கரில் 'அம்மா மாரியம்மா' என்று பாட்டு வந்து கொண்டிருந்தது. சன்னதிக்கு பக்கத்தில் இரண்டு ஆடுகள் கட்டி வைத்திருந்தார்கள். அவை ஈரமாக இருந்தன.

கொஞ்ச நேரத்தில் மேளச் சத்தம் மிக ஜோராகக் கேட்க ஆரம்பித்தது. வரிசையாக ஈரத்துணி உடுத்திய ஆட்கள் தீக் கங்குகள் மீது ஒவ்வொருவராக ஓடினார்கள். எங்கும் ஆத்தா, அம்மா, மாரீ என்று கத்தல். அங்கே எழுந்த வெளிச்சம் எல்லார் முகத்தையும் கனலாக மாற்றியது. அப்பாவை இறுகக் கட்டிக் கொண்டபோது அப்பா, "அம்மனை வேண்டிக்கொண்டு போனால் கால் சுடாது" என்றார். "சுடாது என்றால் ஏன் அப்பா அது மேல் போக வேண்டும்?" என்று கேட்டிருந்தான். அவர் பதில் சொல்லாது வேட்டியை இழுத்துக் கட்டிக்கொண்டு அவனை மீண்டும் தூக்கிக்கொண்டார். பிறகு அவரும் அவனை தூக்கிக்கொண்டு தீக்கங்குகள் மீது ஓடினார். சட்டென்று இரண்டு கணத்தில் எல்லாம் முடிந்துவிட்டது. வெப்பம் குபீரென்று எழுந்தபோது கண்ணை மூடிக்கொண்டு அப்பாவின் கழுத்தைக் கட்டிக்கொண்டதுதான் ஞாபகத்தில் இருக்கிறது. அப்பா குங்குமத்தை இட்டுவிட்டார். தரையில் நீருற்றி ஆற்று

மணல் கொட்டியிருந்த இடத்தில் கால் மாற்றி கால் வைத்துக் கொண்டார். "கால் சுட்டதா அப்பா" என்று கேட்டான். அவர் எதற்காக ஓடினார் என்று தெரியவில்லை. அவர்கள் போவது பெருமாள் கோவிலுக்குத்தானே! அம்மாவிடமும் வீட்டில் அதைப் பற்றி அவர் ஒன்றும் சொல்லவில்லை. அவனுக்கும் அப்பாவுக்கும் இடையிலுள்ள ரகசியமாய் இருந்தது. அவர் தீ மிதித்தற்கும் அம்மாவுக்கும் ஏதோ ஒரு சம்பந்தம் இருக்கிறது என்று தெரியும்.

அன்று இரவு அவன் கனவில் நெருப்புத் துண்டங்கள் கனன்றன. அப்பா அவனையும் தீ மிதிக்க அழைக்கிறார். அவன் பயத்துடன் ஓரத்திலேயே நிற்கிறான். அம்மனின் கண்கள் உக்கிரமாய் அவனைத் துளைக்கின்றன. ஆடுகள் உடலைச் சிலிர்த்துக் கொள்ளும்போது ஈரத்துளிகள் அவன் மேல் தெளித்தன. சில்லிட்டு விழித்தபோது படுக்கை அறைக்குள் வெளிச்சம் ஒரு கீற்றாக சமையலறையிலிருந்து நீண்டது. பக்கத்தில் ராஜு சுருண்டிருந்தான். அம்மா அப்பா படுத்ததுபோலவே இல்லை படுக்கை. அவன் சமையலறைக்குள் நுழைந்தபோது அம்மா கேவிக்கொண்டிருந்தாள். அப்பா கையைப் பிசைந்துகொண்டு நின்றிருந்தார். அம்மா அவன் நுழைந்ததை கவனிக்காததுபோல சுவற்றில் சாய்ந்து உட்கார்ந்திருந்தாள். ஒரு மந்திரம் போல அப்பா எதையோ திரும்பத் திரும்பச் சொல்லிக்கொண்டிருந்தார். அவன் எவ்வளவோ அழைத்த பிறகும் அவனைப் பொருட்படுத்தவில்லை. அம்மா கண்களில் தீ மிதிக்கூடத்தில் பார்த்த கங்குகள் போல ஒரு ஒளி மின்னியது. அந்த நடுஇரவில் கூடத்திலிருந்து நீண்ட இருள் சாய்த்த நிழல் நடுவில் அம்மாவும் அப்பாவும் இருந்தவிதம் அவன் அடிவயிற்றைப் பிசைந்தது.

மறுநாள், அம்மா அவனைக் கூட்டிக்கொண்டு பாண்டிச்சேரியில் தாத்தா வீட்டுக்குப் போனாள். அப்பா பலமுறை வந்தார். அப்போதெல்லாம் அவனை வீட்டில் இருக்கவிடாமல் தாத்தா வெளியில் கூட்டிக்கொண்டு போய் விடுவார். அப்பா ஒரு நாளும் அங்கே இரவு தங்கியதில்லை. காலையில் வந்து சாயந்திரம் கிளம்பிவிடுவார். ஒருநாள் பொறுக்க முடியாமல் அவன் அழுதான். பள்ளிக்கூடத்துக்குப் போக வேண்டுமென்று. கடைசியில் அவன் தொந்தரவு தாங்க முடியாமல் அம்மாதான் தொடையில் கிள்ளினாள்.

அவன் போய்க்கொண்டிருந்த பாதையில் சட்டென்று நிற்கிறான். ஒரு டாட்டா சுமோ வண்டி அவனை மோதுவது போல் அருகில் வந்து ஹாரன் அலறலுடன் விலகிச் செல்கிறது. எங்கோ மாறி வந்துவிட்டிருக்கிறான். பழக்கமான பாதை எப்படி தொலைந்து போனது? இது பள்ளிக்கூடம் இருக்கும்

தெருவாகத் தெரியவில்லையே! நீண்ட வெண் தாடி தொங்கும் முதியவர் செல்ஃபோனில் பேசியபடியே ஏன் அவனையே பார்த்துக்கொண்டு போகிறார்? தெருவோரத்தில் சாணி போட்டுக் கொண்டிருந்த எருமை மாடு மேலும் கீழும் தலையசைத்து அவனையா கூப்பிடுகிறது?அய்யோ நாலாபுறமும் சத்தம் ஒரு பிரளயம்போலக் கிளம்புகிறதே. வெயில் மண்டையைத் தாக்கு கிறதே!

அந்தத் தெரு மதிய ஒளியில் பாலையாகப் கொதிக்கிறது. இரு பக்கமும் கடை வாசல்களில் வைத்திருந்த பலகைகளில் வெயில் விழுந்து ஒளிப்புள்ளிகள் மின்னிக் கண்ணைக் கூச வைக்கின்றன. தூரத்தில் திரைபோலப் படலம் தரையிலிருந்து எழுந்து காட்சி நடுங்குகிறது. துளி நிழல் இல்லை. அவன் காலடியில்கூட. அட, காலில் செருப்பைக் காணோமே!

அவன் செருப்பை அணிந்துகொண்டுதானே கிளம்பினான். கையில் பையையும் எடுத்துக்கொண்டு. எங்கே விட்டுவிட்டான்? ஒருவேளை கோவிலில் விட்டுவிட்டானோ? கோவிலுக்குப் போனானா? இறுதியாய் அந்தக் கோவிலுக்குப் போனது அப்பாவுடன் தீ மிதித்தபோதுதானே. எனில், அது இப்போது தான் நடந்ததா? அப்போது அப்பா எங்கே?

என்ன யோசனை மனதிற். கோவிலில் நின்றுவிட்டுக் கிளம்பியபோது செருப்பை அங்கேயே மறந்துவிட்டிருக்க வேண்டும். போகும் பாதையைக் குழப்பும் யோசனை எல்லாத் தெளிவுகளையும் குலைக்கும் வழியைச் சரியாகத் தேர்ந்தெடுத்து அழைத்துச் செல்கிறது! எத்தனை வருடங்கள் பிசகாது பள்ளிக்கு நடந்த பாதை. இப்போது அவன் எந்த இடத்தில் இருக்கிறான்?

பாதங்களின் ஞாபகமும் இப்படி மனம்போல் குழம்புமா? மனதில் பள்ளிக்கூடம் போகும் பாதையை மீண்டும் வடிவமைத் துக் கொண்டான். வீடு – பிள்ளையார் கோயில் – சைக்கிள் கடை – குட்டை – அப்ஸரா ஓவியர் வீடு – கவுஸ் வீடு – அம்மன் கோவில். அதன் பிறகு.. அதன் பிறகு . . . பிறகு . . . குழம்புகிறதே!

மணிக்கட்டில் கடிகாரத்தின் முகம் காயம் போலக் காட்சி யளிக்கிறது. நெருப்புத் துண்டங்கள் நிரப்பினாற்போல் தரை சுடுகிறது. தரையில் கால் வைக்க முடியவில்லை. ரயில்வே ஸ்டேஷனை நோக்கி விரைகிறான்.

தோளிலிருந்து தொங்கும் பையில் அமெரிக்காவிலிருந்து அவன் கொண்டு வந்திருந்த காமிரா விலாவில் இடித்துக் கொண்டே வருகிறது.

அடி

அவர்கள் இருவரும் காத்திருந்த அறையில் குழல் விளக்கு பிரகாசமாக எரிந்தது. இன்னும் பொழுது சாய்ந்திருக்கவில்லை. டாக்டரைப் பார்க்க அவர் வெகு நேரமாகக் காத்திருந்தார். அவன் சற்று முன்னர்தான் அந்த அறைக்குள் வந்தான். அவன் கதவைத் திறந்து வந்தபோது உள்ளே நுழைந்த நகரத்தின் போக்குவரத்துச் சத்தம் பின்னர் மூடிய கதவின் பின்னால் மறைந்தது. இருவரும் அவ்வப்போது கடிகாரத்தைப் பார்த்துக்கொண்டிருந்தார்கள். அவர் அவனைவிடச் சற்று வயதேறியவராகக் காணப்பட்டார். நீலக் கலரில் சட்டை போட்டிருந்தார். மூக்குக் கண்ணாடி. பின்னந்தலை வழுக்கை. அவன் நடு வயதை எட்டிப்பார்த்துக்கொண்டிருக்கும் இளைஞன். அவன் ஒரு வெள்ளை டீ ஷர்ட்டும் நீல ஜீன்ஸூம் அணிந்திருந்தான். இருவருமே சோர்ந்து காணப்பட்டார்கள். டாக்டர் அறைக்குள் இருந்து அடங்கிய பேச்சுச் சத்தம் எப்போதாவது கேட்டது.

அவருடைய பார்வை அடிக்கடி அவன் பக்கம் சென்றது. அவன் தலையைத் தாழ்த்திக்கொண்டான்.

அவர் அவனைக் கேட்டார்.

"நீங்கள் அடி வாங்கியதுண்டா?"

அவன் தூக்கிவாரிப்போட்டது போல பார்த்தான்.

"என்ன?"

அவனுடைய பதில் அவருக்குத் திருப்தி அளித்திருக்க வேண்டும். ஒரு சிறிய புன்னகையை வரவழைத்துக் கொண்டார். மேலும் கீழும் தன்னைப் பார்த்துக்கொண்டார். பிறகு மறுபடியும் கேட்டார்.

"இல்லை, பொது இடத்தில் நீங்கள் அடி வாங்கியதுண்டா?"

அவசரமாகத் தலையைக் குனிந்துகொண்டான். காதுகள் அடைத்துக்கொள்வதுபோல இருந்தது.

அதை அவர் இல்லையென்று எடுத்துக்கொள்வது போல தொடர்ந்தார்.

"ஆமாம். இருக்காது. உங்களைப் பார்த்தால் அப்படித் தெரியவில்லைதான். நான் ஒரு காலத்தில் தொடர்ந்து அடி வாங்கிக்கொண்டிருந்தேன். ரொம்ப கஷ்டமான ஜீவனம் அப்போது"

அவன் பதில் பேசவில்லை.

"சிறுவயதில் நீங்களும் அடி வாங்கியிருப்பீர்கள்தானே?"

அவர் கேட்ட விதத்தில் ஒரு பிரியமும் அன்யோன்யமும் இருந்தது.

அவன் தலையை நிமிர்த்தி 'ஆமாம்' என்று தலையசைத்தான்.

அவனை அசைத்துவிட்ட திருப்தி அவர் முகத்தில் ஏற்பட்டது. அவனைத் தட்டிக் கொடுப்பதுபோல சிறு புன்னகையுடன் தலையாட்டினார்.

"அம்மா அடித்திருப்பாள் இல்லையா. சில வீடுகளில் அப்பா. சகோதரர்கள் அடித்துக்கொள்வார்கள். டிராயிங் சரியாக போடவில்லை என்று பள்ளியில் டிராயிங் வாத்தியார் பிரம்பால் மணிகட்டில் இழுத்திருப்பார். அது எல்லாமே ஒரு வயசுக்கு மேல் நின்று போய் விடும்தானே?"

அப்பா ஒருமுறை அவனைப் பார்த்து பெல்ட்டைக் கழற்றியது ஞாபகத்துக்கு வந்தது.

அவர் ஏதோ யோசனையுடன் இருந்தார். முகத்தில் இருந்த புன்னகை உறைந்து பின் மறைந்தது.

"வளர்ந்த பிறகு நடுத்தெருவில் முன்பின் தெரியாதவர்களிடம் அடி வாங்குவது வேறு மாதிரியான அனுபவம்தான்."

அவன் ஒன்றும் பேசவில்லை. ஆனால் அவரைப் பார்த்துக் கொண்டிருந்தான்.

ஒருமுறை என் கல்லூரி நண்பர்களுடன் சேர்ந்து அருகில் இருந்த அருவிக்குப் போனேன். மலையிலிருந்து கொட்டிய நீர் ஓடையாய்ச் சுழித்துக்கொண்டு ஓடும். யாரோ ஒருவன் ஒரு பாட்டில் ரம் கொண்டுவந்திருந்தான். அந்தக் குளிர்ந்த

ஓடை நீரில் பாட்டிலை மிதக்கவிட்டுக் குடித்தோம். பிறகு பக்கத்தில் இருந்த தோப்பில் ஒரு மரத்தில் ஏறினேன், எல்லாம் ஒரு 'பெட்'டுக்காகத்தான். அதிலிருந்த மாங்காய்களைப் பறித்து, எறிந்து கீழே இறங்கினால் கூடவந்த பையன்கள் ஒருவனையும் காணவில்லை. தோப்புக்காரன் நின்றிருந்தான். அவன்தான் என்னை முதன்முறையாக உதைத்தான். ஓட ஓட அடித்தான். அவன் என்னை மரத்தில் கட்டிப்போட்டு தோலை உரித்துவிடப் போவதாக மிரட்டினான். தலை தெறிக்கத் தப்பியோடினேன்.

அவர் கர்ச்சீப்பால் முகத்தை அழுந்தத் துடைத்துக் கொண்டார். கண்ணாடியைக் கழற்றிச் சட்டையில் துடைத்து விட்டு மீண்டும் அணிந்துகொண்டார். அவனுடைய கவனம் அவர் மேல் விழுந்திருப்பது அவருக்குப் பிடித்திருந்தது.

"அது ஒன்றுமேயில்லை. ஏன் தெரியுமா. நான் அடி வாங்கி யதை யாருமே பார்க்கவில்லை. இன்னொரு முறை எலெக்டிரிக் ட்ரெயினில் என்னை பின்னியெடுத்துவிட்டார்கள். அப்போ தெல்லாம் நான் பார்ப்பதற்குக் கொஞ்சம் பரிதாபமாக இருப் பேன். தரித்திரத்தின் காலடிகளில்தான் நடந்துகொண்டிருந்தேன். சரியான சட்டைகூட இருக்காது. நீங்கள் கவனித்திருக்கலாம். பொதுவாகக் கூட்டத்தில் அடிவாங்குபவன் எப்போதும் கொஞ்சம் சோனியாக, சரியான ஆடை அணியாமல் ஒரு ஏமாளி மாதிரி தான் இருப்பான். இப்போது என்னை அந்த மாதிரி நினைக்க முடியாது. ஆனால் அந்தக் காலத்தில் எப்போதும் அடி வாங்கத் தயாராய் அதற்கேற்ற கோலத்தில் இருந்தேன்.

"என்ன சொல்லிக்கொண்டிருந்தேன் . . . ஆம். அந்த டிரெ யின் கூட்டத்தில் அடித்துப் பிடித்து நின்றபோது, என் முன்னால் நின்ற அம்மாளின் கைப்பையை யாரோ பிளேடு போட்டு விட்டான். நான் ஒரு அதிர்ஷ்டக்கட்டை என்பது அப்போது உறைத்திருக்கவில்லை. அந்த அம்மாளின் கைப்பை பக்கத்தில் கையைத் தற்செயலாக வைத்திருந்தேன். கூட்டத்தில் இடம் எங்கு இருக்கிறதோ அங்குதானே கைகாலை வைத்துகொள்ள முடியும். பிளேடு போட்ட ஆள் பிளேடை என் கையில் போட்டுவிட்டிருந்ததை நான் கவனிக்கவில்லை பாருங்கள். அந்த அம்மா இறங்கும் சமயம் வந்ததும் திடீரென்று பைக்குள் கைவிட்டு அலறினாள். அவள் பயங்கர குண்டாகவே இருந்தாள். கழுத்து மடிப்புகளுக்கு இடையில் வேர்வை பிதுங்கி வழிந்தது. திடுக்கிட்டு நான் பின்வாங்கினால் என் கையிலிருந்து பிளேடு கீழே விழுவதை அவள் பார்த்துவிட்டாள். அடி பின்னிவிட்டார் கள். அடுத்த ஸ்டேஷனில் என்னை இறக்கி பிளாட்பாரத்தில் நிறுத்தி வைத்து அடித்தார்கள். பிளேடு கையைக் கிழித்து ரத்தம் வேறு . . ."

அவர் சற்று நேரம் அந்த நினைவை அசைபோட்டார். அவருக்கு ஒரு பச்சாதாபம் நிறைவது போலிருந்தாலும் அதே சமயத்தில் தூரத்திலிருந்து வேடிக்கை பார்த்த விஷயத்தை சொல்வது போலத்தான் இருந்தது.

"தபால் ஆபீஸில் ஒரு சண்டை வந்து ஒருத்தன் இன்னொருத்தனை அடித்தான் என்ற பேச்சு உண்டா? ரேஷன் கடையில் அடிதடி என்றால் அது ஒரு தினப்படி காரியம். ஆனால் தபால் ஆபீஸ் போன்ற பரம சாதுவான இடத்தில்கூட விதி என்னை விட்டுவைக்கவில்லை. ஒரு மணியார்டர் சமாச்சாரத்தில் ஸ்டாம்பு கட்டையாலேயே என்னை தபால் அலுவலர் அடித்தார்."

அவர் முகத்தில் லேசான ஒரு புன்னகை உருவானதுபோல் அவனுக்குத் தோன்றியது.

"கடவுள் நம்பிக்கையைக்கூட அடி உதையால் இழந்துவிட்டேன் தெரியுமா? கோவிந்தா . . . கோவிந்தா . . . என்று கத்திக்கொண்டே ஒரு கும்பல் என்று உதைத்தது. சன்னதியில் காவல்காரனைப் போல நின்று என்னை விரட்டிய கோவில் ஆளைப் பார்த்து ஒரு கெட்ட வார்த்தை சொல்லிவிட்டேன். அவன் பெரிய மீசை வைத்திருந்தான். பயங்கரமான தொப்பை. அவனிடமிருந்து மோசமான வாசனை வேறு வந்துகொண்டிருந்தது. அந்த கோயிலைச் சேர பலபடிகள் ஏற வேண்டியிருந்தது. பயங்கர உடம்பு வலி. எதையும் பொருட்படுத்தாமல் கடவுளிடம் என் கதியைச் சொல்லி அழலாம் என்று ஒரு நிமிடம் நின்றால் தன் தொப்பையால் கடவுளை மறைத்தபடி "சீக்கிரம் போ" என்று விரட்டினான். "உன் தொப்பையைக் கொஞ்சம் நகர்த்து" என்று சொன்னேன். அவன் என்னை கேவலமாகத் திட்டினான். அப்போது கட்டுப்படுத்த முடியாமல் ஒரு வார்த்தையை அவன்மேல் வீசிவிட்டேன். உடனே கடவுளைக் கெட்ட வார்த்தையால் திட்டுகிறான் என்று மாற்றிவிட்டான். பக்த கோடிகள் என்னை "கோவிந்தா . . . கோவிந்தா . . ." என்று மொத்தினார்கள்.

நான் எல்லோராலும் கைவிடப்பட்டவன் என்ற மாதிரி முகத்தை வைத்துக்கொண்டிருந்தார். அவன் ஒன்றும் பேச முடியாதவனாக இருந்தான்.

"அப்புறம் கல்யாணம் செய்துகொண்டவுடன் என் பெரிய மைத்துனன் என் பெண்டாட்டி முன்னால், என் உறவுக்காரர்கள் முன்னால், என்னை மிதித்திருக்கிறான். சாதி விட்டு சாதி கல்யாணம். முதல் இரவுக்கு நான் உயிர் பிழைப்பேனா என்றாகிவிட்டது."

“அலுவலகத்தில் ஒரு ஆபீஸ் பாய் இருந்தான். அவன் தன் அம்மா இறந்து போய்விட்டாள் என்று அழுது கடன் கேட்டான். பரிதாபப்பட்டு நூறு ரூபாய் கொடுத்தேன். அன்று சாயந்திரமே குடித்துவிட்டு சினிமா தியேட்டர் பக்கம் ஒரு ‘கேஸை’ தள்ளிக்கொண்டு போவதைப் பார்த்தேன். மறுநாள் அலுவலகத்தில் எல்லோர் முன்னாலும் அவனை நன்றாகத் திட்டினேன். அப்போது அவன் ஊமை போல பம்மிக்கொண்டு நின்றான். அன்று சாயந்திரமே நான் வீடு போகக் கிளம்பிய போது என் பின்னாலேயே வந்து ஆபீஸ் வாசலிலேயே என்னைப் போட்டுத் தாக்கினான். அவனால் என் வேலையைக்கூட இழந்தேன். அவன் என் மேனேஜருக்குக் கூட்டிக் கொடுப்பவன் என்று எனக்கு அப்போது தெரியாமல் போயிற்று.”

“நிறைய நாட்கள் வேலையில்லாது இருந்திருக்கிறேன். அப்போது என் மனைவி என்னை நடத்திய விதத்தைப் பார்த்த போது, அவள் என்னை அதற்கு பதில் இரண்டு போடு போட்டிருக்கலாம் என்றே தோன்றியிருக்கிறது.”

அவர் கன்னத்தைத் தடவிக்கொண்டார். அவன் கை லேசாக நடுங்கியது. தொடைக்கிடையில் கையைப் புதைத்துக் கொண்டான்.

“அப்போதுதான் ஒருத்தன் சொன்னான். இப்போதெல்லாம் சினிமாவில் அடி வாங்குவது போல வருவதைக் கண்டு எல்லோரும் சிரிக்கிறார்கள் என்று. சரி என்று எப்படியோ அலைந்து ஒரு டைரக்டரிடம் போய் சான்ஸ் கேட்டேன். அவர் அடி வாங்குவதுபோல நடிப்பதற்கு ஒரு ஆள் ஏற்கெனவே இருக்கிற தாகவும் அவரைவிடத் தத்ரூபமாக நடிப்பது யாராலும் முடியாது என்று அடித்துச் சொன்னார். ஒரு படத்தில் கும்பலாக அந்த நகைச்சுவை நடிகரை அடிக்கும் காட்சி ஒன்று இருப்பதாகவும் அதில் வேண்டுமானால் என்னை ஒருத்தனாக சேர்த்துவிடு கிறேன் என்றார். ஆஹா என்று சந்தோஷத்துடன் படப்பிடிப் புக்குப் போனேன். காட்சியில் அந்த நடிகரை அடிப்பதுபோல நடிக்க வேண்டும். என் கெட்ட நேரம் பாருங்கள் ஓங்கிய கை நிஜமாகவே அவர்மேல் பட்டுவிட்டது; லேசாகத்தான். ஆனால் அவர் மிகப் பிரபலமான நகைச்சுவை நடிகர் அல்லவா. அவருடைய நாயைக்கூட மரியாதையாக நடத்துவார்கள். அவர் மூச்சு விட்டாலே எல்லோரும் சிரிப்பார்கள். அன்று எல்லாருடைய முன்னாலும் அவர் என் முகத்தில் அறைந்த அறையில் எனக்கு எந்தச் சிரிப்பும் வரவில்லை.”

“இதையெல்லாம்விடக் கொடுமை என்ன தெரியுமா! ஒருநாள் தூங்கிக் கொண்டிருந்தேன். திடீரென கன்னம் பளீரென

எரிந்தது. அய்யோ! என்று கதறிக் கொண்டே எழுந்தேன். பக்கத்தில் யாருமே இல்லை. அப்போதுதான் கவனித்தேன் என் வலது உள்ளங்கை வலியால் துடிப்பதை."

"அடக் கடவுளே" என்றான் அவன்.

இனிமேல் அவனால் ஒரு நிமிடம்கூட அவர் பேசுவதைக் கேட்க முடியும் என்று தோன்றவில்லை. அவர் அவனை ஒரு விதமான ஆமோதிப்புடன் பார்த்தார்.

"இப்போது வாழ்க்கை மாறிப்போய்விட்டது. என் பிள்ளை தலையெடுத்துவிட்டான். கொஞ்சம் பணமும் சேர்ந்துவிட்டது. நான் ஓரளவுக்கு சுதாரித்துக் கொண்டுவிட்டேன். விவேகம் கூடியது போலத்தான் இருக்கிறது. நான் அடி வாங்கி இப்போது வருடங்கள் ஆகிவிட்டன. ஆனால் பாருங்கள். மனசு எப்போது பார்த்தாலும் ஒரே பரபரப்புடன் இருக்கிறது. சற்று கவனப் பிசகாக இருந்தாலும் ஒரு அடி விழுந்துவிடும் போலிருக்கிறது. அடுத்த அடிக்குத் தயாராக எப்போதும் பதற்றமாகவே இருக்கிறது. அடித்துப் போட்டதுபோல தூங்குகிறான் என்பார்களே, அந்த மாதிரித் தூக்கம் எல்லாம் எப்போதோ போய்விட்டது."

அவன் தலையைத் திருப்பிக்கொண்டான். அவருக்கும் கொஞ்சம் ஓய்வெடுத்துக்கொள்ளலாம் என்று தோன்றியது.

டாக்டர் வெளியே வருவதாகத் தெரியவில்லை. அவன் பொறுமையற்று நெளிந்தான். வெளியில் மழை கூடி வந்தது. இடி இடிக்கத் தொடங்கியிருந்தது. அவ்வப்போது மின்னல்கள் ஜன்னல் வழி நெளிந்தன. அவனுக்கு இருப்புக் கொள்ளவில்லை.

அவர் இப்போது அவனைக் கேள்வியுடன் பார்த்தார். அவர் பார்வை அவனை இழுப்பதை உணர்ந்து அவர் பக்கம் திரும்பினான். அவன் எதற்காக இங்கே வந்திருக்கிறான் என்று கேட்கவே அவர் விரும்பினார்.

அவன் ஏதோ சொல்ல வாயெடுத்துப் பிறகு நிறுத்திக்கொண் டான். களைப்புடன் கண்களை மூடிக்கொண்டான். இத்தனை நேரம் அவன் மறந்திருந்த எதுவோ ஒன்று அவன் உள்ளுணர்வில் தலையெடுத்தது.

அப்போது அங்கே ஒரு சத்தம் கேட்டுக்கொண்டிருப்பதை அவர் கவனித்தார். திடுக் திடுக்கென்று தொடர்ந்து யாரோ எதையோ அடிக்கும் சத்தம். ஒரு சம்மட்டியால் மிருதுவான ஒன்றை அடிப்பது போலிருந்தது. அதை அவர் தொடர்ந்து கவனித்தார். அந்தச் சத்தம் சற்றும் நிற்காமல் ஒரே விதமான சுருதியுடன் தொடர்ந்தது. அவர்களைத் தவிர அந்த அறையில்

வேறு யாரும் இல்லை. டாக்டர் அறையிலிருந்தும் எந்தச் சத்தமும் இல்லை. அவனையே பார்த்தவர் உள்விழிப்புற்றுச் சட்டெனத் துவண்டார். அவன் தோள்களைத் தணித்துத் தலை குனிந்திருந்தான்.

அதற்குப் பிறகு அவர்கள் எதுவும் பேசிக்கொள்ளவில்லை.

மூன்று புலிகளும் அவனும்

புலிகளை எத்தனையோ வருடங்களாக ஆட்டுவித்து வரும் அவன், புலி வேடம் போட்டபடி அதைச் செய்வது சமீபகாலமாகத்தான். ஒருநாள் அதிகாலை வந்த கனவில் அவன் காடு மேடெங்கும் புலியாக அலைந்தான். ஒரு புலியாக மாறிவிட்ட தன்னுணர்வு அவனுக்குக் கனவில் ஏற்பட்டிருந்தது மிகுந்த உத்வேகத்தைக் கொடுத்தது. அன்றே சர்க்கஸ் முதலாளி முன் புலி வேடத்தை அணிந்து நின்றான். அவர் அந்த விஷயத்தில் சற்று நம்பிக்கையின்றித் தான் ஒப்புக்கொண்டார். அதுவரை அவன் அணிந்துவந்த ஆடைகள் மிக நேர்த்தியானவையாக இருந்துவந்தன. அவன் ஒரு கனவானைப்போல ஆடை அணிந்தே அரங்குக் குள் நுழைவான். அவனுக்கான புலி ஆடையைத் தயாரிக்க மிகுந்த கவனம் எடுத்து வேலை செய்யும் ஒரு தையல் கலைஞனை அவன் தேடிக் கண்டுபிடிக்க வேண்டியிருந் தது. துணி வைத்துத் தைக்கும் தையல்காரர்களை விரும் பாது தோலில் வேலை செய்யும் கலைஞர்களை அலசி, புலித்தோலில் ஆடை தைத்து, முதலாளி முன்னால் புலிகளுடன் காட்சி நிகழ்த்தியபோது அவர் பிரமித்துப் போனார். சர்க்கஸின் முக்கியமான கட்டமாய் அவ னுடைய புலியாட்டம் நிகழும் என்ற நம்பிக்கையில் அவனுடைய சம்பளத்தையும் இரு மடங்காக உயர்த்தி னார்.

மூன்று புலிகளும் அவனுமாய் அரங்கத்திலிருக்கும் பெரிய கூண்டுக்குள் நுழையும்போது கூட்டத்தின் கை தட்டல் எதிர்பார்ப்பின் ஆரோகணமாய் எழும்பும். அது வரை நிகழும் சர்க்கஸ் ஆட்டங்கள், சாகசங்கள், மிருக விளையாட்டுகள், கோமாளித்தனங்கள் எல்லாம் கூட்டத்தை, அவன் புலிக்காட்சிக்காகத் தயார்ப்படுத்தும் எதிர்பார்ப்பை உறுதிப்படுத்தி உயர்த்தும் தயாரிப்புகள் மட்டுமே.

உறுதியான கம்பிகளால் அமைக்கப்பட்ட வலைக்கூண்டு அரங்கத்தின் நடுவில் அமைக்கப்பெற்றிருக்கும். அதன் ஒருவாசலில் மூன்று தொடர்க்கூண்டுகள் ரயில் பெட்டிகளைப் போல ஒன்றின் வாலில் ஒன்று இணைக்கப்பட்டு நிற்கும். ஒவ்வொரு கூண்டுக்குள்ளும் ஒரு புலி. கூட்டத்தின் கவனத்தைத் திசை திருப்பும் வகையில் இந்த இடம் முழுவதும் குறைந்த வெளிச்சம். கூரையிலிருக்கும், தரையிலிருக்கும் விளக்குகள் அரங்கத்தின் இன்னொரு மூலையில் ஆட்டம் போடும் கோமாளிக் கும்பலின் மேல் விழுந்து கூட்டத்தைத் திசை திருப்பும்.

அவன் சைகை செய்யவும் ஒலிபெருக்கியில் ரிங் மாஸ்டரின் குரல் உயர்ந்தெழும்.

“சீமான்களே, சீமாட்டிகளே, குழந்தைகளே . . . நீங்கள் இதுவரை எதிர்பார்த்திருந்த காட்சி இதோ. பார்ப்பவர்க்கு இவை மூன்று கொடும்புலிகள். ஆனால் இந்தப் புலிக்கலைஞனுக்கு இவை வெறும் வீட்டுப் பூனைகள் மட்டுமே . . .”

அரங்கத்தின் ஓரத்திலிருந்த இசைக்குழு வாத்தியங்களை ஓங்கி வாசித்து சத்தத்தைக் கூட்ட, அரங்கம் ஒரு கணத்தில் முழு இருளில் மூழ்கும். கூட்டம் முழுவதும் புலிகளும் அவனும் எப்போது எப்படி வெளிப்படப் போகிறார்கள் என்று காத்திருக்க, தீப்பற்றிக்கொண்டதுபோல் அரங்கத்தில் பிரும்மாண்டமான ஒளி பரவும். அந்த மிகப் பெரிய கூண்டுக்குள் வளையமாக மூன்று புலிகள் ஒன்றையொன்று துரத்தி ஓடும். இசைக்குழு இப்போது அந்த ஓட்டத்திற்கேற்ப வெகு வேகமான தாள லயத்துடன் இசையை வாசிக்க, கூட்டம் அந்த இசைக்கேற்றாற் போல கை தட்டத் துவங்கும். ஓடிக்கொண்டிருந்த புலிகளில் இரண்டு, கூண்டுக்குள் இருந்த முக்காலிகளில் தாவி அமரும். ஒரேயொரு புலி மட்டும் இப்போது ஓடும். அதன் வேகம் கூடியபடியே இருக்க கால்கள் தரையைத் தொடுவதும் தெரியாது. இசையின் வேகம் கூடி? உச்சத்தை அடையும்போது, அவன் கூண்டின் கூரையில் பதுங்கியிருந்த இடத்திலிருந்து தாவி ஓடும் புலிமீது குதித்து நிற்பான். அவன் அணிந்திருக்கும் புலி வேடம் கூட்டத்தை ஏமாற்ற. அவர்கள் எப்படி நான்காவதாய் ஒரு புலி கூண்டுக்குள் நுழைந்தது என்று ஒரு கணம் குழம்பி பிறகு, அது அவனுடைய வேடம் என்று அறிந்தவுடன் குதூகலத்துடன் கத்துவார்கள். உற்சாகக் கூக்குரல்கள் அரங்கத்தின் கூரையைக் கிழித்து எறிந்துவிடும்.

இது அவனுக்குப் புதிதல்ல. முப்பதாண்டுகளாய் இந்தக் கைதட்டல்களையும் விசில் சத்தங்களையும் கத்தல்களையும் கேட்டுக் கேட்டு அவனுக்கு மரத்துவிட்டது. இந்த வாழ்க்கை

அவனுக்கு மிகவும் பழகிப்போனதாகிவிட்டது. இப்போது வயது ஐம்பதுக்கும் மேலாகிவிட்டது. அவன் தோற்றத்தை வைத்து யாராலும் அவன் வயதைச் சொல்லிவிட முடியாது. வருடக்கணக்காக அவன் செய்துவரும் தேகப்பயிற்சிகள் அவன் தோற்றத்தை மெருகேற்றி வைத்திருந்தன. அவன் மனம் மிகுந்த களைப்படைந்திருந்தது. அவனுக்கு மட்டுமே தெரியும்; அவன் மனதின் தசைகள் பலவீனமாகிக்கொண்டே வருவது.

அவனுடைய இளம் பிராயம் சர்க்கஸ் கூடாரங்களில் கழிந்தது. அப்பா, அம்மா வெவ்வேறு விதமான சாகசங்களை சர்க்கஸ்களில் செய்தவர்கள். கம்பி மீது நடத்தல், உயரத்தில் ஊசலாடும் கம்பிகளில் ஊஞ்சலாடியபடி தாவுதல், மோட்டார் சைக்கிளை கூண்டுக்குள் ஓட்டுதல் – இதுபோன்ற பலவிதமான சாகசங்களை வெவ்வேறு சர்க்கஸ்களில் புரிந்து அவனை சர்க்கஸ் கூடாரங்களிலேயே வளர்த்து இறந்தும்போனார்கள். அவனுக்கு ஆரம்பத்திலிருந்தே மிருகங்கள் மீது வெகுவான ஈர்ப்பு இருந்தது. மனிதனின் சொல்லைக் கேட்டு மிருகம் செய்யும் காரியங்களை வியந்து பார்த்துக்கொண்டிருந்தான். இயற்கைக்கு மீறிய காரியங் களை மிருகங்கள் செய்வது அவனை அவற்றின் பக்கம் இழுத்துக் கொண்டேயிருந்தது. அவற்றைப் பழக்கப்படுத்தும் மனிதர்கள் அவனுக்கு மிகுந்த ஆச்சரியங்களை அளிப்பவர்களாக இருந் தார்கள். ஐந்தே அடி உயரம் உள்ள ஒருவன் பிருமாண்டமான யானையை என்ன பாடு படுத்திவிடுகிறான். நோஞ்சானாய் இருக்கும் ஒருவனின் சைகைகளைக் கண்டு சிங்கம், மரியாதை யுடன் நெருப்பு வளையத்துக்குள் தாவி அவன் அங்கீகாரத்தைக் கோரி நிற்கிறதே. சிறுவயதில், மிருகத்துக்கும் மனிதனுக்கும் உள்ள உறவு தெளிவற்று இருந்தது. கூடார இருட்டில் யானை யொன்று ரத்தமொழுகும் காலுடன் தரையில் வைக்க முடியாமல் தூக்கி வைத்துக்கொண்டு தவித்துக்கொண்டிருப்பதைப் பார்த் திருக்கிறான். மறுநாள், அது எந்த எதிர்ப்பையும் காட்டாது பழக்குபவன் கட்டளையை ஏற்று இரு முன்னங்கால்களையும் காற்றில் தூக்கி வைத்து சந்தோஷமாய்ப் பிளிறியது.

முதன்முதலாகப் புலிகளுடன் அரங்கத்துக்குள் நுழைந்த பொழுது அவனுடைய நெஞ்சு அடித்துக்கொள்ளும் சத்தம் உடல் முழுக்கப் பரவியது. பயமும் உத்வேகமும் அடுத்த கணம் என்ன நடக்குமென்று தெரியாத நிச்சயமற்ற படபடப்பும் அவனுடைய ஒவ்வொரு இயக்கத்திலும் கலந்து போதை ஏற்றியது.

அவன் சாட்டையின் ஒவ்வொரு சொடுக்கலும் ஒரு மர்ம வாசலின் கதவுகளைத் தட்டும் ஓசைபோல அவனுக்குக் கேட்டது. சில காலத்துக்குப் பிறகு புலிகள் அவனைத் தங்கள் எஜமான னாக ஏற்றுக்கொண்டுவிட்டன என்று நம்பினான். அதற்குப்

பிறகு எத்தனையோ முறை அந்த நம்பிக்கையை அவை தகர்த்திருக்கின்றன. அவை அவனைப் பரிகாசத்துடனே நடத்தி வருகின்றன என்றும் உணவைத் தவிர வேறெதுவுமே அவற்றின் மேல் ஆதிக்கம் செலுத்த முடியாது என்றும் நம்பத் தொடங்கினான்.

அவன் வாழ்க்கை கூண்டுக்குள்ளேயே கழிந்தது. வெளியே அவனுடைய உலகம் அந்தக் கூண்டை விடவும் வெகுவாகச் சிறுத்துவிட்டது. இளவயதில் அவனைப் பெண்கள் சுற்றி வந்திருக்கிறார்கள். புலியை அடக்குபவனாயிற்றே! எத்தனை வீரியமுடையவனாக அவன் இருக்கவேண்டும். ஆனால் அவனுக்கு மனிதர்களுடன் அத்தனை எளிதில் பழக முடியவில்லை. சிறு சிறு விஷயங்கள் அவனைக் குழப்பி காலை வாரிவிட்டன. ஒரு கேள்விக்குத் தெளிவான பதிலை சொல்ல முடியவில்லை.

அவனுக்கு ஒரு மனைவியும் இருந்திருக்கிறாள். ஊர் ஊராகச் செல்லும் சர்க்கஸ் வாழ்க்கை அவளுக்குச் சிறிதும் இஷ்டமில்லை. அவள் பேச்சைக் கேட்டு அவனும் இதை விட்டுவிட்டு வெளியுலகத்துக்கு வந்து பார்த்தான்.

ஒரு மகன் பிறந்தான். வீட்டு மிருகங்களுக்கு மருத்துவம் செய்யுமிடத்தில் உதவி செய்வது, வண்டியோட்டியாக இருப்பது, சலவைக்கடையில் எடுபிடி வேலை செய்வது, உணவு விடுதிகளில் பாத்திரம் கழுவுவது என விதவிதமான வேலைகளைச் செய்து பார்த்தான். அவனைக் கனவில் புலிகள் தினமும் துரத்தின. யாரோ அவன் காலடிகளைத் தொடர்ந்து வருவதுபோல உணர்ந்தபடி எப்போதும் சஞ்சலத்துடன் இருந்தான். அவனைச் சுற்றியொரு வலை விழுந்துவிட்டதை அவன் உணர்ந்தபோது அவனுக்குத் தூக்கம் நின்றது. அவளுடைய எளிய கேள்விகளுக்கு அவனால் தெளிவாகப் பதிலளிக்க முடியவில்லை. ஒருநாள், நடு இரவில் படுக்கையில் இருளை முகர்ந்தவாறு பதுங்கிய நிலையில் அவன் அமர்ந்திருந்ததைப் பார்த்தாள். அன்று சிறு விசும்பலுடன் அவள் தூங்காதிருந்தாள்.

அவன் சர்க்கஸ் கூடாரத்துக்குத் திரும்பியபோது அவனுடைய புலிகள் அவனுக்காகக் காத்திருந்தன.

அவன் அப்போதுதான் புலிகளுடன் பேசத் துவங்கினான். அன்றிலிருந்து அவன் சாட்டையை எறிந்துவிட்டான்.

புலிகளுக்கான ஒரு மொழியை உள்ளுக்குள் அவன் உருவாக்கிவந்திருக்க வேண்டும். அவனே அறியாது எத்தனை காலமாக அந்த மொழியை அவன் மனது பின்னியிருக்கிறது. அதன் சத்தம் புலியின் அசைவு போலவே கம்பீரமாகவும்

பயம் கூட்டுவதாகவும் இருந்தது. அவன் உதடுகளிலிருந்து வெளிவந்த சத்தம் புல்லரிப்பைத் தந்தது. புலிகள் அவன் பேசுவதை எந்தத் தயக்கமும் எதிர்ப்பும் திகைப்பும் இல்லாது ஏற்றுக்கொண்டன. இதனால் அவை ஏதோவிதத்தில் ஆசுவாசம் கொண்டது போலவும் இருந்தது. எத்தனையோ புலிகளை அவன் பழக்கியிருக்கிறான்; இருப்பினும் குறிப்பாக மூன்று புலிகள் மீது அவனுக்கு வெகுவான பிரியம் இருந்தது. அவன் குடும்பத்தைத் தொலைத்துவிட்டு சர்க்கஸ் வேலைக்குத் திரும்பிய பிறகு, அந்த மூன்று புலிகளை மட்டுமே அவனுடன் வைத்துக் கொண்டான். அவற்றுடனே அவன் பேச்சு நிகழ்ந்தது. ஒருநாள் இரவு முழுவதும் நிறுத்தாது அவன் அவற்றுடன் பேசினான்.

அவை, அவன் நிலையைப் புரிந்துகொள்வது போலிருந்தது. அவனைத் தேடி மனைவியும் மகனும் வராதது குறித்து அவனுக்கு எந்த துக்கமும் இல்லாததை அவை புரிந்துகொண்டால் போதும் என்றிருந்தது. அவனுடைய வாழ்க்கையில் அவற்றுக்கான இடம் எப்பேர்ப்பட்டது என்பதை அப்புலிகள் உணர்ந்திருப்பதுபோல வும் தோன்றியது. இந்த மொழியை அவன் பகிரங்கமாக மற்றவர் முன்னால் உபயோகிக்க மறுத்தான். அவன் அவற்றுடன் பேசும்பொழுது அருகிலும் கேட்கும் தூரத்திலும் யாரும் இல்லை என்று உறுதிப்படுத்திக் கொள்வான். தனக்கும் புலி களுக்கும் உள்ள ஒரு அந்தரங்க உறவின்மேல் வெளியுலகத்தின் எந்தவித சாயலும் விழாது இருப்பதே அந்த உறவுக்கு அவன் செய்யும் மரியாதையாக இருக்க முடியும்.

நேற்று எப்படியோ தொலைக்காட்சியில் ஒரு செய்தித் துணுக்கு அவன் பார்வையில் விழுந்தது. கள்ளத் தொடர்பு கொண்ட ஒரு இளைஞன் அதைக் கண்டுபிடித்த மனைவியைக் கொலைசெய்து பிணத்தை வீட்டில் தோட்டத்திலேயே புதைத்து விட்டிருக்கிறான். அவன் மனைவி நிறைமாத கர்ப்பிணி. பல மாதங்கள் விசாரணைக்குப் பிறகு குற்றவாளி அவள் கணவன் தான் என்று துப்புத் துலக்கப்பட்டு தண்டனைக்காக அவன் கோர்ட்டில் நின்றான்.

அந்தக் காட்சியைத்தான் பார்த்தான்; தற்செயலாக. அந்த வழக்கு விவகாரம் வெகு காலமாக அவன் காதுகளில் விழுந்து கொண்டிருக்கிறது. அந்த இளைஞனைப் பார்க்கும்பொழுது அவனுடைய மகனைப் போலவே இருந்தது.

அவன் மகனைக் கடைசியாகப் பார்த்து இருபது வருடங் களுக்கும் மேலாகிவிட்டது. சிறுபையனாக இருக்கும்பொழுது அவன் அவர்களை விட்டுவிட்டு சர்க்கஸுக்குத் திரும்பினான். அவன் மனைவி அவனைத் தேடி வரவேயில்லை.

இந்த இளைஞனைப் பார்க்கப் பார்க்க அவன் தன் மகனாக இருக்கலாம் என்று தோன்றியபடியே இருந்தது. அவனிருக்கும் ஊரிலிருந்து வெகு தொலைவில் அந்தக் குற்றம் நடைபெற்றிருந்தது. வழக்கும் அங்கேயே நடைபெற்றது.

அது, அவன் மகனே என்று உறுதிப்படுத்திக்கொள்வது அத்தனை கடினமான செயல் இல்லை. எத்தனை எளிதானது. முதல்காரியமாக செய்தித்தாள்களில் அந்த வழக்கைப் பற்றிப் படித்தாலே போதும். போதுமான துப்பு அதிலேயே கிடைத்து விடும். ஆனால் அதுவெல்லாம் முக்கியமில்லை. அவன் மகன் இப்படிப்பட்ட ஒரு வாழ்க்கையை வாழ்ந்துகொண்டிருக்கலாம் அல்லது இன்னமும் மோசமான வாழ்க்கையை வாழ்ந்துகொண்டிருக்கலாம் அல்லது இறந்துகூடப் போயிருக்கலாம்.

நீதிபதி மரணதண்டனை விதித்தபோது அந்த இளைஞனின் முகத்தைக் காட்டினார்கள். அதில் எந்தவிதச் சலனமும் இல்லை.

தனக்கும் தன் மகனுக்குமிடையே இருந்த உறவின் எந்த ஞாபகத் தடங்களும் அவனிடத்தில் இல்லை. அவனருகே அவனிருந்த இடத்தில் ஏதோவொரு மூலையில் அந்த உயிர் இருந்திருக்கிறது. அதன் சலனங்கள் அவனை எந்தவிதத்திலும் தீண்டவில்லை. தன் கைகளைப் பார்த்துக்கொண்டான். இந்தக் கரங்கள் அந்தக் குழந்தையைத் தூக்கியிருக்குமா? அவனால் நிச்சயமாகச் சொல்ல முடியவில்லை.

மரணதண்டனை விதிக்கப்பட்டவன் அவனுடைய மகனாகத்தான் இருக்க வேண்டும். அது அப்படி இருக்க முடியாது, இருக்கக் கூடாது என்ற வேண்டுதல் எதுவும் அவனுக்கு இல்லை. ஒருவிதத்தில் அதுதான் சரி.

அதற்குப் பிறகு தொலைக்காட்சியில் சேனலை மாற்றினான். வேறொரு அலைவரிசையில் நடந்துகொண்டிருக்கும் மகாயுத்தத்தின் காட்சிகள் தொடர்ந்து வந்தன. ஆயிரக்கணக்கானோர் தொடர்ந்து இறந்துகொண்டிருக்கிறார்கள். அந்த மாதம்கூடப் போரில் இருபது முப்பது போர் வீரர்கள் இறந்திருக்கிறார்கள். அவர்களின் முகங்கள் வரிசையாகத் தொலைக்காட்சி அகலம் முழுவதும் காட்டப்பட்டன. அதில் ஒரு முகம்கூட அவனுக்கு மிகுந்த பரிச்சயமாக இருந்தது. அவன் மகன்போலவே இருந்தது.

இரவு அவன் வெகுநேரம் தூங்காது விழித்திருந்தான். அவன் மனக்கண்ணில் அவனுடைய மகனின் சலனமற்ற முகம் மீண்டும் மீண்டும் வழிந்துகொண்டேயிருந்தது. யார் குற்றவாளி என்று கேட்டான். அந்த கோர்ட் ரூமில் யார் நிற்க வேண்டும்?

அவனா, அவனுடைய மகனா அல்லது மூன்று புலிகளா அல்லது அந்தப் போரை முடுக்கிவிட்ட நாட்டு அதிபரா ... இந்தக் கேள்விகளை மீண்டும் மீண்டும் எழுப்பிக்கொண்டான். அதை ஒரு உச்சாடனமாகவே மனம் பயின்றது. ஆனால் எந்தக் கேள்விக்கும் அவன் மனம் பதிலை எதிர்பார்க்கவில்லை.

ஒரு கணத்தில் அவன் மனதில் உருவாகிக்கொண்டிருந்த கேள்விகள் எல்லாம் புலிகளுடன் பேசும் மொழியில் இருந்ததை உணர்ந்தான்.

தன்னுடைய புலியாடையை அணிந்துகொண்டு அறையை விட்டு வெளியேறி புலிகளின் கூண்டை அடைந்தான்.

புலி ஒவ்வொன்றும் ஒவ்வொரு திசையில் படுத்திருந்தது.

அப்போது அவனுக்குத் தோன்றியது. இந்தப் புலிகளுக்கு அவன் உருவாக்கியிருந்த மொழியில் பெயர் இதுவரை வைக்க வில்லை. முதன்முதலாக ஒவ்வொன்றையும் பெயர் சொல்லி அழைத்தான்.

இறந்த காலம்:

புலி அவன் அழைப்புக்குக் காது கொடுக்காது படுத்திருந்தது

நிகழ் காலம்:

புலி அவனைத் தாண்டி எங்கோ பார்த்தது.

எதிர்காலம்:

புலி அவன் பக்கம் ஒரு அடி எடுத்து வைத்தது. அவனை உக்கிரத்துடன் பார்த்தது.

www.ingramcontent.com/pod-product-compliance
Lightning Source LLC
LaVergne TN
LVHW100808051026
849519LV00006B/2006